व्यथाफूल

व्यथाफूल

रामचंद्र नलावडे

(कथासंग्रह)

दिलीपराज प्रकाशन प्रा.लि.™
२५१ क, शनिवार पेठ, पुणे - ४११०३०.

व्यथाफूल / VYATHAPHOOL

प्रकाशक । राजीव दत्तात्रय बर्वे । मॅनेजिंग डायरेक्टर
दिलीपराज प्रकाशन प्रा. लि. । २५१ क, शनिवार पेठ,
पुणे ४११०३०.
दूरध्वनी क्रमांक (फॅक्ससहित)
२४४७१७२३ । २४४८३९९५ । २४४९५३१४

मु. पो. वेरळ, ता. खेड, जि. रत्नागिरी
पिनकोड- ४१५६२१

मुद्रक । Repro India Ltd,
Mumbai.

प्रथमावृत्ती । १५ जून २०१५

प्रकाशन क्रमांक । २२१४

ISBN : 978 - 93 - 5117 - 073 - 0

अक्षरजुळणी । सौ. मधुमिता राजीव बर्वे
पितृछाया मुद्रणालय । ९०९, रविवार पेठ
पुणे ४११००२.

मुद्रितशोधन । पूजा कुलकर्णी

मुखपृष्ठ । अनिल उपळेकर

गं. भा. विठाबाई (आक्का),
हनुमंत (अण्णा) हौसाबाई,
सुलोचना आणि लक्ष्मी या
माझ्या भावंडांना...

मनोगत

कथा हा वाङ्मय प्रकार मानवी जीवनातील अविभाज्य घटक आहे, असं म्हटलं तरी ते मुळीच वावगं ठरणार नाही. कथेला मानवी जीवनात अनन्य- साधारण महत्त्व आहे. मानवी संस्कृतीचा वाहक म्हणून कथा या वाङ्मय प्रकाराला साहित्य क्षेत्रातदेखील फार मोठं महत्त्व प्राप्त झालं आहे. भारतात अगदी वेदांच्या काळापासून कथेची नानाविध रूपं आणि कथनाच्या शैली आढळून येतात. यावरून त्याची कल्पना यावी. वैदिक, बौद्ध, हिंदू, जैन, मुस्लीम, ख्रिस्ती, पारसी आणि शीख इत्यादी सर्व धर्मांमध्ये दर्जेदार, सकस कथा या साहित्य प्रकाराची मोठ्या प्रमाणात निर्मिती झाली आहे आणि ती होत आहे.

कथा या वाङ्मय प्रकाराची संस्कृत, प्राकृत, पाली, मगधी या अतिप्राचीन भाषापासून अव्याहत सुरू झालेली, ही परंपरा आजच्या मराठी भाषेपर्यंत अव्याहत सुरू आहे. त्यात अद्याप कधीही खंड पडलेला नाही आणि ती यापुढेही अखंडपणे सुरू राहील, यात तिळमात्रदेखील शंका नाही. खरं सांगायचं म्हणजे काव्याच्या आधी कथनाचा जन्म झालेला आहे, हे कुणीही नाकारू शकणार नाही. प्राचीन माणूस अनुभव, भावना आणि विचार यांचा कथनाच्या माध्यमातून परस्पर देवघेव करीत असे. जगातील कोणतीही संस्कृती याला अपवाद नाही, हे याचं मोठं वैशिष्ट्य म्हणावं लागेल. भारत, चीन आणि ग्रीक या देशांमध्ये अतिप्राचीन लोकसंस्कृतीतील कथेचे नानाविध प्रकार आढळून येतात. कथेमध्ये गुणवत्ता असेल, तर ते दीर्घकाळ टिकू शकते.

आपल्या भारतातसुद्धा अतिप्राचीन काळापासून कथेची, कथनाची सुरुवात झाली आहे. ती अद्याप अखंडपणे सुरू आहे. ही आपल्यासाठी मोठी गौरवाची बाब आहे. याचं कारण असं आहे, की 'कथा' हा अभिजात वाङ्मय प्रकार भारतानं संपूर्ण जगाला देणगी म्हणून दिला आहे. कथा हा वाङ्मय प्रकार भारतात लोकप्रिय होऊन त्याचा विकाससुद्धा याच देशात झाला. नंतर त्याचा प्रसार जगात झाला आहे. प्राचीन काळात भारतामध्ये पुराणं, उपपुराणं आणि महाकाव्य यांनी मौखिक कथांचं दस्तऐवजीकरण करण्याचं फार मोठं काम करून ठेवलं आहे.

मनोरंजनासाठी आणि धर्माचा प्रसार करण्याकरता कथांचा मोठ्या प्रमाणात उपयोग झाला आहे. यातूनच रामायण आणि महाभारत यांची निर्मिती झाली आहे.

'बृहत्कथा' किंवा बड्डकथा यात सात लाख श्लोकांचा समावेश असलेल्या ग्रंथाची निर्मितीसुद्धा याच माध्यमातून झाली आहे. हरिभ्रदाची 'समराइच्च कट्टा' हरिश्रेणाचा 'बृहत्कथा-कोश' उद्योतनाची 'कुवलयमाला' पुष्पदन्ताचं 'जहसरचरिऊ आणि महापुराण' असे असंख्य प्राकृत कथाग्रंथ इसवी सनाच्या दुसऱ्या ते दहाव्या शतकाच्या दरम्यान लिहिले गेले आहेत.

अनेक अज्ञात लेखकांनी प्रचलित समाजातील लोककथा यांचं संकलन करण्याची मोठी कामगिरी करून ठेवली आहे. याच बरोबर कथेची मांडणी, निवेदन याचं तंत्र भारतात विकसित होऊन त्याचा अन्यत्र प्रसार झाला आहे. पंचतंत्र, दशकुमार चरित्र, बृहत्कथा, जातककथा इत्यादी ग्रंथांमधून कथा-निवेदन करण्याची पद्धत पाहायला मिळते. या निवेदन पद्धतीचा आधार घेऊन नंतर 'अरेबियन नाईट्स' यांसारख्या लोकप्रिय कथांची निर्मिती झाली आहे, हे अगदी सूर्यप्रकाशाइतकं सत्य आहे.

मानवाला गोष्ट ऐकण्याची आणि सांगण्याची अगदी प्राचीन काळापासून आवड आहे. त्यामुळे माणसाच्या मनोरंजनासाठी आणि मुखत्वे त्याच्या प्रबोधनासाठी याचा मोठ्या प्रमाणात उपयोग करण्यात आला आहे, हे कुणीही नाकारू शकत नाही. पुढे पुढे या कथेनं स्फुटगोष्ट, लघुकथा, दीर्घकथा, नवकथा अशी वळणं घेत घेत मराठी साहित्यात ती स्थिरावली आहे. नवकथेच्या प्रारंभीच्या काळात कथाविषय, भाषा, पात्रचित्रण, वास्तविकता अशा विविधांगांनी व्यापक होऊन समोर आली आहे. १९४०-४५ च्या काळात मराठी साहित्य क्षेत्रात नवकथेचा संपूर्ण कायापालट झाला आहे. त्यापासून उत्तेजित होऊन अनेक नवोदित लेखक कथा लिहू लागले आणि पुढे ते कथाकार म्हणून प्रसिद्धीला आले. कादंबरीपेक्षा कथा हा वाङ्मय प्रकार अधिक आव्हानात्मक, कठीण आहे, हे आता कुणीही नाकारू शकणार नाही. म्हणून उत्तम कादंबरी लिहिणारा लेखक उत्तम कथा लिहिलंच, हे अगदी ठामपणे सांगता येणार नाही. याला काही लेखक अपवाद असतीलही. मला त्याची कल्पना आहे.

मराठी साहित्य क्षेत्रात १८९० च्या दरम्यान हरि नारायण आपटे यांनी त्यांच्या 'साप्ताहिक करमणूक' या अंकामधून गोष्टी लिहिण्यासाठी पहिल्यांदा सुरुवात केली. पुढे याच साप्ताहिकामधून 'पहिलंच भांडण', 'डिसपेटिशया', 'काळ तर मोठा कठीण आला', 'दोन चित्रे', इत्यादी गोष्टी एकामागून एक अशा प्रसिद्ध झाल्या. मराठी कथेला याच काळात सुरुवात झाली, असे अगदी ठामपणे म्हणायला हरकत नाही. पुढे पाच वर्षांनंतर १८९५ मध्ये 'मासिक मनोरंजन' सुरू झालं. या अंकात १८९६ मध्ये 'माझ्या मनाची एक वाईट खोड' ही कथा प्रसिद्ध झाली.

विसाव्या शतकात मराठी कथेनं बाळसं धरलं. मराठी साहित्य क्षेत्रात जोमदार-

पणे कथालेखन होऊ लागलं. प्रतिभावंत लेखकांनी मराठी साहित्य क्षेत्रातील कथा-दालन आपल्या अभिजात कलाकृतींनी अधिकाधिक समृद्ध आणि संपन्न केलं. वि. स. खांडेकर, ना. सी. फडके, गंगाधर गाडगीळ, द. मा. मिरासदार, महादेव शास्त्री जोशी, दिवाकर मोकाशी, व्यंकटेश माडगूळकर, अरविंद गोखले, बी. रघुनाथ, पु. भा. भावे, मधु मंगेश कर्णिक, शंकर पाटील, विजया राजाध्यक्ष, कमल देसाई, शांताराम, जी. ए. कुलकर्णी, बाबुराव बागूल, अण्णाभाऊ साठे या लेखकांनी मराठीतील कथा व वाङ्मय प्रकार अधिक समृद्ध केला आहे.

दलित लेखकांनी त्यांच्या कथेमधून नव्या जाणिवा, शोषण, जुलूम, अत्याचार, अन्याय, अंधश्रद्धा, भूक, उपासमार इत्यादी बाबींवर प्रकाश टाकण्याचा प्रयत्न केला आहे. दलित साहित्यातून नानाविध ग्रामीण भाषा, शैली उदयास आल्यामुळे एकूण मराठी साहित्यालाच नवी झळाळी प्राप्त झाली. त्यामुळे मराठी साहित्य क्षेत्र अधिक समृद्ध झालं, असं म्हटलं तरी ते मुळीच चुकीचं ठरणार नाही. डॉ. बाबासाहेब आंबेडकरांनी दलित समाजाला 'शिका, संघटित व्हा आणि संघर्ष करा', हा मूलमंत्र दिला होता. या विचारप्रणालीचाच दलित साहित्य एक भाग आहे, हे कुणाला नाकारता येणार नाही.

दुर्दैवानं भटक्या-विमुक्त जातीमध्ये शिक्षणाचे वारे लवकर पोचू न शकल्यामुळे आणि हा समाज देश स्वतंत्र झाला तरी गावकुसाबाहेरील जिणं जगत असल्यामुळे त्यावेळी या समाजात कुणी लेखक होऊ शकले नाहीत. भटक्या-विमुक्त जातीतील व्यथा, वेदना, यातना, दुःख, दारिद्र्य मराठी साहित्यात कथेच्या रूपानं कधी आलं नाही. त्यांच्या दुःखाला वाचा फोडण्याचं काम कुणी केलं नाही, याचा खूप विषाद वाटतो. व्यंकटेश माडगूळकरांनी 'वडारवाडीच्या वस्तीत' म्हणून एक लघुकथा लिहिली होती. परंतु ती कथा फार वरवरची होती. आता भटक्या-विमुक्त जातीतील लेखक आत्मकथनं, कादंबऱ्या लिहू लागली आहेत. परंतु ते कथा या वाङ्मय प्रकाराकडे का वळत नाहीत? असा मला नेहमी प्रश्न पडतो.

माझ्या लहानपणी मी तोंडी सांगितलेल्या गोष्टी ऐकलेल्या आहेत. गावकुसाबाहेरील उपेक्षित जिणं आम्ही जगत होतो. वयानं मोठ्या असलेल्या मंडळींकडून रोज रात्री गोष्टी ऐकणं, हेच आमच्या मनोरंजनाचं एकमेव साधन होतं. गोष्ट सांगणारी वृद्ध व्यक्ती आम्हाला गोष्ट सांगण्याच्या आधी एक अट घालीत असे. ती अट अशी होती की, तो गोष्ट सांगताना आम्ही मध्ये मध्ये तोंडानं फक्त 'हूं' असं म्हणायचं. त्यामुळे गोष्ट सांगणाऱ्याला कळायचं, की ऐकणारा जागा आहे की, झोपी गेला आहे. रात्री जेवण झाल्यावर अंथरुणावर पडून गोष्ट ऐकायला खूप मजा वाटायची. गोष्ट ऐकता

ऐकता कधी डोळा लागायचा, हे मुळीच कळायचं नाही. समाजातील आठ-दहा बिऱ्हाडं एकत्र राहत. त्या बिऱ्हाडात दोन-तीनजण हमखास गोष्टी सांगणारे असत. मी माझ्या 'बाबी' नावाच्या थोरल्या आत्याकडून आणि 'आळश्या मास्त्या' नावाच्या सावत्र मामाकडून अनेक गोष्टी रात्रीच्या वेळी अंथरुणावर पडून ऐकल्या आहेत. अपेक्षित, पशुवत जिणं जगताना त्यावेळी एक सुखाची वाऱ्याची झुळूक आमच्या वाट्याला आल्यामुळे त्याचा मनात निश्चित आनंद वाटायचा.

माध्यमिक शाळेत शिक्षण घेत असताना मला 'ट' ला 'ट' आणि 'र' ला 'र' जोडून कविता करण्याचा नाद होता. अशा दहा-बारा ओळी तयार झाल्या की मला त्या ओळी वाचून आनंद व्हायचा. पुढे पुढे मला त्याचा कंटाळा आला आणि मी कविता करण्याचा नाद सोडून दिला. नोकरी लागल्यावरसुद्धा मी कोऱ्या कागदावर अशा कविता करायचो. मला त्यावेळी मराठी साहित्याची अजिबात ओळख झाली नव्हती. शाळेतील पुस्तकाशिवाय मला दुसरं पुस्तक ठाऊक नव्हतं.

माझ्या वयाची तिशी उलटून गेल्यावर मला मराठी साहित्याची ओळख झाली. त्या आधी मराठी साहित्य म्हणजे काय आणि कथा वाङ्मय प्रकार म्हणजे काय? याची बाळबोध माहितीसुद्धा मला नव्हती. माझ्या आधीच्या पिढ्यामध्ये शिक्षणाचा व साहित्याचा अजिबात वारसा नव्हता. मराठीतील एकही कथा न वाचता मी माझ्या वयाच्या ३२ व्या वर्षी महसूल खात्याच्या स्मरणिकेसाठी 'कलंक' नावाची तीन पानांची कथा लिहिली आणि ती १९८७ च्या एप्रिल महिन्याच्या स्मरणिकेत छापून आली. माझी पहिलीच कथा छापील अक्षरात पाहून मला खूप आनंद वाटला. माझ्या काही मित्रांना ती कथा आवर्जून वाचायला मी सांगितलं. नंतर मी आणखी वेगवेगळ्या विषयांवर नऊ कथा लिहिल्या.

पुण्याच्या मेहता पब्लिशिंग हाऊस या दर्जेदार प्रकाशनानं माझा पहिलावहिला 'जोगवा' हा कथासंग्रह जुलै १९९४ मध्ये प्रकाशित केला. दापोलीतील वराडकर-बेलोसे या कॉलेजचं पाया खोदण्याचं काम मी मजुरीनं केलं होतं. ज्या कॉलेजचा मी पाया खोदण्याचं काम केलं होतं, त्या कॉलेजमध्ये प्रा. रामनाथ चव्हाण यांच्या हस्ते एका दिमाखदार सोहळ्यात माझा पहिला जोगवा कथासंग्रह प्रकाशित झाला. याचा मला तेव्हा खूप आनंद वाटला. या कथासंग्रहाची आता चौथी आवृत्ती प्रसिद्ध होण्याच्या मार्गावर आहे. 'जोगवा' या कथेचा कन्नड भाषेत अनुवाद झाला आहे.

माझ्या 'जोगवा' या कथासंग्रहाला वाचकांचा आणि जाणकार समीक्षकांचा प्रतिसाद मिळाल्यामुळे मी मराठी कथा या वाङ्मय प्रकाराकडे अधिक गांभीर्यानं पाहू लागलो. मराठीत बहुतेक सर्व कथाकारांच्या मी कथा वाचल्या आहेत. हिंदीतील

प्रसिद्ध कथाकार मुन्शी प्रेमचंद यांच्या काही कथासुद्धा मी वाचल्या आहेत. या कथा वाचून मराठीत कथा या वाङ्मय प्रकारात मी माझी वेगळी वाट निर्माण करण्यासाठी आज घडीला प्रामाणिकपणे प्रयत्न करीत आहे. कोकणात बेरळसारख्या आडगावात मी राहत असल्यामुळे इच्छा असून मला कुणाकडून मार्गदर्शन घेता येत नाही. या ठिकाणी कुठंही साहित्यावर चर्चा होत नाही; तसंच वाङ्मयीन कार्यक्रमदेखील होत नाहीत. साहित्यावाचून कुणाचं अडत नसल्यामुळे प्रत्येकजण आपल्या विश्वात रमला आहे. माझ्या आजूबाजूला साहित्याला पोषक वातावरण नसल्यामुळे मी माझ्या मनात अगदी ठरवूनच टाकलं, की आपली कथा लिहून पूर्ण झाल्यावर ती आपणच वाचायची. नंतर ती आपणच दुरुस्त करायची. स्वत:ची वाट शोधण्यात जो आनंद मिळतो, तो आनंद मळलेल्या वाटेनं चालताना कधीही मिळत नाही. याचा मला आता अनुभव आला आहे.

माझ्या सुदैवानं कोकणात महसूल खात्यात मला तलाठी म्हणून अनेक खेडेगावांत नोकरी करायला मिळाली. त्यामुळे सामान्य माणसाचं जगणं, दु:ख, दारिद्र्य, अन्याय, शोषण इत्यादी मला अगदी फार जवळून पाहाता आलं. नोकरी करीत असताना मला कथाबीज सापडत गेलं. पाहिलेल्या आणि ऐकलेल्या घटना मी कथांमध्ये मांडू लागलो. लिहिलेल्या कथा दर्जेदार दिवाळी अंकांतून प्रसिद्ध होऊ लागल्या. त्याचे कथासंग्रह एकामागून एक प्रसिद्ध होऊ लागले. वाचकांना माझ्या कथा आवडल्यामुळेच मी अजूनपर्यंत कथा लिहीत आहे. अन्यथा मी कथेच्या वाटेला कधी गेलो नसतो.

'हेमांगी', 'तरुण भारत' (बेळगाव), 'वसा', 'आपला परममित्र', 'लीलाई', 'कोकण दिनांक', 'संस्कृती आणि वारणेचा वाघ' इत्यादी दिवाळी अंकांतून प्रसिद्ध झाल्या आहेत. मी त्या सर्व दिवाळी अंकांच्या संपादकांचा अत्यंत आभारी आहे. 'हेमांगी' आणि 'तरुण भारत', 'आपला परममित्र' या दिवाळी अंकांतून प्रत्येक वर्षी माझ्या कथा प्रसिद्ध होत असतात.

मी केवळ दलित कथा लिहिल्या नाहीत. सामाजिक बांधीलकी मानून वेगवेगळ्या जाती-धर्मातील लोकांचं जगणं कथेमध्ये मांडण्याचा प्रयत्न मी केला आहे. भ्रष्टाचार, अंधश्रद्धा, अज्ञान, फसवणूक, अन्याय, अत्याचार, देवदासी, वेश्या इत्यादी ज्वलंत प्रश्नावर प्रकाश टाकण्याचा मी कथेच्या माध्यमातून सातत्यानं प्रयत्न करीत असतो आणि यापुढेसुद्धा मी ते करणार आहे. उपेक्षित समाजाच्या जगण्यावर जसं मी प्रकाश टाकण्याचा प्रयत्न करतो; तसं तळागाळातील गरीब शेतकऱ्याचं दु:ख, व्यथा-वेदना आणि त्यांच्या अडचणी मी माझ्या कथांमध्ये मांडल्या आहेत. शारीरिक

आकर्षण म्हणजे प्रेम नव्हे, हे अजच्या तरुण पिढीला कळण्यासाठी मी काही प्रेमकथासुद्धा लिहिल्या आहेत. कथेच्या माध्यमातून समाजातील ज्वलंत प्रश्नावर प्रकाशझोत टाकण्याचा मी नेहमी प्रयत्न करीत असतो आणि तो माझा ध्यास आहे. समाजात वावरत असताना मी अनैतिक घटना पाहून, ऐकून माझं मन अस्वस्थ होतं आणि त्यामधूनच माझ्याकडून कथेची निर्मिती होत असते. एखादी कथा अनेक दिवस माझ्या मनात रुंजी घालीत असते. ती कथा मनासारखी कागदावर उतरल्यावरच मी मोकळा श्वास घेतो.

लेखकाचं काम एखाद्या आरशासारखं असतं. समाज जसा आहे तसं त्याचं चित्रणं करून तो दाखविण्याचा प्रयत्न करीत असतो. समाजाला उपदेश करण्याचा अधिकार लेखकाला मुळीच नाही. लेखकाकडे नुसती प्रतिभा असून चालत नाही. त्याला कलेचीसुद्धा जोड हवी. कथेमध्ये जर रंजकता नसेल, तर ती कथा जेवणात मीठ नसल्यागत बेचव होते.

वरील बाबींचं भान ठेवून मी कथा लिहीत असतो. माझं कथालेखन यापुढेही चालू राहाणार आहे. मराठी साहित्य क्षेत्रातील मी माझी कुवत ओळखून आहे. त्यामुळे खूप अपेक्षा न बाळगता मी कथालेखनाचं घेतलेलं व्रत पार पाडणार आहे.

मी माझ्या वयाच्या ३२ व्या वर्षी 'कलंक' नावाची तीन पानी कथा लिहून कथा लेखनाचा श्रीगणेशा केला होता. वयाच्या ५७ व्या वर्षी मी एकूण शंभर कथा लिहिल्या आहेत. माझी शंभरावी कथा 'व्यथाफूल' असल्यामुळे मी या कथासंग्रहाला हेच शीर्षक देण्याचं निश्चित केलं. या कथासंग्रहाच्या आधी 'जोगवा', 'सुरुंग', 'चिरेखाण', 'गावकुसाबाहेरील माणसं', 'कोकणची माणसं', 'रानभूल', 'घरकुल', 'अशी पाखरे येती' इत्यादी कथासंग्रह माझे प्रकाशित झाले आहेत. मराठी वाचकांनी असं माझ्या आधीच्या प्रकाशित झालेल्या कथासंग्रहाचं स्वागत केलं आहे, तसं ते या कथासंग्रहाचंदेखील स्वागत करतील, याचा मला विश्वास वाटतो.

- रामचंद्र नलावडे

कथानुक्रम

१

व्यथाफूल

दुपार टळून गेली होती. श्रावण मास सुरू असल्यामुळे कधी रिमझिम पाऊस पडायचा, तर कधी धरणीवर चक्क ऊन पडायचं. श्रावण मास सुरू असल्यामुळे ऊन-पावसाचा मजेशीर खेळ सुरू होता. या नयन मनोहर खेळामुळे आभाळात इंद्रधनुष्याची कमान दिसायची. ते पाहून डोळे अगदी सुखावत. निसर्गाचं अनुपम लावण्य दोन्ही डोळ्यांनी किती पहू नि किती नको, असं जिवाला वाटत होतं. सगळीकडे आल्हाददायक वातावरण अणुरेणूत भरून उरलं होतं.

निर्मला गादीवर डोळे टक्क उघडे ठेवून नुसती लोळत होती. ती कधी डाव्या कुशीकडे वळायची, तर कधी उजव्या कुशीकडे वळायची. तिच्या डोक्यात एकामागून एक असे विचार येत होते. त्या विचारामुळे तिच्या चेहऱ्यावरील भावसुद्धा सरड्यानं रंग बदलावा, तसं बदलत होते.

आज स्वातंत्र्य दिन होता. निर्मलाच्या नवऱ्याला कारगिल युद्धात वीरमरण आलं होतं. शहीद अनंतराव कदम यांच्या नावे गावात नवीन माध्यमिक शाळा सुरू झाली होती. स्वातंत्र्य दिनाचं औचित्य साधून भातगाव येथील ग्रामस्थांनी वीरपत्नीच्या हस्ते आजचा ध्वजारोहणाचा कार्यक्रम करण्यासाठी एकमुखानं निर्णय घेतला होता. निर्मलानं ग्रामस्थांचं आमंत्रण स्वीकारलं होतं आणि ती ध्वजारोहण कार्यक्रमासाठी ग्रामपंचायतीच्या कार्यालयात सकाळी सात वाजता हजर झाली होती.

ध्वजारोहणाचा कार्यक्रम आटोपल्यानंतर वीरपत्नी म्हणून निर्मलेचा भातगाव ग्रुप पंचायतीच्या महिला सरपंचाच्या हस्ते साडी-

चोळी देऊन जाहीर सत्कार करण्यात आला. आपल्या भाषणात गावच्या लोकांनी वीरमरण पत्करलेल्या तिच्या नवऱ्याचं अगदी तोंडभरून कौतुक केलं, त्याच्या आठवणी सांगितल्या. अनंताच्या स्वभावाचं सर्वांनी गोडवे गायले. ते कानानं ऐकून निर्मलाला अगदी गलबलून आलं होतं. तिच्या एका डोळ्यांत अश्रू होते, तर दुसऱ्या डोळ्यांत आनंद. त्या सत्काराला उत्तर देण्यासाठी जेव्हा तिला सांगण्यात आलं, तेव्हा ती कसंबसं दोन शब्द बोलली. तिला अगदी भरून आल्यामुळे ती अधिक वेळ त्या ठिकाणी बोलू शकली नाही. डोळे पुसतच ती तिच्या जागेवर जाऊन बसली.

कार्यक्रम संपल्यावर वेळ असूनसुद्धा निर्मला तिच्या वयोवृद्ध सासू-सासऱ्याला भेटायला गेली नाही. त्यांना जाऊन भेटावं असं तिला मुळीच वाटत नव्हतं. सासू-सासऱ्याबद्दल आणि तिच्या एकुलत्या एका दिराबद्दल निर्मलाच्या मनात अढी निर्माण झाली होती. कार्यक्रम आटोपून निर्मला रिक्षानं थेट तालुक्याच्या गावी तिच्या नवीन बांधलेल्या बंगल्यात आली होती.

निर्मलाच्या माहेरी खूप गरिबी होती. तिचं माहेरचं नाव कल्पना असं होतं. ती जेव्हा लग्न होऊन नवऱ्याच्या घरी नांदायला आली, तेव्हा तिचं नाव बदलून 'निर्मला' असं ठेवण्यात आलं होतं. निर्मलाला सख्खा भाऊ नव्हता. निर्मला सगळ्यात थोरली. तिच्या पाठी चार बहिणीच जन्माला आल्या होत्या. मुलगा व्हावा म्हणून निर्मलाच्या आईवडिलांनी खूप नवस-सायास, व्रत-वैकल्यं केली. परंतु त्याचा काहीही उपयोग झाला नाही. नंतर त्यांनी निराश होऊन तो नाद सोडून दिला. निर्मलाचा नवरा अनंता हा मिलिटरीत चाकरी करीत होता.

निर्मला जेव्हा सासरी पहिल्यांदाच नांदायला आली, तेव्हा ती अक्षरश: भांबावून गेली होती. लहान वयात लग्न झाल्यामुळे अचानक जबाबदारी येऊन पडली होती. माहेरी गरिबी असल्यामुळे घरातील खाण्याची तोंड कमी करण्यासाठी तिच्या वडिलांनी निर्मला दहावीची परीक्षा उत्तीर्ण झाल्यावर लगेचच तिचं लग्न करून टाकलं होतं. निर्मलाची सासू बायजा स्वभावानं तशी खडूस होती. लग्नात मानपान झाला नाही, नवऱ्या मुलाला हुंडा म्हणून काहीही मिळालं नसल्यामुळे तिच्या सासू-सासऱ्याचा निर्मलावर राग होता. घरातील कामं निर्मलानं तिच्या सासूच्या मनाप्रमाणे केली नाहीतर ती तिला नव्याचे नऊ दिवस उलटून गेल्यावर टाकून बोलू लागली. तिचा सासरा बळीरामसुद्धा त्याच्या बायकोची बाजू घेऊन सुनेला बोलू लागला. निर्मलानं मनात अनेक स्वप्नं घेऊन लग्न झाल्यावर तिच्या सासरच्या घरात पाऊल टाकलं होतं. परंतु तिनं तिच्या मनात बाळगलेली स्वप्नं आता दिवास्वप्नं ठरली

होती. सासू-सासऱ्याचा स्वभाव पहून निर्मला मनात खट्टू झाली होती. अनंताला थोरला भाऊ होता. त्याचं नाव वामन असं होतं. त्याचं लग्न झालं होतं.

तो निर्मलाकडे वाईट नजरेनं पाहत होता. दिराच्या त्या नजरेची निर्मलाला भीती वाटत असे. दिराच्या डोळ्यांकडे पाहण्याचं तिला मुळी धाडस होत नसे.

अनंताची त्याच्या आईवडिलांवर श्रद्धा होती. आईवडिलांना दु:ख होईल, असं तो कधीच वागत नसे. त्यामुळे त्याच्या आईवडिलांना अगदी रान मोकळं होतं. आपली दोन्ही मुलं आपल्या शब्दाच्या बाहेर नाहीत, हे त्यांना ठाऊक होतं. अनंताची जरी त्याच्या आईवडिलांवर श्रद्धा होती; तरी तो त्याच्या नवथर बायकोबरोबर चांगलं वागायचा. निर्मलावर तो मनापासून प्रेम करायचा. म्हणून निर्मलाला नवऱ्याचा त्या घरात खूप आधार वाटायचा. नवऱ्याबद्दल तिची अजिबात कोणतीही तक्रार नव्हती. उलट आपला नवरा नोकरीवर जाऊच नये असंच तिला अगदी मनापासून वाटायचं. नवऱ्याच्या डोळ्यांत ती तिचं भविष्य पाहत होती नि मूकपणे त्याच्या समोर अश्रू ढाळायची. तेव्हा अनंता तिला त्याच्या गरम मिठीत घेऊन लहान मुलाप्रमाणे थोपटायचा.

अनंताची रजा संपायला फक्त दोन-तीन दिवस उरले होते. गावाच्या झोलाई देवीचं दर्शन घेण्यासाठी निर्मला तिच्या नवऱ्यासोबत देवळात लग्नातील शालू नेसून आली होती. लग्नाच्या शालूत निर्मला आणखी देखणी दिसत होती. गाभाऱ्याला फेरे मारून दोघांनी झोलाई देवीचं दर्शन घेतलं. गावाच्या महादू गुरवानं गाऱ्हाणं घालून त्यांना देवीचा अंगारा लावला.

झोलाई देवीचं दर्शन घेऊन निर्मला थोडा वेळ विश्रांती घेण्यासाठी देवळाजवळ असलेल्या चाफ्याच्या झाडाखाली तिच्या नवऱ्यासोबत बसली. नवऱ्याचा आश्वासक हात हातात घेऊन निर्मला त्याच्या डोळ्यांत पाहत होती. नवरा आपल्याला सोडून चाकरी करायला जाणार म्हणून तिच्या डोळ्यांत दु:खाचे अश्रू आले होते; आणि ते अश्रू तिच्या गोबऱ्या गालावरून आपोआप ओघळू लागले. तिच्या डोळ्यांतील अश्रू पाहून अनंतालासुद्धा गलबलून आलं होतं. आपले आईवडील आपल्या बायकोच्या छळ करतात, ते तिला नेहमी टाकून बोलतात, हे त्यालासुद्धा माहीत होतं. परंतु त्याचा जाब तो त्याच्या आईवडिलांना विचारू शकत नव्हता. बायकोची बाजू घेऊन बोलल्यावर घरात गोंधळ उडेल, हे त्याला माहीत होतं. त्याला त्याचे आईवडील हवे होते आणि त्याला त्याची बायकोसुद्धा हवी होती. त्यामुळे लग्नानंतर अनंताची गत अडकित्यात सापडलेल्या सुपारीप्रमाणे झाली होती.

चाफ्याच्या झाडावर रंगीबेरंगी पक्षी किलबिलाट करीत होते. त्यांच्या कंठातून

निघालेला मंजूळ आवाज कानांना ऐकू येत होता. हवासुद्धा छान सुटली होती. त्या हवेनं डोक्यावरील केस भुरुभुरु उडत होते. आवंढा गिळून अनंता त्याच्या बायकोला खालच्या आवाजात म्हणाला,

"निर्मला, परवा मला इथून निघायला हवं. पंचवीस तारखेला मला माझ्या नोकरीवर रुजू व्हायचं आहे. दोन-तीन दिवस मला रेल्वेचा प्रवास करावा लागणार आहे. काश्मीर येथून खूप दूर आहे."

"तुम्ही परत कधी सुट्टी घेऊन याल?" निर्मलानं दु:खी आवाजात तिच्या नवऱ्याला विचारलं.

"निर्मला, एवढ्यात मला गावी यायला नाही जमणार."

"का?"

"रजा मिळत नाही. दिवाळीला रजा मिळाली, तर मी नक्की येईन. मग आपण दोघं तुझ्या माहेरी दोन दिवस दिवाळीच्या सणाला जाऊ. तुलासुद्धा बरं वाटेल."

"दिवाळीच्या आधी तुम्हाला गावी यायला नाही जमणार?" दीर्घ नि:श्वास सोडून निर्मलानं विचारलं."

"निर्मला, मी आता काश्मीरच्या सरहद्दीवर कामगिरीवर आहे. सरहद्दीवर पाकिस्तानच्या सैनिकाबरोबर आमच्या नेहमी चकमकी होत असतात, सरहद्दीवर कामगिरीवर असताना नेहमी नेहमी रजा मिळत नाही. आता आपलं लग्न होतं म्हणून कशीबशी मला दोन महिन्यांची रजा मिळाली होती. त्या ठिकाणाहून माझी बदली झाली, तर रजा मिळायला मला तितकीशी अडचण येणार नाही."

"मला तुमची काळजी वाटते." निर्मला काळजीनं नवऱ्याला म्हणाली,

"तू माझी काळजी करू नकोस. तू स्वत:ची काळजी घे. माझ्या म्हाताऱ्या आईवडिलांना जप. एवढंच मला तुला सांगायचं आहे. शत्रूशी लढताना मला माझी काळजी नसते, मला फक्त माझ्या देशाची त्यावेळी काळजी असते."

नवऱ्याचं बोलणं ऐकून निर्मलाला तिच्या नवऱ्याचा थोडा अभिमान वाटला. तिची छाती गर्वानं फुगली होती. थोडा वेळ ती तोंडातून शब्द न काढता त्याच्या तोंडाकडे अनिमिष डोळ्यांनी पाहत शांत बसली. जणू ती तिच्या नवऱ्याला मनसोक्तपणे पीत होती. तिच्या मनात एक गुपित दडलेलं होतं. ते गुपित तिला तिच्या नवऱ्याच्या कानावर घालायचं होतं. परंतु तिची लाज आड येत होती. त्या नुसत्या आठवणीनं तिचा चेहरा गोरामोरा झाला होता. केवड्यागत ती उजळून गेली होती.

निर्मलाचा उजळलेला चेहरा पाहून अनंतानं तिला घसा खाकरून खालच्या

आवाजात विचारलं.

"निर्मला, तुला मला काय सांगायचंय."

"अय्या, पण तुम्ही ते कसं बरं ओळखलंत."

"त्यात काय अवघड आहे. तुझा उजळलेला चेहरा पाहून माझ्या ते ध्यानात आलं होतं बघ."

"ती एक गोड बातमी आहे." निर्मला गालात हसत म्हणाली.

"मग पटकन सांगून टाक."

"मला बाई लाज वाटत्येय." लाजाळूच्या पानागत लाजत निर्मला म्हणाली.

"निर्मला, आता पटकन सांगून टाक ना. नको उशीर लावूस." अनंता ती बातमी ऐकायला अगदी उतावीळ झाला होता.

"सांगू?"

"सांग."

"माझी पाळी चुकलीय. मी आई होणारय." ओंजळीत चेहरा लपवून निर्मला म्हणाली.

"काय सांगत्येस." आनंदानं बेहोश होऊन अनंता तिला त्याच्या मिठीत घेण्याचा प्रयत्न करू लागला.

निर्मला नवऱ्यापासून थोडं दूर सरकत त्याला लटक्या रागात म्हणाली,

"अहो, असं काय करताय. आपण देवळाच्या समोर बसलोय. येणारे-जाणारे लोक काय म्हणतील, याचा तरी मनात थोडा विचार करा."

"तू लोकांचं मला काहीही सांगू नकोस. आज मी खूप खूष आहे. आता मी जेव्हा तुला आणि माझ्या बाळाला भेटायला गावी येईन त्यावेळी तुला भारी किमतीची पैठणी साडी घेऊन येईन. माझ्या बाळालासुद्धा नवीन कपडे घेऊन येईन."

"अय्या, खरंच तुम्ही मला पैठणी घेऊन याल?"

"झोलाई देवीची शपथ."

"माझा तुमच्यावर विश्वास आहे."

"माझ्यावरील तुझा हा विश्वास कायम तुझ्या मनात असाच असू दे. आपल्या सुखी जीवनासाठी त्याचा आपल्याला नक्की उपयोग होईल."

झोलाई देवीच्या दर्शनाला माणसं देवळात येत होती नि दर्शन घेऊन जात होती. देवळात येणाऱ्या-जाणाऱ्या लोकांच्याकडे दोघं नवरा-बायको पाहत होती. नवरा देशाची सेवा करण्यासाठी निघून गेल्यावर त्याच्या मागे सासू-सासऱ्याच्या हाताखाली कसे दिवस काढायचे, याचा निर्मला तिच्या मनात विचार करीत होती.

नवऱ्याचा विरह तिला अजिबात सहन होणार नव्हता. सासू-सासरे तिला समजून घेतील, याचा तिला अजिबात विश्वास वाटत नव्हता. दिराच्या वाईट नजरेची तिला भीती वाटत होती. नुसत्या कल्पनेनेसुद्धा निर्मलाच्या अंगावर सर्रकन काटा उभा राहिला होता आणि ती मनात एकदम दचकली. अनंताच्या नजरेतून ते मुळीच सुटलं नाही.

आवंढा गिळून अनंतानं तिला लगेच विचारलं,

"निर्मला, तू अशी एकदम का दचकलीस?"

"काही नाही." निर्मला साळसूदपणे म्हणाली.

"तू खोटं बोलत्येस. मला नाही सांगणार तू?"

नवऱ्याचं बोलणं ऐकून निर्मला थोडा वेळ तिच्या मनात विचार करू लागली. त्याला मनातनं दु:ख सांगावं की न सांगावं, या संभ्रमात ती पडली होती. तिच्या लग्नाला अजून पुरते दोन महिनेसुद्धा झाले नव्हते. सासू-सासऱ्याची कागाळी नवऱ्याकडे कशी करायची? असा तिला तिच्या मनात प्रश्न पडला होता. नवऱ्याचा हट्ट पाहून ती दु:खाचा नि:श्वास टाकत खोल गेलेल्या आवाजात त्याला म्हणाली.

"अहो, तुम्ही नोकरीवर जाण्याच्या आधी आईबाबांना मला थोडं सांभाळून घ्यायला सांगा. काम करीत असताना माझ्या हातून काही चुका होत असतात, ते मी कबूल करत्ये. हळूहळू मी घरातली सगळी कामं करेन."

"निर्मला, माझ्या आईबाबांचं आता वय झालंय. तू त्यांच्या बोलण्याकडे अजिबात लक्ष देऊ नकोस. आता मी त्यांना समजा काही सांगायला गेलो तर ते त्यांना मुळीच आवडणार नाही. त्यांना माझादेखील राग येईल नि तो राग मी गेल्यानंतर तुझ्यावर काढतील. मला तसं होऊ द्यायचं नाही. मी गावी पुन्हा रजेवर आलो की, त्यांना नक्की समजावून सांगेन. तू त्याची अजिबात काळजी करू नकोस."

नवऱ्याचं बोलणं ऐकून निर्मलाला थोडा धीर आला. तिच्या लग्नासाठी निर्मलाच्या वडिलांनी गावातील लखू सावकाराकडे जमीन गहाण ठेवून पैसे काढले होते. घरात गरिबी असल्यामुळे मनात असूनसुद्धा त्यांना लग्नात जावयाला काहीही देता आलं नव्हतं. त्याचा त्रास आता निर्मलाला होत होता. आपले हेही दिवस जातील. निव्वळ या आशेवरच निर्मलानं मनात जगायचं ठरवलं होतं.

अनंता त्याची रजा संपल्यावर देशाच्या सरहद्दीचं रक्षण करण्यासाठी निघून गेला. निर्मला घरातील कामं करून तिच्या सासू-सासऱ्यांबरोबर शेतातील काम

करायला जाऊ लागली. कमी वयात शेतात आणि घरात कामं करून तिचा जीव अगदीच मेटाकुटीला आला होता. मनातील दु:ख तिला कुणाला सांगता येत नव्हतं. कष्टाच्या कामानं ती पार खंगून गेली होती. ती हडहडल्यागत दिसू लागली. लेकीचा नवीन संसार पाहण्यासाठी जेव्हा तिचे आईवडील तिच्या सासरी आले, तेव्हा तिची काया बघून ते मनात पार हबकून गेले. निर्मलाची आई आर्जव करीत तिच्या सासूला म्हणाली,

"ईनबाई, चार दिस मी माझ्या लेकीला घेऊन जात्ये. तिची वाईच तब्येत सुदीक सुधरंल. न्हाय म्हणू नका."

तिचं बोलणं ऐकून निर्मलाची सासू फणकाऱ्यानं तिला म्हणाली,

"लगीन व्हवून चार दिस सुदीक झालं न्हाईत. आन तुमी लेकीला लगीच माहेरी घेवून जायला आलात व्हय? मी न्हाय तिला पाठवनार."

निर्मलाच्या सासूचं बोलणं ऐकून दोघंही नवरा-बायको मनात खूप दु:खी झाले. डोळ्यांतून टिपं गाळीत ते आल्या वाटेनं निघून गेले. त्यावेळी निर्मलेला तिच्या सासूचा खूप राग आला होता. नवऱ्याचं बोलणं आठवून तिनं तो राग हृदयावर दगड ठेवून गिळून टाकला. तिच्या सासू-सासऱ्यांना वामनची फूस होती. थोरल्या लेकाच्या तालावर म्हातारा-म्हातारी घरात नाचत होती.

निर्मलाचं लग्न झाल्यापासून वामनची तिच्यावर वाईट नजर होती. लग्न झाल्यानंतर जेव्हा निर्मला खाली वाकून थोरल्या दिराच्या पाया पडू लागली, तेव्हा त्यानं तिच्या हाताच्या दोन्ही दंडांना घट्ट पकडून तिला वर उठवलं होतं, तेव्हाच निर्मलाला त्याचा राग आला होता. निर्मला तिच्या दिराच्या मनातील कावा ओळखून असली, तरी तिनं अद्याप त्याबद्दल कुणापुढे तोंड उघडलं नव्हतं. ती त्याच्याशी घरात मोजकं बोलायची. वामनच्या बायकोचं नाव 'छाया' असं होतं. ती फार गरीब स्वभावाची होती, नवऱ्याला छाया फार घाबरत असे. त्याच्या समोर ती कधी तोंड उघडून बोलायचीदेखील नाही. दिवसभर ती कामाला घाण्याच्या बैलाप्रमाणे जुंपून घ्यायची.

एके दिवशी घरातील सर्व माणसं शेताच्या कामाला निघून गेल्यावर निर्मला त्यांचं दुपारचं जेवण करण्यासाठी घरात थांबली होती. वामन त्याच्या कामासाठी सकाळच्या एसटीनं तालुक्याच्या गावी गेला होता. तो त्याचं काम आटोपून अकराच्या दरम्यान परत घरी आला. निर्मला चुलीवर जेवण करीत होती. घरात कुणी नसल्याचं पाहून वामनच्या मनात कामवासना जागी झाली. वामन तिच्यावर बळजोरी करण्याचा प्रयत्न करू लागल्यावर निर्मला त्याच्या हातातून निसटली आणि ती

चुलीतील पेटलेलं लाकूड हातात घेऊन त्याला रागानं म्हणाली, "माझ्या अंगाला जर आता हात लावलंस, तर मी या जळक्या लाकडानं तुझं तोंड भाजून काढेन. भाड्या, दीर-भावजयच्या नात्याला बट्टा लावायला तुला लाज कशी वाटत नाही."

निर्मलाचा रणचंडिकेचा अवतार पाहून वामननं पुन्हा तिच्या अंगाला हात लावण्याचं अजिबात धाडस केलं नाही. मनातील कामेच्छा पुरी झाली नाही म्हणून तो तिच्याकडे खाऊ की गिळू या नजरेनं पाहत होता.

निर्मलानं डोळ्यांत पाणी आणून वामनची कसाबकरणी सासू-सासऱ्याच्या कानावर घातली. परंतु त्यांनी तिच्या बोलण्यावर अजिबात विश्वास ठेवला नाही. थोरल्या दिरावर घाणेरडे आरोप करत्ये म्हणून तिच्या सासू-सासऱ्याला तिचा खूप राग आला होता, सासू तिला अद्वातद्वा बोलली. तिचं बोलणं ऐकून निर्मला मनात आणखी दुःखी झाली.

आपण त्या गावचे नाही, अशा आविर्भावात वामन मोठ्या आवाजात त्याच्या आईला म्हणाला,

"आई, ही बाई चांगल्या चालीची नाही. माझ्यावर ही खोटा आळ घेते. घरात कुणी नसल्याचं पाहून उलट हिनंच मला मिठी मारली होती. मी तिला लगेच झिडकारीत म्हणालो की 'निर्मला, तुला हे वागणं अजिबात शोभत नाही. तू माझ्या धाकट्या भावाची बायको आहेस. माझ्याकडून तू अशी अपेक्षा करत्येस? मी हे पाप कधी करणार नाही. मी तिला नाही म्हणालो' म्हणून तिला माझा राग आला आहे."

"वामन, तुला मी जन्म दिलाय. तुला मी काय ओळखत नाही? असली छिनाल, रांड घरात आणून मी माझ्या हातानं माझ्या धाकट्या लेकाचं वाटुळं केलंय."

घरातील सगळी माणसं एका बाजूला झाली होती. निर्मलाच्या बोलण्यावर कुणीही विश्वास ठेवायला तयार नव्हतं. घरातील माणसांचं वागणं पाहून निर्मलाला असं वाटू लागलं की, ही धरणी दुंभगून तिला पोटात घेतलं असतं तर फार बरं झालं असतं. त्यांच्या जळजळीत नजरेनं ती घायाळ झाली होती. तप्त वाळूत पडलेल्या मासोळीगत ती आतल्या आत नुसती तळमळत होती. छायालासुद्धा तिचा राग आला होता. त्या दिवशी रात्री निर्मला नवऱ्याची आठवण काढून चिक्कार रडली.

बावीत उडी घेऊन आपलं हे जीवन संपवून टाकावं, असा वाईट विचारसुद्धा तिच्या मनात त्या रात्री आला होता. नंतर तिनं तिच्या मनातील तो वाईट विचार काढून टाकला. तिच्या पोटात बाळ होतं. पोटात असलेल्या बाळाचा विचार

करूनच तिनं आत्महत्येचा विचार मनातून काढून टाकला होता. डोळ्यांत प्राण आणून निर्मला तिच्या नवऱ्याची वाट पाहत होती.

आता तिचा नवरा हाच एकमेव तिच्या जगण्याचा आधार उरला होता.

पाकिस्तान नेहमी भारताच्या सरहद्दीवर कुरापती काढीत होता. दोन वेळा मागील युद्धात सपाटून मार खाऊनदेखील पाकिस्तानची अजून खुमखुमी पूर्णत: जिरली नव्हती. तालिबानी अतिरेक्यांना भारताच्या हद्दीत घुसखोरी करता यावी म्हणून भारतीय जवानांचं लक्ष विचलित करण्यासाठी पाकिस्तानचे सैनिक भारतीय लष्कराच्या छावण्यावर गोळीबार करीत. पाकिस्तानची खोड मोडण्यासाठी भारताचे तत्कालीन पंतप्रधान श्री. अटल बिहारी वाजपेयी सरकारनं अतिशय नियोजनबद्ध पाकिस्तानविरुद्ध कारगिल युद्ध पुकारलं. भारतानं ते युद्ध जिंकलं. परंतु त्या युद्धात शत्रूची गोळी लागून निर्मलाच्या नवऱ्याला वीरमरण आलं. छातीवर गोळ्या झेलून अनंता देशासाठी शहीद झाला.

निर्मलाच्या कानावर जेव्हा ही दुर्दैवी आणि अप्रिय घटना आली, तेव्हा ती एखादा वटवृक्ष कोसळावा तशी मूर्च्छा येऊन धाडकन जमिनीवर कोसळली. बऱ्याच उशिरानं ती पुन्हा शुद्धीवर आली. शुद्धीवर आल्यावर ती अतिदु:खानं धाय मोकलून रडू लागली. तिला तिच्या अंगावरील साडीचीसुद्धा शुद्ध राहिली नव्हती. तिच्या नवऱ्याचं पार्थिव खास विमानानं राष्ट्रध्वजात गुंडाळून मुंबईत आणलं गेलं. तिथून सरकारी गाडीतून शहीद अनंताच्या मूळगावी आणण्यात आलं. अंत्यसंस्कारासाठी जिल्ह्यातील सर्व खात्यांतील वरिष्ठ अधिकारी व आमदार, खासदार आले होते. हवेत बंदुकीच्या फैऱ्या झाडून मानवंदना दिल्यानंतर हजारो लोकांच्या साक्षीनं शहीद अनंतराव कदम याच्या पार्थिवाला शासकीय इतमानानं अग्नी देण्यात आला.

निर्मलाच्या नवऱ्याचं बारावं-तेरावं झाल्यानंतर तिच्या सासूनं तिच्या झिंज्या धरून तिला घराच्या बाहेर काढलं. सासू तिला डोळ्यांतून आग सांडत म्हणाली,

"रांडं, तू पांढऱ्या पायाची हैस. लगीन व्हवून घरी आलीस नि वर्साच्या आत माझ्या लेकाला गिळलंस. यापुढे तुला आता या घरात थारा न्हाय. कुठं बी जा. न्हायतर बावीत उडी टाकून मर. या म्होरं तुझा नि आमचा काय बी समंध न्हाय."

"आई, मी तुमच्या पाया पडत्ये. असं नका हो करू. माझ्या पोटात बाळ आहे. आता मी कुठं जाऊ?" निर्मला डोळ्यांतून घळाघळा टिपं गाळीत सासूला म्हणाली.

"ए ऽऽ बाजारबसवे, तुझ्या पोटातील बाळ हे तुझं आहे, माझ्या लेकाचं ते नाही, कुठं शेण खाल्लंस तिकडे तू जा. पुन्हा माझ्या घरी कधी येऊ नकोस."

सासूनं निर्मलाच्या तोंडावर धाडकन दरवाजा लावला.

निर्मला आता खरोखर निराधार झाली होती. तिच्यावर आता आकाश कोसळलं होतं. आता फक्त तिला तिच्या माहेरचा तेवढा आधार उरला होता. परंतु निर्मला मानी होती आणि तिला पांढरं कपाळ घेऊन तिच्या माहेरी मुळीच जायचं नव्हतं. तिच्या माहेरी खूप गरिबी असल्यामुळे निर्मलाला तिचा आणखी भार त्यांच्यावर टाकायचा नव्हता. सासरच्या घराचा दरवाजा तिच्यासाठी आता बंद झाला होता. त्यावेळी तिला क्षणाक्षणाला तिच्या नवऱ्याची आठवण होत होती. नवऱ्याच्या गोड आठवणीच फक्त आता तिच्या सोबत होत्या. अंगणात बसून निर्मला कितीतरी वेळ रडली.

निर्मलाच्या सासूनं तिला घराच्या बाहेर काढलंय हे शेजाऱ्यांना समजलं होतं. गावातील लोकांच्यासुद्धा ते कानावर गेलं होतं. परंतु तिची सासू कजाग आणि भांडकुदळ असल्याचं गावात सर्वांना ठाऊक होतं. त्यामुळे लोक त्यांच्या भानगडीत पडायला घाबरत. रखमा म्हातारी तेवढी खमकी निघाली. तिनं निर्मलाच्या सासूला आणि तिच्या सासऱ्याला अजिबात धूप न घालता निर्मलाला ती मायेनं तिच्या घरी घेऊन गेली. रखमा म्हातारी एकटीच तिच्या ऐसपैस कौलारू घरात राहायची. तिचा एकुलता मुलगा सखाराम नोकरी निमित्तानं बायको-मुलांसह मुंबईला राहायचा. गणपती आणि शिमग्याच्या सणाला देवाच्या पाया पडण्यासाठी बायको-मुलांना घेऊन तो गावी यायचा. निर्मलाला आता रखमा म्हातारीचा खूप आधार वाटू लागला होता. तिच्या सासू-सासऱ्याला जेव्हा हे समजलं तेव्हा त्यांच्या अंगाची नुसती लाहीलाही झाली. ते म्हातारीवर जळू लागले. परंतु रखमा म्हातारीला त्याचा जाब विचारण्याचं त्यांना धाडस झालं नाही. रखमा शेरास सव्वाशेर होती, हे निर्मलाच्या सासू-सासऱ्याला आणि वामनलासुद्धा चांगलं ठाऊक होतं. रखमा म्हातारीच्या नादी लागणं म्हणजे आपली अब्रू आपल्या हातानं वेशीवर टांगणं, असं त्यांना त्यांच्या मनात वाटत होतं. म्हातारीनं निर्मलाचं बाळंतपणसुद्धा तिच्याच घरी केलं. निर्मलाला कन्यारत्नाचा लाभ झाला होता. लेकीचं गोजिरवाणं रूप पाहून तिला भूतकाळातील कठीण दिवसांचा विसर पडला, लेकीचं मुखकमल पाहून निर्मला मनात हरखून गेली होती. बारशात तिनं तिच्या लेकीचं नाव 'धनश्री' असं ठेवलं.

लेकीचं बारसं झाल्यावर निर्मलाचं नशीबच एकदम फळफळलं. तिच्या नशिबाचे दरवाजे आता उघडले होते. तिचा नवरा देशासाठी कारगिलच्या युद्धात शहीद झाला म्हणून तिला केंद्र आणि राज्य सरकारकडून आर्थिक मदतीचा ओघ सुरू झाला. केंद्र शासनाकडून तिला पेन्शन आणि रुपये दहा लाखांचं अनुदान मंजूर

झालं, राज्य शासनानंसुद्धा तिला पैशाच्या रूपाने रोख मदत दिली. आणि तिला तालुक्याच्या गावी घर बांधण्यासाठी मध्यवर्ती ठिकाणी तीनशे चौरस फूट मोफत जमीन दिली. निर्मला दहावी पास असल्यानं राज्य शासनानं तिला तहसील कार्यालयात कारकून म्हणून नोकरी दिली.

निर्मलाला चारी बाजूनं अक्षरश: पैशाचा ओघ सुरू झाला होता. कारगिल युद्धात वीरमरण पत्करून अनंतानं त्याच्या बायकोला मालामाल केलं होतं. निर्मला रंकाची राव झाली होती, तिच्या एका डोळ्यांत आनंदाश्रू होते आणि दुसऱ्या डोळ्यांत दु:खाश्रू होते. निर्मला तिच्या मनात म्हणालीसुद्धा 'ईश्वर जसा कठोर आहे, तसा तो दयाळूसुद्धा आहे. माणसाच्या जीवनात समतोल राखण्यासाठी आणि ईश्वराची आठवण होण्यासाठीच त्यावर सर्व खेळी खेळाव्या लागतात.' निर्मलानं मनातल्या मनात त्या दयाधनाला प्रेमपूर्वक साष्टांग नमस्कार केला. त्याच्या अगाध लीलाची तिला आता कल्पना आली होती. ईश्वराची माया कुणाला कळून येत नाही. तो रोज हजार रंग बदलत असतो, असं तिला वाटू लागलं.

छोट्या लेकीला सोबत घेऊन निर्मला आता तालुक्याच्या गावी राहायला आली होती. तिला राहण्यासाठी महसूल खात्याच्या वसाहतीमध्ये तीन खणांची ऐसपैस खोली मिळाली होती. त्या ठिकाणी चोवीस तास पाणी, लाईटची सोय होती, तिच्या शेजारी कर्मचारी आणि अधिकारी यांचे निवासस्थान होते, त्या ठिकाणी सर्वत्र निरव शांतता नांदत होती. नवीन, आल्हाददायक वातावरणामुळे निर्मलाच्या दुखऱ्या काळजावर कुणीतरी हळुवारपणे फुंकर मारल्याप्रमाणे तिला वाटू लागलं. निर्मलानं धनश्रीला सांभाळण्यासाठी आणि घरकामासाठी एक मोलकरीण ठेवली. ती मोलकरीण निर्मला नोकरीला निघून गेल्यावर घरातील कामं करीत छोट्या धनश्रीला सांभाळायची. दुपारी जेवणाच्या सुट्टीत निर्मला धनश्रीला अंगावरचं दूध पाजण्यासाठी घरी यायची. तिच्या राहात्या घरापासून तहसील कार्यालय अगदी जवळ होतं.

निर्मलाच्या नवऱ्याला कारगिल युद्धात वीरमरण आलं आहे, ती एका शहिदाची पत्नी आहे, हे आता तहसील कार्यालयामध्ये सर्व कर्मचारी व अधिकारी यांना ठाऊक झालं होतं. म्हणून तिच्याकडे सर्वजण सहानुभूतीनं आणि आदरानं पाहत होते. तिच्या कामात सर्वजण तिला मदत करीत. सुरुवातीला तिच्या कामात चुका झाल्या, तरी कांबळे तहसीलदार तिला काही बोलत नसत. तिच्या कामातील चुकाकडे ते जाणूनबुजून दुर्लक्ष करीत.

निर्मला आता नोकरीत चांगली रुळली होती. तहसील कार्यालयातील कामाची तिला चांगली माहिती झाली होती. रोज ऑफीस सुटल्यावर ती संगणकाच्या कोर्सला जायची. अवघ्या काही महिन्यांतच तिनं संगणक कसा हाताळायचा, याचं ज्ञान आत्मसात केलं. आता ती तिचं सर्व शासकीय कामकाज संगणकावर कुणाचीही मदत न घेता करू शकत होती. संगणक ज्ञानामुळे तिचा आत्मविश्‍वास आणखी वाढला होता.

गेल्या वर्षी रखमा म्हातारीचं वय झाल्यामुळे निधन झालं होतं. कठीण परिस्थितीमध्ये तिनं निर्मलाला आधार दिला होता. निर्मलेला त्याची जाणीव होती. म्हातारीच्या दिवस-कार्यासाठी निर्मला रजा टाकून गेली होती. कार्य आटोपून परत येताना निर्मलानं म्हातारीच्या ऋणातून थोडं मुक्त होण्यासाठी तिच्या लेकाच्या हातात शंभराच्या नोटांनी भरलेलं पाकीट दिलं. त्या नोटा पाहून सखारामचे डोळे एकदम चमकले. 'कशाला ऽऽ कशाला' म्हणत त्यानं निर्मलाच्या हातातून ते पैशाचं पाकीट घेतलं. त्याच्या राकट चेहऱ्यावर कृतज्ञतेचे भाव उमटले होते. निर्मलाच्या नजरेतून ते मात्र मुळीच सुटलं नव्हतं. सखाराम तिला तिच्या गाडीपर्यंत सोडायला आला होता.

तालुक्याच्या गावी धनश्री इंग्रजी माध्यमाच्या शाळेत शिकत होती. तिची शाळेतील प्रगती बऱ्यापैकी होती, शाळेतील विविध स्पर्धेमध्ये ती भाग घ्यायची. सांस्कृतिक कार्यक्रमाची तिला आवड होती. त्यात ती भाग घ्यायची. धनश्रीची शाळेतील प्रगती पाहून निर्मलाला तिच्या मनात समाधान वाटत होतं. तिला शाळेत जाण्यासाठी आणि परत येण्यासाठी भाड्याची रिक्षा होती. त्याचे पैसे निर्मला प्रत्येक महिन्याच्या एक तारखेला चुकतं करायची.

अक्षय तृतीयेचा मुहूर्त पाहून निर्मलानं शासनानं दिलेल्या तीनशे चौरस फुटाच्या जागेवर नवीन बंगला बांधायच्या कामाला सुरुवात केली होती. भीमा राठोड या ठेकेदारानं तिच्या बंगल्याचं काम घेतलं होतं. लेखी करार केल्याप्रमाणे तो तिला एका वर्षाच्या आत नवीन बंगला बांधून देणार होता. काम होईल तसं निर्मला त्या ठेकेदाराला पैसे देत असे. बनवाबनवी करायला निर्मलानं त्याला कधी संधी दिली नाही. कामातून वेळ काढून ती तिच्या नवीन बंगल्याचं सुरू असलेलं काम पाहायला जायची. एखादं काम तिला पसंत नसेल, तर निर्मला त्या ठेकेदाराच्या तोंडावर सांगायलासुद्धा कमी करायची नाही.

निर्मलाच्या घरात खाणारी तोंड इनमीन फक्त दोनच होती. ती तशी काटकसर करणारी होती. तिच्या नावे बँकेत भरपूर पैसा शिल्लक होता. प्रत्येक महिन्याला तिला

तिच्या नोकरीचा पगार मिळायचा, नवऱ्याची पेन्शन मिळायची. केंद्र आणि राज्य शासनाकडून मदत म्हणून लाखो रुपये तिच्या नावे असलेल्या बँकेच्या खात्यात जमा झाले होते. 'एवढ्या पैशाचं करायचं काय?' असं निर्मलाला कधी-कधी मनात प्रश्न पडायचा. एकेकाळी ती नव्या पैशालासुद्धा महाग होती. आज निर्मला अक्षरशः पैशाच्या राशीवर लोळत होती. बंगल्याचं काम पूर्ण झाल्यावर निर्मला 'वास्तुशांती' करून त्यात राहायला गेली.

दिवस भरभर पळत होते. निर्मलाचं सुख तिच्या सासू-सासऱ्याला आणि दिराला पाहावत नव्हतं. ते तिच्यावर जळू लागले. निर्मलाचं वैभव त्यांच्या डोळ्यांत दाभणासारखं खुपत होतं. त्यामुळे ते तिचा आणखी रागराग करू लागले. तिच्या चारित्र्यावर शिंतोडे उडवून ते तिची निंदानालस्ती करीत होते. निर्मलेला गावातील कुणी ना कुणी तरी येऊन सांगत होते. निर्मला त्याच्याकडे अजिबात लक्ष देत नसे. आता ती तिच्या वाट्याला आलेलं जीवन जगत होती. तिच्या मनातील दुःख, यातना उगाळीत बसायला तिच्याकडे आता मुळीच वेळ नव्हता. गतायुष्याची आठवण झाली, तर ती आतल्या आत मेणबत्तीप्रमाणे नुसती जळायची. तिला त्या दिवसांची आठवणसुद्धा नको वाटे.

रविवार होता. ऑफिसला सुट्टी असल्यानं निर्मला घरात लेकीचा अभ्यास घेत बसली होती. धनश्रीला तिच्या आईची नेहमी भीती वाटायची. ती तिच्या मैत्रिणींना घरी कधीही बोलवायची नाही. तिला तिच्या आईचा राग ठाऊक होता. दोघी मायलेकी लादीवर बारीक काड्याची चटई अंथरूण बसल्या होत्या. धनश्री आईला इंग्रजीचा धडा मोठ्या आवाजात वाचून दाखवीत होती.

इतक्यात वामन दारात दत्त म्हणून उभा राहिला. त्याला डोळ्यांसमोर पाहून निर्मलाचं तोंड एरंडेल प्याल्यागत दिसू लागलं, तिच्या कपाळावर नाराजीच्या आठ्या पडल्या होत्या. दिराला डोळ्यांसमोर पाहूनसुद्धा निर्मला त्याला 'या' सुद्धा म्हणाली नाही. त्याला पाहून तिची मान लगेच खाली झुकली.

वामनला तो त्याचा अपमान वाटला. घसा खाकरून तो गुश्शातच तिला म्हणाला,

"निर्मला, आज मी एका कामासाठी तुझ्याकडे आलोय."

"कसलं काम?" निर्मलानं त्याला विचारलं.

"वेड घेऊन पेडगावला जाऊ नकोस. तुला ते ठाऊक आहे."

"मला ते ठाऊक नाही. ठाऊक असतं तर मी मुळीच विचारलं नसतं." आवंढा गिळून निर्मला म्हणाली.

"माझा भाऊ कारगिल युद्धात मयत झाला म्हणून तुला सरकारकडून पैसे मिळाले आहेत ना?"

"होय."

"ते पैसे तू एकटीनं घेतलेस."

"मी त्यांची लग्नाची बायको आहे म्हणून ते पैसे मला मिळाले आहेत."

"त्या पैशात माझा आणि माझ्या आईवडिलांचासुद्धा वाटा आहे. पैसे घेऊन तू एकटी मजा मारत्येस आणि आम्ही तिकडे दाताच्या कण्या करून पोट भरतो. तू इकडे तुपाशी खात्येस नि आम्ही तिकडे उपाशी मरत्योय. अनंता एकदम आभाळातून पडला नव्हता, त्याला जन्म देणारे आईवडील अजून जिवंत आहेत म्हटलं. त्यांचा तू कधी विचार केलास? रखमा म्हातारीच्या कार्याला गावी आली होतीस, तिच्या लेकाला शंभराच्या नोटांनी भरलेलं पाकीट दिलंस. आमच्या घरी यायला मात्र नेमकी विसरलीस. कोणत्या जन्माचा तू आमच्यावर सूड घेत्येस?"

वामन दारात उभा राहून भडाभडा बोलत होता. त्याचं बोलणं ऐकून निर्मलेला त्याचा खूप राग आला होता. रागानं तिच्या भुवया कपाळात गेल्या होत्या. ती तिच्या दिराकडे रागानं पाहत मोठ्या आवाजात म्हणाली,

"आज तुला तुझ्या भावजयचं घर दिसतं होय? मला घरातून काढताना तुम्ही माझा थोडा तरी विचार केलात? मी रडले तरी तुम्हाला माझी अजिबात दया आली नाही. त्यावेळी सैतानालासुद्धा माझी दया आली असती, परंतु तुम्हाला पाझर फुटला नाही. माझ्या पोटात बाळ होतं. याचा तरी तुम्ही त्यावेळी विचार करायला हवा होता. त्यावेळी रखमा म्हातारीनं मला आधार दिला नसता, तर आणखी माझे हाल झाले असते. आज तू माझ्याकडे कोणत्या नात्यानं आला आहेस? तुला दीर आणि भावजय याचं नातं कळतं का?"

वामन तिच्या प्रश्नाचं उत्तर झटकन देऊ शकला नाही. आतल्या आत त्याचं मन त्याला खाऊ लागलं. भावजय घरात एकटीच पाहून वामन लिंगपिसाटागत तिच्या अंगचटीला गेला होता. त्यामुळे तो टाळूला जीभ चिकटल्यागत तिच्या समोर उभा राहिला होता. थोड्या वेळानं त्यानं बोलायला पुन्हा तोंड उघडलं.

"मागं जे झालं ते पुन्हा उकरून काढण्यात काही फायदा नाही. आता तू एक काम करायचंस."

"कोणतं?"

"तू आम्हाला आमचा वाटा दे. आम्हालासुद्धा पैशाची गरज आहे." वामन खालच्या आवाजात म्हणाला.

"माझ्या पतीच्या पैशावर माझा एकटीचा हक्क आहे. मी एक नवीन पैसासुद्धा कुणाला देणार नाही."

"तुला हे भारी जड जाईल. मी गप्प बसणार नाही." तोंडातील थुंकी उडवीत वामन म्हणाला.

"भुंकणारं कुत्रं कधी चावत नाही." निर्मला जशास तसं उत्तर देत म्हणाली.

"मला कुत्रं म्हणत्येस काय?"

"होय."

"तुला मी सुखानं खाऊ देणार नाही. तू आमच्या घराला काळिमा फासत्येस. तहसील कार्यालयातील त्या राजन जाधव बरोबर तुझे कसले कसले धंदे सुरू आहेत, ते सर्व माझ्या कानावर आलं आहे. तुला भावजय म्हणायलासुद्धा मला शरम वाटत्येय." वामन तोंडातून गरळ ओकत म्हणाला.

दिराचं काळजाला घरं पाडणारं बोलणं ऐकून निर्मलाची खोपडी सणकली. त्याच्या नरडीचा घोट घ्यावा, असं तिला वाटू लागलं. डोळ्यांतून आगीच्या ठिणग्या सांडत निर्मला एकदम कडाडली.

"आता तू बऱ्या बोलानं निघून जा. नाहीतर..."

"नाहीतर काय करशील?"

"मी तुझ्या नरडीचा घोट घेईन." निर्मला वामन समोर येत म्हणाली.

निर्मलाचा रणचंडिकेचा अवतार बघून वामननं तंगडीत शेपूट घातलं आणि तो तणतणतच घराच्या बाहेर पडला. निर्मलानं त्याचा अपमान केल्यामुळे त्याच्या डोळ्यांत रक्त उतरलं होतं. जहरी नागाप्रमाणे फुत्कार टाकत तो निघून गेला होता. निर्मलेच्या चारित्र्यावर शिंतोडे उडवून त्यानं तिचा अपमान केला होता. तिला त्यानं दु:ख दिलं होतं. कुणी चारित्र्यावर शिंतोडे उडविले, तर पुढे काहीही बोलता येत नाही. निर्मलाचीसुद्धा तीच गत झाली होती. कुणीतरी धारधार सुरीनं काळजावर निर्दयीपणे घाव घालावेत, तसं आता तिला यातना होत होत्या.

आईची बिघडलेली मन:स्थिती पाहून धनश्री मनात घाबरून गेली होती. ती झटकन स्वयंपाक खोलीकडे निघून गेली आणि तिनं एका स्टीलच्या पेल्यात प्यायला पाणी आणलं. तो पाण्यानं भरलेला पेला निर्मलाच्या समोर धरून धनश्री खालच्या आवाजात तिला म्हणाली,

"आई, पाणी पी. तुला बरं वाटेल."

निर्मलानं तिच्या हातातून तो पाण्याचा पेला घेतला आणि ती वर तोंड करून

घटाघटा पाणी प्यायली. थंड पाणी पोटात गेल्यामुळे तिला थोडं बरं वाटू लागलं. ती तिच्या लेकीकडे स्नेहार्द नजरेनं पाहू लागली, तिच्या त्या नजरेत वात्सल्य, प्रेम अगदी तुडुंब भरलेलं होतं. त्या रात्री निर्मला नीट झोपू शकली नाही. डोळे टक्क उघडे ठेवून ती रात्रभर कूस बदलत होती. शुक्राची चांदणी आभाळात उगवली तेव्हा कुठं तिचा डोळा लागला होता.

निर्मलाच्या ऑफीसमध्ये राजन जाधव हा बारनिशी कारकून म्हणून काम करीत होता. त्याचं वय जवळजवळ चाळिशीच्या दरम्यान होतं. त्याचं लग्न होऊन त्याला दोन शाळेत जाणारी मुलंसुद्धा होती. त्याची बायको दिसायला देखणी होती. तिचं अलका असं नाव होतं. तहसील कार्यालयामध्ये निर्मला आणि राजन एकाच ठिकाणी काम करीत असल्यामुळे त्यांची मैत्री झाली होती. नंतर त्याचं रूपांतर प्रेमात झालं होतं. निर्मलाला भावनिक आधाराची फार गरज होती. त्यामुळेच ती राजनकडे एखाद्या लोहचुंबकाप्रमाणे खेचली गेली होती. निर्मलाकडून राजनला हिरवा कंदील मिळाल्यावर दोघांचं मेतकूट छान जमलं होतं. दिव्याभोवती पतंग जसा घिरट्या घालतो, तसं राजन निर्मलाच्या भोवतीनं घिरट्या घालीत होता. तिचा त्याला सहवास हवाहवासा वाटत होता. निर्मलाच्या सहवासात राजनला कधीकधी त्याच्या सुंदर बायकोचा नि मुलांचासुद्धा विसर पडायचा. निर्मलाला कुणीही विचारणारे नसल्यामुळे तिलासुद्धा राजनच्या सहवासाची चटक लागली होती.

पाण्यात सोडलेला बुडबुडा कधीही पाण्यात राहत नाही. तो लगेच पाण्याच्या पृष्ठभागावर येतो. तहसील कार्यालयात कधीही कोणतीही बातमी लपून राहत नसे. ती आगीप्रमाणे लगेच सर्वत्र पसरायची. निर्मलाचं आणि राजनचं चोरून सुरू असलेलं प्रेम आता ऑफीसमध्ये सर्वांना ठाऊक झालं होतं. कांबळे तहसीलदारांच्या कानावरसुद्धा गेलं होतं. निर्मलाचा स्वभाव चिडचिडा आणि तापट असल्यामुळे तिच्या समोर कुणी त्याबद्दल तोंडातून 'ब्र'सुद्धा काढत नसत. तिच्या पश्चात ऑफीसमध्ये दबक्या आवाजात कुजबुज चालू असे. निर्मलालासुद्धा त्याची कल्पना आली होती.

निर्मलाला तिच्याबद्दल ऑफीसमध्ये कुजबुज करणाऱ्यांचा राग यायचा. तिला कुणी समजून घेत नसत. तिच्या मनातील दु:ख, यातनांचा कुणी गांभीर्यानं विचार करीत नसत. तिचे महिला-पुरुष सहकारी तिच्या पश्चात तिची टिंगल-टवाळी करीत, याचा निर्मलाला भास व्हायचा. मारणाऱ्याचा एखाद वेळी हात धरता येतो, परंतु बोलणाऱ्याचं तोंड धरता येत नाही. म्हणून ती हात चोळीत गप्प बसत होती. लोकांच्या बोलण्याकडे ती दुर्लक्ष करीत होती. कधी असह्य झालं, तर एकांतात

डोळ्यांतून टिपं काढून मन हलकं करण्याचा ती प्रयत्न करायची.

निर्मलाच्या सहवासात आल्यापासून राजनची चंगळ झाली होती. त्याचं जणू नशीबच फळफळलं होतं. तिच्याकडून त्याला मनसोक्त शारीरिक सुख आणि पैसा मिळत होता. निर्मलाकडून मिळालेला पैसा तो दारू-मटणाच्या पार्ट्या मित्रांना देऊन खर्च करीत असे. लहर आली की तो जुगाराच्या अड्ड्यावरसुद्धा जायचा. तो जुगार खेळायला गेलेला निर्मलाला मात्र अजिबात आवडायचं नाही.

निर्मला त्याला एकदा फटकारीत म्हणाली,

''राजन, तुला मी किती वेळा सांगितलं की, जुगार खेळत जाऊ नकोस म्हणून. तू माझं ऐकतच नाहीस.''

''निर्मला, मी रोज जुगार खेळत नाही. मित्रांच्या संगतीनं कधीतरी खेळतो.''

''यापुढे तू मित्रांच्या संगतीनं जुगार खेळायचा नाही, दारू प्यायची नाही. दारूमुळे तब्येतीची नासाडी होते, हे तुला ठाऊक आहे ना?''

''मला कधीकधी खूप मनस्ताप होतो म्हणून मी दारू पितो. दारूमुळे मला रात्री शांत झोप तरी लागते, कसला विचार मनात येत नाही.''

''तुला कसला मनस्ताप होत्योय?'' निर्मलानं त्याला विचारलं.

''सांगू?'' निर्मलाच्या चेहऱ्याकडे पाहत राजन म्हणाला.

''सांग.''

''तुला खरं सांगायचं म्हणजे मी तुझ्याकडे आलेलं माझ्या बायकोला आवडत नाही. मी घरी गेलो की, ती धुसफूस करत्ये, भांड्यांची आदळआपट करते. परंतु तोंडानं मला काहीही विचारत नाही.''

राजनला समजावून सांगत निर्मला त्याला म्हणाली,

''मी अलकाच्या ठिकाणी असत्ये तर तशीच वागली असत्ये. यात तिचा काही दोष आहे, असं मला तरी वाटत नाही.''

''निर्मला, माझ्या बायकोची एक सवय मात्र चांगली आहे.''

''कोणती?'' तोंडाचा चंबू करून निर्मलानं त्याला विचारलं.

''तिचा राग अळवाच्या पानावर पडलेल्या पावसाच्या थेंबाप्रमाणे लगेच निघून जातो. जास्त वेळ टिकत नाही.''

''राजन, मला अलकाला भेटायचंय. कधी येऊ मी तुझ्या घरी?''

''आता येत्येस? तुझं ती अगदी हसत-हसत स्वागत करेल, तशी माझी बायको फार समजूतदार आहे.''

निर्मला थोडा वेळ तोंडातून शब्द न काढता शांत बसून राहिली. राजन तिच्या

चेहऱ्याकडे अनिमिष डोळ्यांनी पाहत होता. थोड्या वेळानं दीर्घ नि:श्वास टाकून ती त्याला म्हणाली.

"राजन, तुला नवीन घर बांधण्यासाठी आणि जमीन खरेदी करण्यासाठी मी तुला दहा तारखेला बँकेतून रोख रुपये दोन लाख काढून दिले होते त्याचं काय झालं, हे तुझ्याकडून अजून मला कळलेलं नाही."

"नवीन घरासाठी मी परवाच बिनशेती झालेल्या जमिनीचं खरेदी खत केलं आहे. ते मी तुला उद्या आणून दाखवतो."

"मी तुला विचारलं म्हणून तुला माझा राग तर आला नाही ना?"

"छे! छे!. मला मुळीच तुझा राग आला नाही. मी तुला ते सांगायला विसरलो होतो."

"घराचं काम लवकर सुरू कर."

"होय. आपल्या महसूल सोसायटीकडूनसुद्धा मी नवीन घर बांधण्यासाठी कर्ज काढणार आहे."

"तुला घरासाठी पैसे कमी पडले तर मला सांग."

"मी दुमजली बंगला बांधणार आहे. आणखी मला पैशाची गरज लागेल."

"देत्ये." निर्मला.

अलका समंजस आणि समजूतदार होती. पोटात राग असला तरी ती तोंडात साखर ठेवून बोलायची. तिचा स्वभाव लाघवी होती. आपला नवरा ऑफिसात काम करणाऱ्या एका विधवा बाईच्या नादी लागला आहे, हे तिला लोकांच्या कडून केव्हाच कळलं होतं. त्यावेळी तिच्या मनाला खूप यातना झाल्या होत्या. तिला तिच्या मनाची समजूत घालायला खूपच त्रास झाला होता. एखादी बाई नवऱ्याचा छळ, मारपीट सहन करील; परंतु त्याचा बाहेरख्यालीपणा ती कधीही खपवून घेणार नाही. अलकाचं तिच्या नवऱ्यावर प्रेम होतं. तिच्या पदरी दोन मुलं होती. आज ना उद्या आपल्या नवऱ्याला त्याची चूक कळेल. याचा विचार करून अलका तिच्या काळजात दुःख लपवून ठेवून जगण्याचा प्रयत्न करीत होती. रबर जास्त ताणलं तर ते तुटतं, हे तिला ठाऊक होतं. एक-दोनदा राजन निर्मलाला घेऊन त्याच्या घरी गेला होता, तेव्हा अलका तिच्याशी चांगली वागली होती, तेव्हा अलकाच्या पोटात दुःख असलं तरी तिच्या ओठावर हसू होतं.

हल्ली अलका मनात खूप अस्वस्थ होत होती. राजनचं पिणंसुद्धा वाढलं होतं. त्यानं पैसे मागितले, तर निर्मला त्याला 'नाही' म्हणायची नाही. त्यामुळे राजनला पैशाची बिलकूल काळजी नव्हती. निर्मलाची भेट घेऊन तिच्या कानावर

आपलं दु:ख घालावं, असं आता अलकाला खूप वाटत होतं.

एके दिवशी राजन त्याच्या कामासाठी मुंबईला निघून गेला. तो दोन-तीन दिवस घरी परत येणार नव्हता. ती संधी साधून अलका निर्मलाला भेटण्यासाठी तिच्या घरी गेली. अलकाला घरी आलेलं पाहून निर्मलाला थोडं आश्चर्य वाटलं. नंतर तिच्या चेहऱ्यावरील चिंतेचं जाळं पाहून निर्मला मनात थोडी गोंधळूनसुद्धा गेली. चेहऱ्यावर उसनं हसू आणून निर्मलानं तिचं स्वागत केलं. तिला तिनं प्यायला स्टीलच्या ग्लासात पाणी दिलं. अलकासाठी तिनं आलं टाकून झकास चहा केला. चहा घेऊन झाल्यावर अलकानं समोरच्या टिपॉयवर रिकामी कपबशी ठेवली. तिचा चेहरा थोडा गंभीर दिसत होता. निर्मलाच्या चेहऱ्याकडे पाहत अलका तिला दु:खी आवाजात म्हणाली,

"निर्मला, तुझ्याकडे माझं एक काम आहे."

"बोल ना ताई." निर्मला थोडी अडखळत म्हणाली.

"माझा. तुला राग येईल."

"असं माझ्याकडे तुझं काम तरी काय आहे?" निर्मलानं तिला अगदी स्पष्टपणे विचारलं.

अलकानं दीर्घ नि:श्वास सोडला आणि ती मनाचा हिय्या करून तिला आर्जव करीत म्हणाली,

"निर्मला, माझा नवरा, तुझ्याकडे नेहमी येत्योय, हे आता सर्वांना ठाऊक झालंय. माझ्या शेजाऱ्यांनासुद्धा ते माहिती पडलंय. त्यामुळे माझ्या शेजारच्या बायका मला नेहमी टोमणे मारतात. त्याचा मला हल्ली खूप त्रास होत्योय. मला रात्री नीट काळजीनं झोपसुद्धा येत नाही. माझा भरलेला संसार आहे. माझ्या पदरात दोन मुलं आहेत. याचा नीट तू मनात विचार कर नि तू माझ्या नवऱ्याचा नाद सोड. हे सांगण्यासाठीच आज मी तुझ्याकडे आले आहे."

अलकाच्या दोन्ही डोळ्यांतून अश्रू येत होते. तिचा चेहरा काळजीनं आणि दु:खानं पिळवटून गेला होता. निर्मलाला तिचं बोलणं रुचलं नव्हतं. अलका घरी येऊन असं काहीतरी बोलेल, असं तिला आधी स्वप्नातदेखील वाटलं नव्हतं. अलकाला आता कोणत्या शब्दांत समजावून सांगावं. असं तिला आता प्रश्न पडला होता. काळजावर दगड ठेवून ती राजनची संगत सोडायला तयार होती. परंतु राजनला ते मुळीच आवडलं नसतं. रोज सोन्याची अंडी देणारी कोंबडी तो सहजासहजी सोडायला मुळीच तयार झाला नसता. त्यानं लगेच आकाश-पाताळ एक केलं असतं.

निर्मला डोळ्यांतून अश्रू ढाळीत बसलेल्या अलकाला क्षीण आवाजात

म्हणाली,

"ताई, तू तुझ्या नवऱ्याला सांग माझ्याकडे यायचं नाही म्हणून."

"सांगत्ये." हातानं अश्रू पुसत अलका म्हणाली.

"ठीकाय." निर्मला दुःखानं गदगद हलत होती.

राजन मुंबईहून परत गावी आल्यावर त्याला जेव्हा हे समजलं, तेव्हा तो कमालीचा प्रक्षुब्ध झाला. त्यानं निर्मलाला अगदी निक्षून सांगितलं की, 'काहीही झालं तरी मी तुला अंतर देणार नाही.'

राजनचं बोलणं ऐकून निर्मलाचा अगदीच नाइलाज झाला. तिनं त्याला खूप समजाविण्याचा प्रयत्न केला. परंतु त्यात तिला अजिबात यश आलं नाही. निर्मलाचा त्याला असलेला तकलादू विरोध पाण्यात पडलेल्या ढेकळागत विरघळून गेला. राजन तिच्या घरी येऊ लागला, तिच्याकडून पैसे उकळू लागला.

निर्मला खात्यातील आर. क्यू. (महसूल अर्हता) परीक्षेला बसली होती. त्यावेळी राजन तिच्या मदतीला धावत आला. निर्मला आर. क्यू.च्या परीक्षेत पास होण्यासाठी त्यानं महसूल आयुक्ताबरोबर मांडवली केली. त्यासाठी लागणारे पैसे निर्मला त्याला देणार होती. परीक्षेचा जेव्हा निकाल जाहीर झाला, तेव्हा निर्मला अख्ख्या महसूल विभागात द्वितीय क्रमांकानं उत्तीर्ण झाली होती. खात्याची परीक्षा उत्तीर्ण झाल्यामुळे तिचं नाव आपोआप अव्वल कारकून या पदाच्या बढतीच्या यादीमध्ये समाविष्ट झालं. त्याचा निर्मलाला खूप आनंद वाटला.

राजन सांगूनसुद्धा ऐकत नसल्याचं पाहून एके दिवशी निर्मला तणतणतच अलकाच्या घरी तिला भेटण्यासाठी गेली.

"ताई; तुझा नवरा माझं ऐकत नाही."

"काय झालं?"

"तू सांगितल्याप्रमाणे त्याला मी माझ्या घरी येऊ नकोस म्हणून सांगितलं तरी तो येतो. मग तूच सांग मी आता काय करू?"

तिचं बोलणं ऐकून अलकाला वाटलं की, यात निर्मलाचा अजिबात दोष नाही. आपला नवरा तिचा नाद सोडायला तयार नाही.

"मी माझ्या नवऱ्याला पुन्हा समजावून सांगते." अलका क्षीण आवाजात म्हणाली.

"मी पुन्हा हे सांगायला तुझ्या घरी येणार नाही."

"चहा घेवून जा."

"मला नकोय तुझा चहा."

निर्मला गुश्शातच अलकाच्या घरातून बाहेर पडली आणि ती रिक्षानं तिच्या घरी आली.

दिवस वाऱ्यागत पळत होते. धनश्रीला आता बारावं संपून तेरावं वर्ष लागलं होतं. ती सातवी इयत्तेत शिकत होती. निर्मला हल्ली हल्ली मनात खूप अस्वस्थ असायची. तिच्या मनातील बोचणारं दुःख तिच्या शिवाय कुणालाही कळत नव्हतं. तिच्या मनात नेहमी विचार यायचा. धनश्री लग्न होऊन तिच्या सासरी नांदायला गेल्यावर या बंगल्यात माझा एकटीचा जीव मुळीच रमणार नाही. आज आपल्याकडे तारुण्य आहे, पैसा आहे म्हणून राजन आपला नाद सोडत नाही. आपलं तारुण्य निघून गेल्यावर राजन आपल्याला सोडून जाणार नाही कशावरून? आज ना उद्या राजनला आपल्या शरीराचा कंटाळा येईल. मग तो आपल्याला सोडून त्याच्या बायको-मुलात रमेल. आपल्याला तो विसरूनसुद्धा जाईल.

आपल्याकडे बंगला आहे, पैसा आहे. एवढं ऐश्वर्य असूनसुद्धा म्हातारपणी आपल्याला सुख मिळणार नाही. पैशानं सुख विकत घेता येत नाही. प्रेम, आत्मीयता आणि जिव्हाळा यामुळे म्हातारपण अधिक सुखकर होत असतं. म्हातारपणी पैशापेक्षा मायेच्या ओलाव्याची अधिक गरज असते. एक ना अनेक विचार निर्मलाच्या मनात येत होते. त्यामुळे ती आणखी सैरभैर व्हायची.

निर्मलाला आता तिच्या भविष्याची चिंता लागली होती. हल्ली हल्ली ती मनात खूप दुःखी व्हायची. तिला भविष्याची काळजी भासत असल्यामुळे तिच्या स्वभावातदेखील किंचित बदल झाला होता. तिचा स्वभाव थोडा चिडचिडा झाला होता. मनातील राग ती ऑफिसात काम करताना तिच्याकडे कामासाठी आलेल्या पक्षकारांवर काढायची, क्षुल्लक कारणावरून त्यांच्याशी वाद घालायची. कदमबाई उद्धट आहे, असा त्यामुळे लोकांचा समज झाला होता. तिच्या कार्यालयातील सहकारीसुद्धा तिच्या चिडचिड्या स्वभावामुळे तिच्याशी अधिक बोलत नसत.

कांबळे तहसीलदारांच्या कानावर जेव्हा हे गेलं, तेव्हा त्यांनी निर्मलाला त्यांच्या दालनात बोलावून घेतलं आणि ते तिला म्हणाले,

"कदमबाई, पक्षकारांवर क्षुल्लक कारणावरून चिडू नका, त्यांच्याशी तुम्ही चांगलं बोला."

"होय." खालमानेनं निर्मला म्हणाली.

कांबळे तहसीलदारांनी तिला तिच्या भल्यासाठीच समजावून सांगितलं होतं. परंतु निर्मलाला तो तिचा अपमान वाटला. ती मनात त्यांच्यावर चिडली होती. संध्याकाळी धनश्री शिकवणीवरून थोडी उशिरा घरात आली. निर्मला डोळे वटारून

तिला म्हणाली,

"कार्टे, आज तुला एवढा उशीर का झाला सांग."

"सांगत्ये. मला मारू नकोस." धनश्री घाबरत म्हणाली.

"सांग लवकर."

"मैत्रिणीकडे इंग्रजीची वही द्यायला गेले होते."

"उद्या तुला पुन्हा एवढा उशीर झाला, तर मी तुला घरातच घेणार नाही. मग तुला कळेल माझा राग कसा आहे तो."

"आई, मी उद्या मुळीच उशीर करणार नाही." धनश्री मुळूमुळू रडत म्हणाली.

वामन एखाद्या विषारी जातीच्या सर्पाप्रमाणे निर्मलावर डूख ठेवून होता. चार-चौघांत तो तिच्याबद्दल सांगून गरळ ओकायचा, तिच्या चारित्र्यावर शिंतोडे उडवायचा, निर्मलाचं वैभव, सुख त्याच्या डोळ्यांत टोकदार सुईप्रमाणे खुपत होतं. गावातील कुणी ना कुणीतरी येऊन निर्मलाच्या ते कानावर तिखट-मीठ लावून घालीत असत. निर्मला त्यामुळे आणखी चिडायची. ती मनात म्हणायचीदेखील 'दिरानं माझी कितीही निंदा-नालस्ती केली तरी मी त्या लोकांना दमडीसुद्धा देणार नाही. माझ्या नवऱ्याच्या पैशावर त्याची पत्नी म्हणून माझा एकटीचाच अधिकार आहे. माझ्या सासरच्या लोकांनी जो माझा छळ केलाय, तो मी अद्याप विसरले नाही आणि मी माझ्या शेवटच्या श्वासापर्यंत विसरणारही नाही.'

या साऱ्या वातावरणाचा धनश्रीच्या कोवळ्या मनावर परिणाम होत होता. धनश्रीनं तिच्या वडिलांना पाहिलं नव्हतं. ती गर्भात असताना अनंताला कारगिल युद्धात वीरमरण आलं होतं. ती तिच्या वडिलांचं चित्र डोळ्यांसमोर आणण्याचा नेहमी प्रयत्न करायची. तिला तिच्या वडिलांचं प्रेम मिळालं नव्हतं. आजी-आजोबा आणि चुलता ह्यात असूनसुद्धा ते तिला कधी भेटायला येत नसत. आपले आजी-आजोबा आणि चुलता पैशासाठी आपल्या आईशी भांडतात, हे तिला कळत होतं.

निर्मला तिच्या एकुलत्या एका लेकीवर जशी माया करायची, तशी ती तिला रागवायचीसुद्धा. त्यामुळे धनश्रीला आईची नेहमी भीती वाटायची. ती कधी तिच्या आईबरोबर निर्भयपणे बोलू शकत नव्हती. धनश्री घरात असल्यावर ती नेहमी तिच्या खोलीत अभ्यास करीत बसलेली असे. निर्मलानं तिला 'ए धनश्री' अशी मोठ्या आवाजात हाक मारली की, ती आधी मनात दचकायची. नंतरच 'ओ' म्हणायची.

-०-

स्वातंत्र्य दिनाचा कार्यक्रम आटोपून आल्यापासून निर्मला तिच्या झोपायच्या

खोलीत रुईच्या कापसाच्या गादीवर लोळत होती. सूर्य आता पश्चिमेला झुकला होता. हवेत कमालीचा गारवा जाणवत होता. वारा मंद मंद वाहत होता. त्यामुळे उत्साह वाटत होता. अंगचटीला येणारा वारा अगदी हवाहवासा वाटत होता.

निर्मलाला आता गादीवर लोळण्याचा कंटाळा आला होता. आता तिची रोजच्याप्रमाणे चहाचीसुद्धा वेळ झाली होती. आलं टाकून गरम गरम चहा करून प्यावा असं तिला वाटत होतं. कामवालीनं आज रजा घेतल्यामुळे गॅस पेटवून शेगडीवर तिला स्वत: चहा करावा लागणार होता. धनश्रीच्या शाळेत आज सांस्कृतिक कार्यक्रम असल्याने ती अजून घरी आली नव्हती. निर्मला घरी तिची वाट पाहत होती.

निर्मला गादीवर उठून बसली. तोंडाचा 'आ' वासून तिनं जांभई दिली. नंतर तिनं सुटलेल्या केसांचा दोन्ही हातानं आंबाडा बांधला. इतक्यात दारावरची बेल वाजली. धनश्री शाळेतून आली असावी म्हणून निर्मलानं लगबगीनं जाऊन दार उघडलं. तिच्या डोळ्यांसमोर राजन उभा होता. त्याला पाहून निर्मलाच्या गोऱ्या कपाळावर आठी पडली. ती त्याला 'आत ये' सुद्धा म्हणाली नाही. लादीवर पाय आपटतच ती मागे वळली. राजनच्या ते जिवाला लागलं. तो त्याचा अपमान वाटला. निर्मलाच्या बोलाविण्याची वाट न पाहाताच तो तिच्या मागून घरात आला आणि गुश्शातच एका प्लॅस्टिकच्या खुर्चीत बसला. राजनचा चेहरा गंभीर दिसत होता. जणू तो नुकताच युद्धभूमीवरून आला होता.

निर्मला त्याला फैलावर घेत मोठ्या आवाजात म्हणाली,

"राजन, तुला मी परवा काय सांगितलं होतं, ते तुझ्या ध्यानात आहे का?"

"काय सांगितलं होतंस?" राजननं तिला अगदी उर्मटपणे विचारलं.

"माझ्या घरी यायचं नाही म्हणून मी तुला बजावून सांगितलं होतं."

"पण का?"

"माझी मुलगी आता मोठी झाली आहे. तिला आता सगळं कळायला लागलंय, तू घरी आलेलं तिला आवडत नाही, मला माझ्या लेकीच्या नजरेतून उतरायचं नाही. म्हणून मी तुला घरी येऊ नकोस म्हणून सांगितलं होतं."

"आज मी तुला एका गोष्टीचा जाब विचारण्यासाठी आलोय."

"कसला तू मला जाब विचारणार आहेस?" निर्मला.

राजनच्या हातात ताजं स्थानिक वर्तमानपत्र होतं. एका जाहिरातीवर त्यानं पेनानं खुणेसाठी चौकोन करून ठेवलं होतं. हातातील वर्तमानपत्र निर्मलाच्या हातात देत त्यानं तिला ती जाहिरात वाचायला सांगितलं. निर्मलानं ती जाहिरात वाचू लागली.

चार दिवसांपूर्वी तिनं स्वत: लग्नासाठी मनमिळाऊ वर पाहिजे म्हणून स्थानिक वर्तमानपत्रातून जाहिरात दिली होती. तिनं त्या जाहिरातीत तिची वैयक्तिक संपूर्ण माहिती दिली होती. ती जाहिरात वाचून राजनच्या अंगाचा नुसता तीळपापड झाला होता.

निर्मलाच्या हातातील वर्तमानपत्र जवळजवळ हिसकावून घेत राजननं तिला आवाज मोठा करून विचारलं,

"ही जाहिरात तू दिली होतीस?"

"होय." निर्मला.

"तुझा लग्न करण्याचा आता विचार आहे?"

"होय."

"तुला लग्न करायचंय म्हणून आधी तू मला कधीही बोलली नव्हतीस."

"तुला मी कशाला बोलू."

"तू मला अंधारात ठेवलंस."

"मी तुला अंधारात ठेवलं नाही. तुला मी माझ्या वैयक्तिक आयुष्यातील सगळ्या गोष्टी सांगायला तू काय माझा लग्नाचा नवरा आहेस का?" राजनच्या नजरेला नजर भिडवून निर्मलानं त्याला विचारलं.

"तू तुझ्या मनातील लग्नाचा विचार काढून टाक."

"मी विचार करूनच तो निर्णय घेतलाय."

"मला आधी कल्पना नव्हती, की तू असं पुढे करशील म्हणून. मला आधी थोडी जरी याची कल्पना असती तर मी तुझ्या घराची पायरी कधीही चढलो नसतो. माझ्या संसारात मी रमलो असतो. तुझ्यामुळे मी माझ्या लग्नाच्या बायकोच्या नजरेतूनदेखील उतरलोय." राजन.

"राजन, तुला मी खरं सांगू. तुझी रखेल म्हणून मला माझं यापुढील आयुष्य जगायचं नाही. तुझ्यामुळे मी समाजात बदनाम झालेय, हे तू नेमकं विसरत्योस. तुला बायको आहे, मुलं आहेत, मला माझ्या एकुलत्या एका मुलीशिवाय कुणाचाच आधार नाही. ती उद्या लग्न होऊन नवऱ्याच्या घरी गेली, तर मी कुणाच्या आधारानं जगू? तुला मी घर बांधायला आणि त्यासाठी जमीन घ्यायला पैसे दिले. माझ्या जिवावर तू चैन केलीस. यापुढे तू स्वत:च्या पैशावर जगायला शीक, मला तुझ्या आधाराची मुळीच गरज नाही. माझ्यासाठी तू आता एक काम केलंस, तर तुझे माझ्यावर खूप उपकार होतील."

"कोणतं?"

"यापुढे तू कधीही इकडे फिरकायचं नाही."

निर्मलाचं बोलणं ऐकून राजनला तिचा खूप राग आला. तो बसलेल्या खुर्चीतून ताडकन उठून उभा राहिला. राजन पाठीमागे वळून न पाहाता दाणदाण पावलं टाकत निघून गेला. तो दिसेनासा होईपर्यंत निर्मला त्याच्या पाठमोऱ्या आकृतीकडे डोळे विस्फारून पाहत होती.

■

२

पारधी

आज दसऱ्याचा सण होता. हिंदू धर्मातील साडेतीन मुहूर्तांपैकी एक पवित्र आणि मंगलमय दिवस. या पवित्र दिवशी पारधी समाजामध्ये दुर्गादेवीची जत्रा करण्याची पारंपरिक प्रथा होती. आज कित्येक वर्षं पारधी समाजामध्ये या दिवशी दुर्गादेवीची जत्रा करण्याची वंशपरंपरेनं प्रथा सुरू होती. अजूनपर्यंत यात कधीही खंड पडला नव्हता. दुर्गादेवीवर पारधी समाजाची अपार श्रद्धा होती आणि तिच्याबद्दल त्यांच्या मनात आदरयुक्त भीतीसुद्धा होती.

दुर्गादेवीची जत्रेसाठी आज अवघ्या पंचक्रोशीतील पारधी समाज एकत्र जमला होता. गावापासून थोडं दूर अंतरावर मोकळ्या माळरानावर दुर्गादेवीचं ठाणं (पवित्र ठिकाण) होतं. जत्रा रात्री होणार असल्यामुळे दिवस बुडाल्यापासून माणसं येत होती. ठेवणीतील कपडे घालून माणसं आली होती. प्रत्येकाचा अगदी नाचार संसार होता. हाता-तोंडाची गाठभेट करण्यासाठी जमलेल्या मंडळींपैकी काहीजण घरफोड्या, भुरट्या चोऱ्यादेखील करीत. महिलांचीसुद्धा त्यांना त्यांच्या कामात साथ मिळायची. तालुक्याच्या पोलीस स्टेशनमध्ये काहीजणांवर गंभीर स्वरूपाचे गुन्हे होते आणि काहीजणांवर किरकोळ स्वरूपाचे गुन्हे होते. त्यांना पकडण्यासाठी पोलीस जंग जंग पछाडत होते. कधी ते त्यांच्या तावडीत सापडत, तर कधी ते पोलिसांच्या हातावर तुरी देऊन निसटूनसुद्धा जात.

पोलीस आणि पारधी समाजामध्ये आज कित्येक दिवस पाठशिवणीचा खेळ सुरू होता. पारधी समाजातील गुन्हेगारांना

पकडून त्यांना कोर्टासमोर नेऊन उभं करण्यासाठी तालुक्याचे पोलीस नेहमी त्यांच्या पाळतीवर असत. तालुक्यात कुठं घरफोडी झाली, तर त्यांच्या पालावर जाऊन धुडगूस घालीत, निरपराध लोकांना पोलीस स्टेशनमध्ये आणून त्यांना अमानुष मारहाण करीत, महिलांचा विनयभंग करून त्यांची विटंबना करीत, गरीब पारधी समाजाबरोबर ते एखाद्या हैवानागत वागत. तेव्हा त्यांना 'सदरक्षणाम, खलनिग्रणाय' या त्यांच्या घोषवाक्याचादेखील विसर पडे. अशावेळी पारधी समाजाची गत राजानं मारलं आणि पावसानं झोडपलं, तर दाद कुठं मागायची? अशी होत असे. पोलिसांचा जुलूम सहन केल्याशिवाय त्यांना गत्यंतर नव्हतं.

दुर्गादेवीच्या जत्रेच्या ठिकाणी गूढ, गंभीर वातावरण पसरलं होतं, जमलेली माणसं मनोमन दुर्गादेवीला साकडं घालीत होते, की 'आई, तुजी जत्रा होईपावोत पोलिसांना हिकडं आजाबाद फिरकू देवू नकुस.' प्रत्येकानं जत्रेसाठी मोठ्या कष्टानं पैसा गोळा केला होता, काही लोकांनी उपासमार सहन करून जत्रेसाठी पैसा गोळा केला होता. दुर्गादेवीची जत्रा वर्षातून फक्त एकदाच होत होती.

आभाळ चांदण्यांनी गच्च भरलं होतं. बोचरा, थंडगार वारा अंगाला गुदगुल्या करीत होता. थोड्या वेळानं आभाळात चंद्रसुद्धा दिसू लागला. त्याचा पिठागत पांढराशुभ्र असणारा प्रकाश खाली सांडत होता. नदीच्या पात्रात, तळी, विहिरी यामध्ये चंद्राचं प्रतिबिंब हलताना दिसत होतं. लुकलुकणाऱ्या इवलाशा चांदण्या बघून वाटायचं, की जणू कोणीतरी आभाळात लाखो-करोडो दिवे पेटविले आहेत आणि त्या दिव्यांचा उजेड खाली धरणीवर, झाडापेडांवर, डोंगरदऱ्यांमध्ये सांडला आहे.

मंजुळा तिच्या नवऱ्याला सोबत घेऊन दुर्गादेवीच्या जत्रेसाठी आली होती. तिला पाच वर्षाची एक मुलगी आणि तीन वर्षाचा एक मुलगा होता. पोलिसांच्या भीतीमुळे ती तिच्या मुलांना घेऊन आली नव्हती. ती तिच्या दोन्ही मुलांना तिच्या वयोवृद्ध सासूकडे ठेवून आली होती. आज कितीतरी दिवस मंजुळाच्या मनात होतं, की दुर्गादेवीच्या जत्रेला आपण आपल्या दोन्ही मुलांना घेऊन जायचं नि रेड्याचा बळी दिल्यावर त्याच्या रक्तात दोन्ही मुलांना लोळवून देवीचा आशीर्वाद घ्यायचा! परंतु पोलीस त्याच्या मागावर असल्यामुळे यंदा तिची मनातील इच्छा पुरी होऊ शकली नाही. जत्रेत कुणावर कशी वेळ येईल, हे सांगता येत नव्हतं. पोलिसांचा छापा पडला, तर मंजुळा आणि तिचा नवरा-नाग्या- अंधाराचा फायदा घेऊन ताबडतोब तेथून पसार होणार होते. मुलांना सोबत आणलं असतं, तर त्यांना ते मुळीच शक्य झालं नसतं. कदाचित ते दोघं आपसूकच पोलिसांच्या तावडीत सापडलेदेखील

असते. लहान मुलांना सोडून त्या दोघांना पळून जाता आलं नसतं. त्यांना त्यांच्या आतड्याची माया आड आली असती.

मंजुळानं आज दुर्गादेवीच्या नावानं निरंकार उपवास केला होता. धडाधडा पेटलेल्या होम कुंडाजवळ देवीला रेड्याचा बळी दिल्यावरच ती उपवास सोडणार होती. उपवास सोडायच्या आधी तिला दुर्गादेवीला नैवेद्य दाखवायचा होता, होमकुंडातील सुक्या लाकडांनी एव्हाना चांगला पेट घेतला होता, लाल-पिवळ्या ज्वाला एकमेकांशी स्पर्धा करीत आभाळाकडे जात होत्या, त्या ज्वाळांचा थयथयाट पाहून क्षणभर कळीकाळाच्या उरातसुद्धा धडकी भरत होती, पेटलेल्या लाकडांचा 'चटचट' असा भयसूचक आवाज कानावर येऊन आदळत होता.

श्रीरीमंत्या पारध्याला समाजात मोठा मान होता. तो दुर्गादेवीचा पुजारी होता, तो पारधी समाजातील जातपंचायतीत न्याय-निवाडा करण्याचं कामसुद्धा करायचा. पारधी समाजातील आपसातील तंटे-बखेडे कधीही कोर्टात जात नसत. जातपंचायतीनं दिलेला निर्णय समाजातील सर्वांना मान्य करावाच लागत होता. कुणी विरोध केलाच, तर जातपंचायत त्याला जातीच्या बाहेर काढायलासुद्धा कमी करीत नसे.

पेटलेल्या होमापासून दोन हाताच्या अंतरावर एका चौरंगी पाटावर बसून श्रीरीमंत्या पुजारी मोठ्या आवाजात मंत्रपठण करीत होता. त्याच्या समोर रुईच्या पानाच्या पत्रावळीवर नारळ, लिंबू, तांदूळ, पान-सुपारी, हिरव्या रंगाचा चोळीचा खण-बांगड्या इत्यादी सामान ठेवलेलं होतं. पेटलेल्या उदबत्त्यांचा आणि धुपाचा घमघमाट सुटला होता. एकामागून एक अशा कापराच्या वड्या जळत होत्या. त्यामुळे त्या ठिकाणी सर्वजण भक्तिरसात अगदी डुंबून गेले होते. त्या ठिकाणी मंगलमय वातावरण अणूरेणूत भरून गेलं होतं. दुर्गादेवीच्या जत्रेला जमलेली माणसं त्या मंगलमय वातावरणानं अगदी भारून गेली होती. देवीचा सुरू असलेला पूजापाठ मशालीच्या उजेडात ते देहभान हरपून उघड्या डोळ्यांनी पाहत उभे होते. श्रीरीमंत्याचा घोगरा आवाज अंधाराला चिरत दूरवर ऐकू जात होता, मघापासून मंत्रपठण करून तो आता थकला होता. ताजा श्वास छातीत भरून घेण्यासाठी तो थोडा वेळ थांबला. त्याच्या उघड्या अंगाकडे सर्वांच्या नजरा लागल्या होत्या. त्याची छाती श्वास घेताना वर-खाली होत होती.

थोडा वेळ विश्रांती घेऊन श्रीरीमंत्या घोगऱ्या आवाजात दुर्गादेवीला गाऱ्हाणी घालू लागला.

''माय दुर्गादेवी, तुजी आमी अजान लेक्रं. दरवर्सापरमानं आमी तुजी येडी-वाकडी जत्रा करीत हाव, ते तू ग्वॉड मानून घे. कामा-धंद्यात बरकत दी,

रोगराई दूर कर. तुझ्या काही लेक्रांच्या मागं पुलीस लागले हाईत. त्या पुलिसांना तू बगून घे. आन तू तुझ्या लेक्रांच्या पाठीशी हमेशा सावली बनून हूभी -हा. तुला आमी कंधी इसरनार न्हाय.''

श्रीरीमंत्या पारधीचं गाऱ्हाणं घालून झाल्यावर मंजुळाच्या नवऱ्यानं-नाग्यानं-मोठ्या आवाजात 'दुर्गादेवीच्या नावानं चांगभलं' अशी आरोळी ठोकली. त्याचं पाहून इतरांनासुद्धा स्फुरण चढलं. मग थोडा वेळ अंधारात आरोळ्यावर आरोळ्या उठू लागल्या. नंतर आरोळ्या बंद झाल्या.

आता पेटलेल्या होमाजवळ दुर्गादेवीला रेड्याचा बळी द्यायचा होता. त्यासाठी आता त्या ठिकाणी धावपळ सुरू होती. पोलिसांची भीती सर्वांच्या मनात अगदी घर करून बसली होती. एकदा का देवीला रेड्याचा बळी दिला की, जत्रेचं सूप वाजणार होतं. त्या क्षणाची प्रत्येकजण डोळ्यांत प्राण आणून वाट पाहत होते. जत्रेत देवीला रेड्याचा बळी द्यावा लागणार होता. त्या शिवाय देवीला जत्रेचा मान होणार नाही, हे जमलेल्या सर्वांना ठावूक होतं.

बळी देण्यासाठी आणलेल्या रेड्याचा आधी विधिवत पूजा करून त्याच्या अंगावर बादलीभर पाणी ओतायला लागत होतं. रेड्याच्या अंगावर गार पाणी पडल्यावर त्यानं अंग झाडल्यावरच रेड्याचा देवीसमोर बळी दिला जातो. अशी पारधी समाजामध्ये वंशपरंपरेनं चालत आलेली पद्धत होती. रेड्यानं अंग झाडल्यावर दुर्गादेवीनं बळी देण्यासाठी कौल दिला, असा पारधी समाजामध्ये समज होता. नंतर बळी दिलेल्या रेड्याचा मांसाचा तुकडा काढून तो पेटलेल्या होमात नैवेद्य म्हणून सर्वांच्या साक्षीनं टाकला जातो. त्या क्षणाची प्रत्येकजण आतुरतेनं वाट पाहत होता.

मंजुळा मघापासून तिच्या मनात अस्वस्थ होती. तिचं कशातही लक्ष लागत नव्हतं. गर्दीत असूनसुद्धा तिला घाबरल्यासारखं वाटत होतं. वरती चांदण्यांनी गच्च भरलेलं आभाळ होतं. त्या आभाळात चंद्र धिम्या गतीनं पुढे पुढे सरकत होता, बोचरा वारा अंगाला नुसता गुदगुल्या करीत होता. मंजुळाच्या डोळ्यांसमोर दुर्गादेवीची मोठ्या जल्लोषात जत्रा सुरू होती. तरीसुद्धा ती मनात खूप अस्वस्थ होती. मनात दचकून ती इकडेतिकडे पाहत होती. तिच्या दोन्ही डोळ्यांच्या पापण्याचीसुद्धा मघापासून फडफड होत होती. ही पुढील धोक्याची नांदी, तर नाही ना, अशी शंका मंजुळेच्या हलक्या मनाला चाटून जात होती. तिनं तिच्या मनातील शंका अजूनपर्यंत कुणालाही बोलून दाखविली नव्हती. त्यामुळे तिच्या मनातील भीती आणखी वाढली होती.

मंजुळानं दुर्गादेवीच्या जत्रेत एक-दोन अनोळखी चेहरे पाहिलेले होते.

तिची सोळा आणे खात्री झाली होती, की ते अनोळखी लोक तिच्या समाजातील बिलकूल नव्हते. त्या अनोळखी लोकांच्या चेहऱ्यावर खुन्नस, चीड आणि राग पाहून तिला त्यांची शंका आली होती. ते लोक साध्या वेशातील पोलीस तर नाही ना? अशी शंका तिच्या मनात उत्पन्न झाल्यामुळे तिला भीती वाटू लागली होती. तिचं काळीज भीतीनं 'चर्रर' झालं होतं. दुर्गादेवीच्या जत्रेत मंजुळेचा जीव गुदमरत होता.

नाग्या गर्दीत गप्पा मारीत उभा होता. त्याच्या तोंडात तंबाखूची गोळी होती. जमिनीवर तंबाखूच्या पिचकारी मारीत तो एक-दोन जणांशी गप्पा मारीत उभा होता. रेड्याचा बळी दिल्यानंतर नाग्या कापलेल्या ठिकाणी तोंड लावून त्याचं ताजं रक्त दुर्गादेवीचा प्रसाद म्हणून पिणार होता. त्यानं तसं आधी मंजुळाला सांगितलेलं होतं.

मंजुळा त्या गर्दीत चार पावलं चालत पुढे गेली आणि नवऱ्याचा हात धरून तिनं त्याला बाजूला नेलं. एकाएकी मंजुळा अशी काय करत्येय म्हणून नाग्या मनात कावरा-बावरा झाला होता. परंतु त्यानं लगेच तोंडातून चकार शब्द काढला नाही. काहीतरी महत्त्वाचं काम असल्याशिवाय आपली बायको असं आपल्याला आड बाजूला आणणार नाही, हे त्याला चांगलं ठावूक होतं.

मंजुळा दीर्घ नि:श्वास टाकून तिच्या नवऱ्याला थोड्या गंभीर आवाजात म्हणाली,

"मी तुला काय सांगत्येय. ते तू नीट ध्यान देवूनशान आईक."

"बोल. मी आईकत्योय." नाग्या तिला म्हणाला.

"हे बग मला आता या जत्रंत लई भीती वाटाया लागलीय. माझ्या डाव्या डोळ्याची पापनी सुदीक मगापास्नं सारकी फडफड करत्येय."

"रांडं, असं झालं तरी काय तुला. आभाळ कोसळाय लागलंय की, पायाखालची धरणी दुभंगायला लागलीय. तुला कसली भीती वाटत्येय. ते अदुगार मला सांग बगू."

"सांगू?"

"सांग बिगीनं. आता टोणगा मारायचा सुदीक वकुत जवळ आलाय. आपुण असं आड बाजूला बोलत बसल्यावर लोकं काय म्हंतील, याचा आपुण आधी इचार करायला पाहिजे." नाग्या तिला खडसावीत म्हणाला.

"आरं, मला पोलिसांची लई भीती वाटायला लागलीय. माझ्या दोनी डोळ्यांम्होरं सारकं मंगापास्नं पोलीसंच दिसायला लागलेत बग. त्यामुळे माझं चित्त थाऱ्यावर न्हाय. मला माझी मुळीच काळजी वाटत न्हाय. माझ्या दोन नकायेवडाल्या लेक्रांची मला काळजी हाय बग."

मंजुळाचं बोलणं ऐकून नाग्याला हसावं की रडावं तेच कळत नव्हतं. बायका हळव्या मनाच्या असतात, हे त्याला ठावूक होतं. परंतु त्या एवढ्या भित्र्या असतील याचं त्याला थोडं आश्‍चर्य वाटत होतं. मंजुळा मनात खूप घाबरली आहे, हे एव्हाना नाग्याच्या ध्यानात आलं होतं. तो तिच्या मनातील भीती दूर करण्यासाठी तिला समजावून सांगत म्हणाला,

"मंजुळा, खुळी हाईस बग तू. अगं पारध्यांच्या पोटी जन्माला येवून येवडं घाबरायचं नसतं. मी म्हनतू त्या पुलिसांना आपून काय म्हून घाबरायचं? आपल्या जन्मापास्नं त्यांनी आपल्याशी हूभा दावा मांडला हाय. पुलीस आपल्या पाचवीलाच पुजलेत बग. तुला जर लई भीती वाटत असलं, तर दुर्गादेवीच्या समुर रेड्याचा बळी दिल्यावर आपून हिथून लगीच निंगू. न्हायतर देवीचा कोप झाल्यावर ती आपला बी सुदीक रामखंडात ठिवायची न्हाय बग. दुर्गादेवी लई कडक हाय. तिचा डंका रामखंडात समदीकडं वाजतू. तवा तू तुझ्या मनातील भीती काढून टाक बगू. तसं काय बी हुनार न्हाय. दुर्गादेवी आपल्या रक्शनासाठनं आपल्या पाठीशी ढाल बनून हूभी हाय. तवा घाबरायचं काय बी कारण न्हाय."

नवऱ्यानं मंजुळाला धीर दिला तरी तिच्या पोटातील भीती थोडीसुद्धा कमी झाली नाही. जणू तिनं त्याचं बोलणं ऐकलंच नव्हतं. ती पुढे नवऱ्याला तोंड वेंगाडून म्हणाली,

"तुला मी कसं सांगू माझ्या लेक्रांची मला किती काळजी वाटत्येय ते. आपून जेलात गेल्यावर आपल्या मंगोरी त्यांची दशा व्हईल. कोण त्यास्नी खायला-प्यायला घालंल. तुजी आई सुदीक आता थकलीय. तिला समुरचा माणूस वळखत न्हाय. आतड्यातनं वडून काडलेल्या लेक्रासाठनं माझा जीव तुटत्योय. मला लेक्रं नसती तर मी त्या पुलिसांच्या बापाला दिकून कंधी घाबरले नस्ते."

"मंजुळा, पोरं काय आपल्यालाच झाली न्हाईत? हिथं आलेल्या समद्यांनाच पोरं झाली हाईत. मला सुदीक त्यांची काळजी हाय. आपल्या पाठीशी आपली कुलदेवी दुर्गादेवी हूभी हाय. तवा आपून घाबरायचं न्हाय बग. तिच्या मनात असंल तसंच हुणार हाय. तिचं आपल्याला यातनं मारग दावील. तवा तू बिनघोर ऱ्हा. काय सुदीक हुनार न्हाय."

"दोन वर्सापूर्वी तुला येका दारुड्याच्या परकरनात सजा झाली होती. तवा मी गावात भीक मागून माझ्या पोरांस्नी जतान केलं व्हतं. तवा चोरीचा माझ्यावर आळ येवून येका गावात मला लोकांनी चावडी म्होरं येका खांबाला बांधून कडक उनामंदी दिवसभर हूभं केलं व्हतं. दुर्गादेवी माझ्या पाठीशी हूभी व्हती म्हून तवा मी लोकांच्या

तावडीतून वाचले.''

''मला त्ये समदं ठाव हाय. जेलातनं मी सुटून आल्यावर तवा तू मला समदं सांगितलं व्हतंस.''

''नाग्या, मी तुला आता दुर्गादेवीची शप्पत घेवून जे सांगणार हाय. त्ये तू वाईच ध्यान देवून आईक. मंग तुला माझं म्हण्ण पटंल. तोवस्सर न्हाय.''

मंजुळाचा चेहरा आणखी गंभीर झाला होता. तिच्या आवाजात भीती, राग होता. मशालीच्या उजेडात तिचा चेहरा पाहून नाग्या मनात म्हणाला. एवढं आपण बायकोला समजावून सांगितलं तरी तिच्या मनातील भीती जरासुद्धा कमी झाली नाही. उलटपक्षी तिची भीती आणखी वाढली. यात काहीतरी गोम असायला पाहिजे. आवंढा गिळून नाग्या त्याच्या बायकोला म्हणाला,

''मंजुळा, तुझ्या मनात जे हाय, त्ये तू मला आता पटकन सांगून मोकळी हो बगू. आपून दोगं त्यावर इचार करून लगीच निर्णय घेवू. म्होरं तू म्हंशील तसं म्या करायला तयार हाय.''

नवऱ्याचं बोलणं ऐकून मंजुळाला थोडं बरं वाटलं. पुढे अधिक वेळ न घालविता ती नवऱ्याच्या कानाजवळ तोंड नेवून हळू आवाजात कुजबुजली,

''नाग्या, मंगाशी म्या सोताच्या कानानं येका गाडीचा आवाज आईकलाय. ती गाडी नक्की पुलिसांची असायला पाह्यजे. न्हायतर येवड्या राती कोण कशाला गाडीतनं हिकडं तडमडायला यील.''

''काय सांगत्येस काय?'' नाग्या तिला आश्चर्यानं म्हणाला.

''दुर्गादेवीची शप्पत. मी लबाड बोलत न्हाय. आपून पुलिसांच्या तावडीत सापडायचं न्हाय. जरा सुदीक गडबड झाली तर अंधाराचा फायदा घेवून आपून दोगं लगीच पसार व्हायचं. जर आपून त्यांच्या तावडीत घावलू तर त्ये आपल्याला पुलीस ठेसन मंधी नेवून रगात वकुस्तवर मारतील, त्यांच्या प्वॉटात काळीज न्हाय. पुलीस आपला जीव घ्यायला सुदीक कमी करनार न्हाईत. आपल्या पदरात आपली ल्हान लेकरं हाईत. त्यांच्यासाठनं तरी आपल्याला जगायला पाह्यजे.''

नाग्या आता काळजीत पडला होता. सुरुवातीला त्यानं त्याच्या बायकोचं बोलणं ऐकून, त्यानं तिची खिल्ली उडवली होती. परंतु आता तो त्याच्या मनात थोडा गंभीर झाला होता. तिच्या मनात असलेली पोलिसांची भीती बिलकूल अनाठायी नव्हती. याचं कारण असं होतं, की पारधी समाजातील काही लोक पैशाच्या हव्यासापोटी पोलिसांकडून पैसे घेवून खबऱ्याचं काम करीत. मिळालेले पैसे दारू-मटण खाऊन खर्च करीत होते.

पारधी समाजातील पोलिसांच्या खबऱ्याचं काम करणारी माणसं स्वत:बद्दल फार गुप्तता पाळत होती. आपण पोलिसांचे खबरे आहोत, असं चारचौघांत ते कधीही बिनधास्तपणे सांगू शकत नव्हते. याचं कारण असं होतं, की आपल्याच समाजातील लोकांकडून त्यांच्या जिवाला धोका निर्माण व्हायचा. त्यामुळे पारधी समाजातील माणसं एकमेकांच्याकडे संशयाच्या नजरेनं पाहत असत.

एखाद्याला रंगेहात पकडलं, तर जातपंचायत बैठक घेऊन त्याला जबर दंड करीत असे. जोपर्यंत तो झालेला दंड बैठकीत आणून भरत नाही, तोपर्यंत जातपंचायत त्याच्या संपूर्ण कुटुंबाला वाळीत टाकीत असे. दंड झालेल्या इसमाच्या कुटुंबात एखादी मयत झालं तरी इतर समाज त्या मयतीला जात नसे. त्यामुळे जातपंचायतीनं केलेला दंड भरावाच लागत होता. 'खबऱ्या'मुळे पोलिसांचं काम निम्मं हलकं व्हायचं नि एखादा आरोपी पकडण्यासाठी त्यांना त्याचा उपयोग होत असे.

नाग्या मघापासून त्याच्या मनात विचार करीत होता. पोलिसांकडून मिळणाऱ्या तुटपुंज्या पैशाकरता आपल्या समाजातील लोकांनी दुर्गादेवीच्या जत्रेची माहिती पोलिसांना नक्की दिली असावी. त्याशिवाय मंजुळाच्या मनात पोलिसांचा संशय आला नसता. पोलीस साध्या वेशात या ठिकाणी हजर असतील, याबद्दल आता त्याची पूर्ण खात्री पटली होती.

"मंजुळा, दुर्गादेवी म्होरं टोणगा मारून झाल्यावर आपुन लगीच पसार व्हवू. तू सावध ऱ्हा. येळकाळ कंधी सांगून येत न्हाय. आपुन आपला जीव वाचवू."

"खालच्या अंगाला वढा हाय. तितं लई निगुडीची झाडं माजली हाईत. त्याच्या आडूशानं पळून जावू. मंग पुलिसांना दिकून आपली दूम लागनार न्हाय."

"ठरलं तर मंग."

"व्हय."

"तुला माझ्या संगट जोरानं पळता यील ना?" नाग्यानं तिला विचारलं.

"नाग्या, का न्हाय मला तुझ्या बरूबर पळता येनार? असं का तू मला ईचारत्युस?"

"मंजुळा, तू तीन-चार म्हैन्यांची पोटुशी हाय म्हून म्या तुला इचारलं बग."

"तुला माझी काळजी नकु. पळताना मी तुजा हात धरीन. त्यो हात मी सोडनार न्हाय. मंग तर झालं?"

मंजुळाचं बोलणं ऐकून नाग्याला त्याच्या बायकोचा खूप अभिमान वाटू लागला. त्याची छाती गर्वानं फुगली होती. तो तिला म्हणाला,

"मंजुळा, तुला मी आता याक गोस्ट सांगू."

“सांग.” मशालीच्या उजेडात नवऱ्याच्या तोंडाकडे पाहत मंजुळा म्हणाली.

“नाग्या पारध्याची बायकू म्हून तू खरी शोभतीस बग. मोठ्ठी भाद्दरीन हाईस तू. माझं नशीब चांगलं हाय म्हून तुझ्यासारकी भाद्दरीन आणि गुणाची बायकू मला मिळाली.”

“काय तरीच काय बोलत्यूस.” मंजुळा लटक्या रागानं तिच्या नवऱ्याला म्हणाली.

“म्या खरं त्येच तुला सांगितलं.” नाग्या.

“आता पुरं.”

दुर्गादेवीच्या जत्रेला आलेल्या सर्वांसाठी रात्र वैऱ्याची होती. मंजुळाच्या मनात उत्पन्न झालेली शंका खरी होती. तालुक्याचे पोलीस इन्स्पेक्टर जयसिंगराव मानेसाहेब आपला लवाजमा घेऊन त्या ठिकाणी साध्या वेशात डेरेदाखत झाले होते. वडगाव या गावी चिलिमीचा माळ या ठिकाणी आज दुर्गादेवीची जत्रा पारधी समाज करणार आहे म्हणून मानेसाहेबांना त्यांच्या खबऱ्याच्या मार्फत इत्थंभूत माहिती दोनच दिवसांपूर्वी मिळाली होती. कोंडिबा भोसले या खबऱ्यानं त्यांना ती माहिती पोलीस स्टेशनमध्ये जाऊन दिली होती. अनेक गुन्ह्यांत सामील असलेले आरोपी पकडण्यासाठी इन्स्पेक्टर मानेसाहेब मोठ्या तयारीनिशी त्या ठिकाणी येऊन दाखल झाले होते.

इन्स्पेक्टर मानेसाहेबांनी पारध्यांना त्यांच्या जाळ्यात पकडण्यासाठी अगदी शिस्तबद्ध नियोजन केलं होतं. आपल्या सरकारी गाडीचा आवाज ऐकून पारधी सावध होऊन पळून जाऊ नये म्हणून त्यांनी गाडी जत्रेच्या ठिकाणापासून थोडं दूर अंतरावर उभी केली होती; आणि ते दोन-तीन साथीदारांना सोबत घेऊन दुर्गादेवीच्या जत्रेत मघापासून आरोपींचा कानोसा घेत अगदी सावधपणे फिरत होते. त्यांच्या व साथीदारांच्या अंगावर खाकी वर्दी नव्हती, ते साध्या वेशात फिरत होते. इन्स्पेक्टर मानेसाहेबांचा बाकीचा सरकारी लवाजमा अवघ्या शंभर पावलांच्या अंतरावर दबा धरून बसला होता. मानेसाहेबांनी दुर्गादेवीच्या जत्रेत हवेत गोळीबार केल्यावर ते त्यांच्या मदतीला धावत येणार होते. मात्र छोटीशी जरी चूक झाली असती, तर पारधी त्यांच्या हातावर तुरी देऊन अंधाराचा फायदा घेऊन पळून जाण्यात यशस्वी होणार होते. त्यामुळे मानेसाहेबांनी केलेल्या संपूर्ण नियोजनावर पाणी पडून त्यांच्या वाट्याला नामुष्की येणार होती.

संपूर्ण तालुक्यात घरफोड्या, चोऱ्या, दरोडा इत्यादी गुन्ह्यांनी उच्छाद मांडला होता. गुन्ह्याचा तपास लागून आरोपी गजाआड होत नाहीत म्हणून वरिष्ठांची बोलणी मानेसाहेबांना खावी लागत होती. स्थानिक वर्तमानपत्रांतून पोलिसांच्या निष्क्रियतेवर

रोज ताशेरे ओढले जात होते. पोलीस आणि पारधी समाज यांच्यात आर्थिक साटंलोटं आहे म्हणून पोलिसांच्यावर धडधडीत आरोपसुद्धा केले जात होते.

सर्वांना तोंड देता देता मानेसाहेब अगदी घायकुतीला आले होते. पारधी समाजातील गुन्हेगारांना पकडून त्यांना गजाआड केल्याशिवाय आपल्याला मोकळा श्वास घेता येणार नाही, असं त्यांना आता वाटू लागलं होतं. पारध्यांच्या बद्दल त्यांच्या मनात प्रचंड राग निर्माण झाला होता. आतमध्ये घेऊन मानेसाहेबांना त्यांच्या कंबरेच्या चामडी पट्ट्यानं पारध्यांच्या अंगावरची चामडी लोळवायची होती. त्या शिवाय त्यांच्या जिवाला मुळीच चैन पडणार नव्हती.

होमातील सुकी जंगली लाकडं आता चांगलीच पेटली होती. वाऱ्यानं होमातील निखारे आणखी फुलत होते, दुर्गादेवीची पूजा आता अंतिम टप्प्यात आली होती. श्रीरीमंत्या पुजाऱ्यानं हातानं इशारा करताच चार-पाच दांडगे गडी रेड्याचं खूर पकडून त्याला दुर्गादेवीला बळी देण्यासाठी जमिनीवर आडवं पाडणार होतं. दाढीवाला नाम्या याच्या हातात परजलेली नंगी तलवार होती. एकाच झटक्यात तो रेड्याची मान धडापासून वेगळी करणार होता. त्याच्या डोळ्यांतसुद्धा आता रक्त उतरलं होतं. रेड्याच्या मानेवर तलवार चालविण्यासाठी त्याचा हात शिवशिवत होता. पेटलेल्या होमाजवळ उभा असलेल्या त्या मुक्या प्राण्याला त्याचं मरण जवळ आल्याचं कळून आल्यामुळे तो गरीब डोळ्यांनी इकडे-तिकडे पाहत त्याच्या घशातून विचित्र आवाज काढत होता.

श्रीरीमंत्या पुजाऱ्यानं गड्यांना इशारा करायच्या आधीच इन्स्पेक्टर जयसिंग माने एखाद्या तीरासारखं धावत जाऊन त्याच्या जवळ पोहोचले. त्यांच्या हातातील आग ओकणारी पिस्तुल पाहून श्रीरीमंत्याची अक्षरश: बोबडी वळली, भीतीनं त्याचं धोतर लगेच ओलं झालं. एक क्षणसुद्धा वाया न घालविता इन्स्पेक्टर माने मोठ्या आवाजात कडाडले,

"खबरदार जर कुणी पळून जाण्याचा प्रयत्न केला तर. तुम्हाला चारी बाजूनं आता पोलिसांनी घेरलंय. तेव्हा गुमान जागच्या जागी उभं राह्यचं. चोऱ्या, दरोड्यांतून देवीची पूजा कसली करताय? आता तुम्हाला मी माझा इंगा दाखवतो."

इन्स्पेक्टर मानेसाहेबांचं बोलणं ऐकून आणि त्यांचा रुद्रावतार पाहून त्या ठिकाणी जमलेले पारधी लोक एकदम गर्भगळीत झाले. क्षणभर त्यांना काय करावं हेच समजेना. दुर्गादेवीच्या जत्रेला येऊन आपण मानेसाहेबांच्या जाळ्यात आपसूक अडकलो, हे त्यांच्या आता लक्षात आलं होतं. पोटातील प्रचंड भीतीनं त्यांची जीभ टाळूला चिकटली होती. ते मनातल्या मनात या संकटातून सहीसलामत सुटका

होण्यासाठी दुर्गादेवीला साकडं घालू लागले. देवी आपल्याला यातून वाचवेल, असं आता त्यांना वाटू लागलं होतं.

इन्स्पेक्टर माने यांच्या आवाजानं जादू झाली होती. पारधी त्यांनी सांगितल्याप्रमाणे जाग्यावरच उभे राहिले होते. मानेसाहेबांना आता वेळ दवडून उपयोग होणार नव्हता. समोरचा पारधी समाज संधी मिळताच अंधाराचा फायदा घेऊन लगेच नाहीसासुद्धा झाला असता. पारध्यांना पकडण्यासाठी आजूबाजूला पोलीस अंधारात दबा धरून बसले होते. ते फक्त ठरल्याप्रमाणे हवेत होणाऱ्या गोळीबाराची वाट पाहत होते. मानेसाहेब नुसते बोलून थांबले नाहीत. त्यांनी लगेच हातातील आग ओकणारी पिस्तूल उंचावून हवेत गोळीबार केला. 'ठो ऽऽ ठो ऽऽ' असा कानठळ्या बसणारा आवाज गडद अंधाराला चिरीतच दूरवर ऐकू गेला.

तो कानठळ्या बसणारा गोळीबाराचा आवाज ऐकून सगळ्यांच्या उरात धडकी भरली. पेटलेल्या होमाजवळ उभा असलेला रेडा गोळीबाराच्या आवाजानं एकदम बिथरला आणि तो चौखूर उधळला. त्यामुळे त्या ठिकाणी मोठा गोंधळ उडाला. जीव वाचविण्यासाठी जो तो पळू लागला. इन्स्पेक्टर मानेसाहेब रेड्याच्या पायाखाली आल्यावर त्यांच्या हातात असणारं पिस्तूल बाजूला जाऊन पडलं. रेड्यानं पायाखाली तुडवल्यामुळे मानेसाहेब जिवाच्या आकांतानं ओरडू लागले, ते जबर जखमी झाले होते, त्यांच्या पायाच्या दोन्ही मांड्यांतून भळाभळा रक्त वाहत होतं त्यामुळे त्यांना वर उठता येईना.

आकाशात फिरणाऱ्या गिधाडानं अचानक खाली येऊन झडप घातल्यावर जशी कोंबडीच्या पिल्लांची दाणादाण उडते, तशी गत आता पारध्यांची आणि त्यांना पकडायला आलेल्या पोलिसांची झाली होती. त्या ठिकाणी रेडा उधळल्यामुळे मोठा हल्लकल्लोळ माजला होता. त्या संधीचा फायदा घेऊन पारधी लोक पळून जाऊ लागले. पळून जाणाऱ्या पारध्यांना पोलीस जिवाची बाजी लावून पाठलाग करीत होते.

आता दुर्गादेवीच्या जत्रेत रणकंदन माजलं होतं. पकडापकडी, हिसकाहिसकी आणि आरडाओरड सुरू असल्यामुळे त्या ठिकाणाला अक्षरश: युद्धभूमीचं स्वरूप प्राप्त झालं होतं. पोलीस निर्दयीपणे पारध्यांच्या बरोबर वागत होते. त्यांचं वर्तन पाहून त्या ठिकाणी कळीकाळानंदेखील शरमेनं खाली मान घातली असती. खाकी वर्दीला शोभणार नाही, असं दुर्वर्तन पोलीस महिलांशी करीत होते. पोलिसांच्या तावडीत सापडलेल्या महिला 'ठो ठो' करीत बोंबलत होत्या. पोलिसांच्या तावडीतून सुटका करून घेण्यासाठी त्या महिला प्रयत्नांची अगदी शिकस्त करीत होत्या. अंधाराचा फायदा घेऊन पोलीस महिलांच्यावर बळजोरी करण्याचा प्रयत्न करीत होते.

नाग्या त्या गोंधळात मंजुळाला मघापासून शोधत होता. मंजुळा त्याला कुठंही दिसत नसल्यामुळे तो अक्षरश: सैरभैर झाला होता. पोलीस तिला आडबाजूला नेऊन तिची इज्जत तर लुटत नाही ना? अशी शंकासुद्धा त्याच्या मनात येऊन गेली. 'ए मंजुळा ऽऽ ए मंजुळा ऽऽ' अशा हाका मारीत नाग्या वेड्यासारखा त्या ठिकाणी फिरत होता आणि पोलिसांच्यापासून स्वत:ला वाचविण्यासाठीसुद्धा प्रयत्न करीत होता. नाग्या असा वेड्यासारखा मंजुळाला हाका मारीत फिरत असताना एका पोलिसाच्या तावडीत तो आपसूक सापडला. नाग्यानं दात-ओठ चावून त्याच्या नाकावरच एक जोरदार मुठी आवळून ठोसा लगावला. त्याच्या हाताचा ठोसा एवढा जबरदस्त होता की, तो पोलीस वर्मी घाव लागून लगेच जमिनीवर आडवा झाला. आडव्या पडलेल्या पोलिसाच्या ढुंगणावर लाथ घालून नाग्या पुन्हा मंजुळाला त्या गर्दीत शोधू लागला. त्याच्या डोळ्यांत आता रक्त उतरलं होतं. जत्रेत आलेल्या पोलिसांचा त्याला प्रचंड राग आला होता. त्याच्या तळपायाची आग पार मस्तकाला जाऊन भिडली होती.

मंजुळाला सोबत घेतल्याशिवाय नाग्याला तिथून जाता येत नव्हतं. नाग्याला आता स्वत:ची काळजी नव्हती. आता त्याला त्याच्या बायकोची काळजी वाटत होती. समजा आपली बायको पोलिसांच्या तावडीत चुकून सापडली, तर ते तिचा भोग नक्की घेतील, हे त्याला चांगलं ठाऊक होतं. नाग्या खाकी वर्दीतील पोलिसांना त्याच्या लहानपणापासून ओळखत होता. पोलीस माणसं नसून माणसांच्या रूपातील राक्षस आहेत, असं त्याला वाटत होतं. पोलिसांचं कृष्णकृत्य ऐकून, पाहून त्याच्या मनात त्यांच्याबद्दल प्रचंड द्वेष निर्माण झाला होता. साप-मुंगसाप्रमाणे त्याच्या मनात वैरभावना निर्माण झाली होती. त्याला कारणंसुद्धा अनेक होती. पारधी समाजातील एखादी देखणी बाई दिसली, की पोलीस तिच्यावर चोरीचा आरोप ठेवून तिला पकडून नेत आणि तिचा भोग घेऊन तिला सोडून देत. पारध्यांच्या पालावर अचानक छापा टाकून पोलीस त्यांना रक्त ओकेपर्यंत मारहाण करीत असत. म्हातारी-कोतारी माणसंसुद्धा पोलिसांच्या तावडीतून कधी सुटत नसत. एखादी गरोदर महिला असेल, तर काठीनं तिच्या पोटावर तडाखे मारून तिच्या पोटातील गर्भ ते पाडून टाकीत. पोलीस पारधी समाजासोबत अमानुष वागत असल्यामुळे नाग्याला त्यांचा खूप राग आला होता.

मंजुळा एका रासवट पोलिसाच्या कचाट्यात पळून जाताना सापडली होती. त्या पोलिसानं तिच्या कंबरेला दोन्ही हातांनी मिठी मारली होती. मंजुळेचा भोग घेण्यासाठी तो तिला जमिनीवर पाडण्याचा प्रयत्न करीत होता. पोलिसाचा कावा मंजुळाच्या ध्यानात आल्यामुळे ती त्याच्या तावडीतून स्वत:ची सुटका करून

घेण्यासाठी निकराचा प्रयत्न करीत होती. त्यात तिला अजून यश आलं नव्हतं. तिचं शरीर घामानं निथळत होतं, अंगावरची चोळी घामानं भिजून ओलीचिंब झाली होती. तिच्या सुटलेल्या केसातूनसुद्धा पाणी गळत होतं. अंगाला एखाद्या पालीगत चिकटलेल्या पोलिसाचा मंजुळाला खूप राग आला होता. तिला संधी मिळाली असती तर ती त्याच्या नरडीचा घोट घेणार होती, तिच्या अंगाचा नुसता तिळपापड झाला होता. त्या दोघांच्या पायाखालची माती गुलाल उधळल्यागत उधळत होती. मंजुळानं तिच्या मनात निश्चय केला होता, की जोपर्यंत आपल्या कुडीत प्राण आहे तोपर्यंत या हलकट पोलिसाच्या मनातील हेतू आपण पूर्ण होऊ द्यायचा नाही. त्यासाठी जरी आपला या ठिकाणी प्राण गेला तरी बेहत्तर. कलंकित होऊन समाजात जगण्यापेक्षा मरण आलेलं कितीतरी चांगलं.

मंजुळा आता पोलिसाबरोबर झट्या-झोंबी देत घायकुतीला आली होती. पहिल्याइतका तिच्या अंगात आता त्राण उरला नव्हता. अंगातील ताकद कमी झाल्याचं तिच्या लक्षात येताच तिला पुढील धोक्याची कल्पना आली. मंजुळाला तो पोलीस खाली पाडण्याच्या आधी तिनं त्याच्या उजव्या हाताला चवताळलेल्या नागिणीगत कडकडून चावा घेतला. तिनं त्या पोलिसाच्या हाताला इतक्या जोरानं चावा घेतला होता, की त्याच्या हातातून भळाभळा रक्त यायला सुरुवात झाली. 'अगं आई, मेलो' म्हणतच तो पोलीस तिच्यापासून झटकन दूर झाला. त्यानं पुन्हा तिच्यावर हल्ला करण्याच्या आधीच मंजुळा एखाद्या तीरासारखं धावत जाऊन दात-ओठ चावत त्या पोलिसाच्या गुप्तांगावर लाथ घातली. तो घाव इतका वर्मी होता, की तो रासवट पोलीस जमिनीवर एखाद्या वटवृक्षासारखा धाडकन कोसळला.

मंजुळा तो पोलीस मेला आहे की जिवंत आहे, हे न पाहाताच ती त्याच्या अंगावर रागानं पचकन थुंकून म्हणाली, "हलकटा, तू माझी अब्रू घेणार व्हतास व्हय? आरं तू किडं पडून मरशील. दुर्गादेवी तुझं वाटुळ वाटुळ करील. तुझं कंधी चांगलं व्हनार न्हाय."

मंजुळानं सुटलेल्या केसांचा हातानं पुन्हा बुचडा बांधला. एवढ्यात तिला तिच्या नवऱ्याचा आवाज ऐकू आला. नाग्या 'ए मंजुळा ऽऽ ए मंजुळा ऽऽ' अशा हाका मारीत त्या ठिकाणी फिरत होता. मंजुळाच्या कानावर नाग्याचा आवाज पडताच ती त्या आवाजाच्या दिशेनं एखाद्या झंझावाताप्रमाणे धावत गेली. 'नाग्या ऽऽ नाग्या' करीत तिनं तिच्या नवऱ्याला आवेशानं मिठी मारली. नाग्या तिच्या तोंडावर मायेनं हात फिरवीत तो तिला म्हणाला.

"मंजुळा, मगापासनं मी तुला किती हुडकत व्हतु. मला वाटलं, की तुला

पुलिसांनी धरून न्हेलं म्हून.''

नवऱ्याच्या बोलण्यात तिच्याबद्दलची काळजी होती, कळकळ होती. त्याचं बोलणं कानानं ऐकून मंजुळाच्या एव्हाना ते लगेच ध्यानात आलं होतं. ताजा श्वास छातीत भरून घेऊन ती किनऱ्या आवाजात त्याला म्हणाली,

''आरं, मला येका पुलिसानं धरलं व्हतं. त्यो मला सोडीतच नव्हता. त्याच्या तावडीतनं माझी सुटका झाल्याबरूबर तुझ्या हाका माझ्या कानावर पडल्या. म्हून मी तुला भेटायला धावतच आले. न्हायतर मला त्या पुलिसानं पकडून न्हेलं सुदीक अस्तं.''

''आता बोलत बसायचं न्हाय. आपल्याला लगीच हिथनं निसटायला होवं, पुलीस लई पिसाळल्यात, येकांद्या बारीला त्ये आपल्याला हिथं मारून सुदीक टाकतील, त्यास्नी कोन इचारनार हाय?'' नाग्या.

''चल तर मगं.''

''तू माझा हात धर. म्हंजी तुला माझ्यासंगं जोरानं पळता यील.''

''व्हय.'' नवऱ्याचा हात हातात घेऊन मंजुळा म्हणाली.

''चल पळ आता.''

आकाशात धिम्या गतीनं फिरणाऱ्या चंद्र प्रकाशाच्या उजेडात दोघं नवरा-बायको पोलिसांच्या भीतीनं ओढ्याच्या काठाकाठानं मागे वळून न पाहतच धावत होते. मनात पोलिसांची भीती असल्यामुळे ते दोघं धावताना ठेचकाळून खाली पडत होते. पुन्हा ते लगेच वर उठून धावायला सुरुवात करीत. काटेरी झुडपांतून धावताना त्यांच्या अंगाला ओरखडे उठून त्यातून रक्त निघायचं. अंगातून निघालेलं रक्त पुसायलादेखील त्यांच्याकडे वेळ नव्हता. जिवाच्या आकांतानं ते दोघं नवरा-बायको त्यांच्या मागे एखादा जंगली हिंस्त्र वाघ लागल्याप्रमाणे झाडी-झुडपांतून, मोकळ्या रानातून धावत सुटले होते.

त्यांच्यावर आज बाका प्रसंग गुदरला होता. त्या प्रसंगातून स्वत:ची सुटका करून घेण्यासाठी त्यांना दूर पळून जायचं होतं. जेणेकरून पोलीस त्यांना त्यांचा पाठलाग करीत पकडू शकणार नव्हते. चंद्राचा प्रकाश पिठागत जमिनीवर सांडल्यामुळे त्यांच्या पायांना पळताना वेग आला होता. गडद अंधारात त्यांना मुळीच वेगानं पळता आलं नसतं. त्यामुळे त्या नवरा-बायकोला आभाळातील चंद्राचा खूप आधार वाटत होता. तो चंद्रसुद्धा त्यांच्या सोबत पळत होता.

रात्रभर धावून धावून ते दोघं खूप थकले होते. त्यांच्या अंगात आता त्राण उरला नसल्यामुळे पुढे पाऊल टाकताना त्यांना त्रास होऊ लागला. एका शेतातून

धावत जात असताना दोघंही एकमेकांच्या पायात पाय अडकून धापकन जमिनीवर कोसळले. अति थकव्यामुळे त्या दोघांना वर उठतादेखील येईना. मंजुळा नवऱ्याला दोन्ही हाताची मिठी मारून ती डोळे मिटून जमिनीवर पडून राहिली. नाग्याचे डोळेसुद्धा नंतर आपोआप मिटले. चंद्राच्या शीतल प्रकाशात आणि थंडगार वाऱ्याच्या झुळकीनं त्या दोघांना गाढ झोप लागली. ती दोघं गाढ झोपेत असताना भय, चिंता यातून त्यांची मुक्ती झाली होती.

उजाडलं होतं. गवतात लपलेल्या पायवाटा आता जाग्या झाल्या होत्या. झाडापेडांना कंठ फुटला होता, वाऱ्यानं उंच झाडांचे शेंडे हलत होते. हिरव्यागार पानांची 'सळसळ' असा आवाज ऐकू येत होता. सोनसळी सूर्याच्या किरणांनी धरणी एखाद्या नवतरुणीगत दिसत होती. सगळीकडे प्रसन्न आणि आल्हाददायक वातावरण पसरलं होतं.

झाडावरील पाखरांच्या किलबिलाटानं नाग्याला जाग आली होती. डोळे टक्क उघडून नाग्या इकडेतिकडे पाहू लागला. मंजुळा त्याच्या कुशीत गाढ झोपली होती. एखाद्या लहान मुलाप्रमाणे तिनं तिचे दोन्ही पाय तिच्या पोटाजवळ घेतले होते. तिच्या चेहऱ्यावरील भाव एखाद्या निरागस, निष्पाप बालकाप्रमाणे होते. नाग्यानं एकदाच त्याच्या बायकोच्या तोंडाकडे पाहिलं. नंतर तो जमिनीवर हात टेकून उठून बसला.

उंच झाडांच्या शेंड्याकडे पाहत नाग्या त्याच्या मनात विचार करीत होता. आता पोलिसांचा धोका टळला होता. पोलीस त्यांना आता पकडू शकत नव्हते. पोलिसांच्या तावडीतून सुटका झाली म्हणून नाग्यानं दुर्गादेवीचे मनातल्या मनात आभार मानले. नंतर तो बराच वेळ नि:शब्द बसून राहिला. त्याच्या आजूबाजूला बागायती जमिनी होत्या. एक पेरूची बाग होती, शेताच्या बांधावर सागाची उंच झाडं होती, ती उंच वाढलेली झाडं आणि फळा-फुलांच्या बागा पाहून डोळे सुखावत होते. भरीस भर म्हणून की काय धरणी सकाळच्या कोवळ्या उन्हात सचैल न्हात असल्यामुळे तिच्या लावण्यात आणखीन भर पडत होती.

सूर्याची कोवळी, लुसलुशीत किरणं तोंडावर पडताच मंजुळा लगेच दचकून जागी झाली. जमिनीवर दोन्ही हाताचा भार देऊन ती उठून बसली. डोळे चोळत मंजुळा कावरीबावरी होऊन लगेच इकडेतिकडे बघू लागली. तिच्या डोळ्यांतील भीती अजून गेली नव्हती. तिच्या हालचाली नाग्या उघड्या डोळ्यांनी निरखत होता. त्याला जवळ असलेला पाहून मंजुळाचा जीव भांड्यात पडला. मंजुळा अजून घाबरलेली आहे, हे नाग्याच्या आता ध्यानात आलं होतं. तो तिला धीर देत घोगऱ्या आवाजात म्हणाला.

"मंजुळा, आता आपल्याला घाबरायचं काय बी कारन न्हाय बग. आपून लई दूर आलुय."

"नाग्या, आता आपून कुठं रं आलुय." सुटलेल्या केसांचा बुचडा हातानं बांधत मंजुळानं तिच्या नवऱ्याला विचारलं.

"मला सुदीक त्ये ठाव न्हाय बग."

"नशिबानं आपून राती वाचलाव. पुलिसांच्या तावडीत आपून सापडलं अस्तु, तर आपल्या लेक्रांची नि आपली ताटातूट झाली अस्ती."

"मंजुळा, राती जो पुलिसांनी जत्रंत येवून तमाशा केला, तो काय चांगला झाला न्हाय. पुलिसांना म्हाईती मिळाल्याबिगर त्ये जत्रंत आली नस्ती. जत्रंत टोणगा मारून झाला नव्हता. त्यामुळे दुर्गादेवीचा कोप व्हनार बग. मला त्याचीच काळजी लागलीय. दुर्गादेवीचा कोप लई वंगाळ अस्तु, हे समद्यांना ठाव हाय."

"लईच वंगाळ झालं म्हणायचं." मंजुळा मनात निराश होऊन म्हणाली.

"आकीर शेवटी तुझ्या मनातली शंका राती खरी ठरली म्हणायची."

"मला त्या पुलिसांचा संशोय आला हुता म्हून मी तुला सावध करीत होत्ये." मंजुळा.

"तुझं म्हण्णं आक्शी बराबर हाय. पर म्होरं असं व्हईल, असं मला आजाबाद वाटत नव्हतं बग. राती लईजणांना पुलिसांनी गेटावर पकडून न्हेलं असंल."

"रेड्यानं त्या फौजदाराला तुडवलेलं मी माझ्या डोळ्यांनी बगीतलं व्हतं. तो फौजदार जगंल असं मला वाटत न्हाय."

"मंजुळा, दुर्गादेवीनं त्या फौजदाराला त्याच्या करणीचं फळ लगीच भोगायला लावलं. देवा-धर्मात आडकाठी करणं कंधी बी चांगलं न्हाय." नाग्या.

"आपन तवा लगीच पळून गेलु असतू, तर जातपंचायतीनं आपल्या शिक्शा केली असती?"

"येडी का खुळी तू. जातपंचायतीनं आपल्याला आजाबाद सोडलं नस्तं. बैठक घेऊन त्यांनी आपल्याला हजार-दोन हजार रुपयांचा दंड केला अस्ता. तो आपल्याला झालेला दंड आपूण कुठनं आणून भरला अस्ता? अदुगरच आपल्याला खायाला मिळताना मारामार. बायको-मुलांना गान ठिवून मला तो दंड जातपंचायतीच्या बैठकीत नेवून भरावा लागला अस्ता."

नाग्या मनात उदास होऊन बोलत होता. "आरं, आपुन त्या आपल्या जातपंचायतीला मातीत गाडून टाकायला पाह्यजे. हिकडं पुलिसांचा योक तरास नि

तिकडं त्यांचा योक तरास. कसं मान्सानं जगावं? तुला मी सांगत्ये माझ्या थोरल्या भनीवर ती गावच्या पाटलाकडं मजुरीला जात्ये म्हून तिच्या न्हवऱ्यानं तिच्यावं नुस्ता संशोय घेतला हुता. बैठक घेऊन जातपंचायतीनं तिला रुपये तीन हजाराचा दंड केला. जोपावोत ती बैठकीत झालेला दंड आणून भरीत न्हाय तोपावोत त्यांनी तिला जातीबाहीर काढलं. तिच्या न्हवऱ्यानं सुदीक माझ्या भनीला घराबाहीर काडलं व्हतं. समदीकडनं गोची झाल्यावर माझ्या भनीनं वैतागून हिरीत उडी टाकून जीव दिला. तवापास्नं माझ्या त्या जातपंचायतीवर लई राग हाय.''

"मंजुळा, तुला याक गोस्ट सांगू.''

"सांग.''

"पारधी समाजात जल्माला आल्यावर पुलीस आन् जातपंचायत यातनं कधी बी सुटका व्हत न्हाय. मेल्यावर सुदीक जातपंचायत आन पुलीस त्याला छळतात.''

"तुझं म्हण्णं खरं हाय.'' मंजुळा.

नवरा-बायकोच्या पोटात कालच्यापासून अन्नाचा कणसुद्धा गेला नव्हता. उपाशीपोटी दोघं एकमेकांशी बोलत बसले होते. सूर्य आता कासराभर वर आला होता, त्याची कोवळी किरणं आता तापायला सुरुवात झाली होती, झाडावरील पक्षी दाणा-पाण्यासाठी उडून गेली होती. त्यामुळे झाडं मुकी झाली होती. स्वच्छ, ताजी हवा दाही दिशेला खेळात असल्यामुळे जिवाला थोडं बरं वाटत होतं.

नाग्या दोन्ही गुडग्यावर मान टेकवून मघापासून त्याच्या मनात कसला तरी विचार करीत होता. त्याच्या राकट चेहरासुद्धा आता गंभीर दिसत होता नि त्या वरील भाव क्षणाक्षणाला बदलत होते. नवऱ्याचं ते ध्यान पाहून मंजुळा मनात थोडी चरकलीसुद्धा. नाग्या एकाएकी एवढा कसा गंभीर झाला, असा तिला तिच्या मनात प्रश्न पडला होता. ती भांबावून त्याच्याकडे अनिमिष डोळ्यांनी पाहत होती. नाग्या बोलायला तोंड उघडत नाही, हे लक्षात येताच मंजुळानं त्याला आवंढा गिळून विचारलं,

"नाग्या, कसला रं इचार करत्यूस?''

"काय न्हाय.'' बायकोकडे न पाहताच नाग्या म्हणाला.

"मान्सानं प्वॉटात काय बी ठिवू न्हे बग. काय असंल त्ये पटकन बोलून मोकळं व्हायचं. बोल्ल्याबिगार कुणाला काय बी कळत न्हाय.''

मंजुळा मनकवडी आहे. आपण आपल्या मनात विचार करत्योय, हे तिच्या ध्यानात आलंय, असं नाग्याला आता वाटत होतं. परंतु तिला विचारण्याचं त्याला धाडस होत नव्हतं. काल रात्रीपासून त्याच्या मनात ती शंका येत होती. त्यामुळे जहरी

विंचवानं नांगी मारल्याप्रमाणे त्याच्या जिवाला असह्य वेदना होत होत्या.

बायकोचा हट्ट पाहून नाग्या दीर्घ नि:श्वास सोडून गंभीर आवाजात तिला म्हणाला.

"मंजुळा, तुला मी आता याक गोस्ट ईचारत्युय, ते तू मला आक्शी खरं-खरं सांग."

"नाग्या, तू माझा लगनाचा न्हवरा हाईस. आय दुर्गादेवीची शप्पत घेवून सांगत्ये की, मी तुझ्यापास्नं काय बी लपवून ठिवनार न्हाय. तू जे मला इचारनार हाईस, ते मी खरं सांगीन. माझ्यावर तू ईसवास ठिव म्हंजी झालं."

बायकोच्या उतरलेल्या चेहऱ्याकडे पाहत नाग्यानं तिला विचारलं.

"मंजुळा, काल रात्री तुला येका पोलिसानं धरलं व्हत ना?"

"व्हय." मंजुळेनं खरं तेच त्याला सांगितलं.

"मंग तुला त्यानं काय बी केलं न्हाय? पुलिसांची जात लई हरामी अस्ते. तावडीत सापडलेल्या बाईला ते असंच सोडीत न्हाईत."

नाग्याचं बोलणं ऐकून मंजुळेला एकदम धक्का बसला. तो आपल्याला असं काय विचारेल असं तिला स्वप्नातसुद्धा वाटलं नव्हतं. पुरुष जात संशयीवृत्तीची असते, याबद्दल तिची आता पूर्ण खात्री पटली होती. त्यानं आपल्याला विचारलं ते बरं केलं. याचं कारण संशयाचं भूत एकदा का मानगुटीवर बसलं की, संसाराची राखरांगोळी झालीच म्हणून समजायचं, हे तिला माहीत होतं.

छातीत ताजी हवा भरून घेतल्यावर मंजुळा त्याला म्हणाली,

"नाग्या, पुलिसानं मला राती धरली व्हती, ही गोस्ट जरी खरी असली तरी म्या माझ्या इज्जतीला चुकून बट्टा लावून घेतला न्हाय. समजा त्यानं माझी त्या ठिकाणी अब्रू घेतली असती, तर हिथपावोत म्या तुझ्यासंगट धावत आलीच नस्ते. दुर्गादेवीच्या समुर पेटलेल्या होमकुंडात उडी घेवून मी जीव दिला असता आणि तू आनकी याक गोस्ट लक्षात ठीव. येकांद्या बारीला मी जीव दीन, पर माझी आब्रू कंधी बी देनार न्हाय. मी पारध्याच्या खऱ्या औलादाची हाय. खोट्या बिजाची म्या उपाजली न्हाय. कळलं?"

मंजुळा जे बोलली त्यातलं अक्षरन्‌अक्षर खरं होतं. तिच्या डोळ्यांतील आग नि चेहऱ्यावर उमटलेलं भाव पाहून नाग्याला त्याची खात्री पटली. आता त्याला बायकोला आणखी काहीही विचारण्याची मुळीच गरज वाटत नव्हती. त्याच्या मनातील संशयाची जळमटं निघून गेली होती, संशयाचं भूत त्याच्या मानगुटीवरून उतरलं होतं. बायकोवर संशय घेतला म्हणून नाग्या त्याच्या मनात ओशाळून गेला

होता. तो आता मंजुळेकडे दोन्ही डोळ्यांनी मायेनं पाहत होता, दोन्ही डोळ्यांतून तो तिच्यावर त्याच्या काळजातील प्रीती उधळीत होता. त्याचा ओशाळवाणा चेहरा पाहून मंजुळेला तिच्या मनात कसनुसं वाटू लागलं.

सुकलेल्या ओठावर ओलसर जीभ फिरवीत नाग्या तिला अडखळत म्हणाला,

"मंजुळा, मी तुला इचारलं म्हून तुला माझा राग आला असंल ना?"

"नाग्या, मला कशाला तुझा राग यील? तू मला इचारलं म्हून उलट बरंच झालं बग. मनातल्या संशोयानं तुला बी सुक लाभलं नस्तं नि मला सुदीक सुक लाभलं नस्तं. संसाराचा गाडा न्हवरा-बायकुच्या येकमेकांवर असलेल्या ईसवासावर चालत अस्तू. तू मनाला वंगाळ वाटून घेवू नकुस."

"म्हंजी आता तुझ्या मनात माझ्याबद्दल राग न्हाय म्हनायचं." नाग्या गालात हसत म्हणाला.

"आजाबाद न्हाय."

"माझी गुणाची बायकू." नाग्यानं तिला त्याच्या मिठीत घेतलं.

नवऱ्याच्या गरम मिठीत मंजुळाचा जीव गुदमरू लागला. त्याच्या काळ्याभोर मिश्या तिच्या गालाला सुईगत टोचू लागल्या नि त्याच्या श्वासात तिचा श्वास मिसळून गेला. कुणीतरी पाहतील म्हणून मंजुळा झटकन त्याच्यापासून थोडी दूर झाली. नवऱ्यानं मिठीत घेतल्यामुळे मंजुळा मनात लाजाळूच्या पानागत लाजून चूर झाली होती. क्षणभर तिला काहीही बोलता येईना. तिला दोन मुलं झाली असली तरी त्याच्या गरम मिठीतील सुख तिला अगदी परिस स्पर्शासारखं वाटत होतं.

अंगावरील पदरानं पारोसं तोंड पुसत मंजुळा तिच्या नवऱ्याला म्हणाली,

"नाग्या, कालच्या पास्नं प्वॉटात काय सुदीक न्हाय. लई जोरकस भूक लागलीया बग. कायतरी खायला मिळालं अस्तं तर लई झॅक झालं अस्तं. भुकेनं जीव आक्शी याडवाडून गेलाय."

बायको तोंड वेंगाडून बोलल्यामुळे नाग्याला तिची आणखी दया आली. त्याच्यासुद्धा पोटात कालपासून काही गेलं नव्हतं. दोघंही उपाशी होते. खाण्याची काहीतरी सोय झाली असती, तर फार बरं झालं असतं, असं त्यालासुद्धा मनात वाटत होतं. घसा खाकरून नाग्या बायकोला म्हणाला,

"मंजुळा, आता म्होरं सुदीक आपल्याला पायी पायी चालत घरी जावं लागनार हाय. तवा प्वॉटात आपल्याला कायतरी टाकावं लागनार हाय. हिरी आपला पाय उचलनार न्हाय. बगू कुठं आपल्याला कायतरी खायला मिळतं का त्ये."

"घरात आपली लेकरं वाट बगीत असतील. त्यास्नी कंधी येकदा मी भेटत्ये,

असं मला आता वाटाया लागलंय, त्यांच्यासाठी माझा जीव तुटायला लागलाय. आतड्याची माया आतड्यालाच कळत्ये.''

''मंजुळा, मला सुदीक आपली पोरं कंधी भेटतात, असं वाटाया लागलंय. माझ्या आईशीला नीट दिसत न्हाय. सांजपावोत आपुन नक्की चालत आपल्या घरला पोचू.''

''माझ्या प्वॉटात अन्न अस्तं तर मी धावतच माझ्या लेक्रांना भेटायला गेली अस्ते.''

''मंजुळा, येवडी उतावीळ व्हवू नकुस. वाईच सबुरीनं घे. आपुन आपल्या लेक्रांना भेटायला जाणारच हाव. त्यासाठी आधी प्वॉटात कायतरी टाकायला होवं.''

नाग्या बसलेल्या जागेवरून ढुंगणाला लागलेली माती हातानं झटकत उठून उभा राहिला. त्यानं मोठ्या आशेनं त्याची नजर सभोवर फेकली. त्यांच्यापासून अगदी थोड्याच अंतरावर एक पेरूची बाग होती. थोडा वेळ तो त्या पेरूच्या बागेकडे आशाळभूत नजरेनं बघू लागला. नंतर तो त्याच्या बायकोला म्हणाला,

''मंजुळा, समुर याक पेरूची बाग हाय. तितं कायतरी नक्की खायला घावंल.''

''ब्बेस. चल तर मंग.'' मंजुळा मनात हरखून गेली होती.

दोघं नवरा-बायको चालत चालत त्या पेरूच्या बागेजवळ आले. त्या पेरूच्या बागेला सभोवार लोखंडी टोकदार तारेचं कुंपण पाहून ते दोघं मनात थोडे निराश झाले. आतमध्ये पेरूची हिरवीगार उंच झाडं होती. विहिरीच्या ताज्या पाण्यावर ती झाडं अगदी तरारून वाढली होती नि कच्च्या नि पिकलेल्या पेरूंच्या ओझ्यामुळे ती झाडं खाली वाकली होती. त्या झाडावरील पिकलेले काही पेरू पक्ष्यांनी अर्धवट चोची मारून खाल्ले होते. समोर पिकलेले पेरू पाहून त्यांच्या पोटातील भूक आणखी चाळवली. परंतु सभोवार बागेला तारेचं कुंपण असल्यानं त्यांना पेरू खाण्यासाठी आत शिरता येत नव्हतं.

मंजुळा तिच्या नवऱ्याला मनात खट्टू होऊन म्हणाली,

''चल जाऊ या. पेरू खायाचं आपल्या आज नशिबात न्हाय.''

''मंजुळा, कायतरी युगत करायला पाहिजे.''

''काय करनार हैस?''

''ही लोकंडी तार वाकवून मला आत शिरता यील.''

''नकु. आत कुणीतरी मान्सं असतील. त्यांच्या तावडीत सापडलू की, त्ये आपल्याला जीव जाईपावोत मारतील.''

''आपल्या जिवाला आपून घाबरलू तर आपलं प्वॉट भरायचं न्हाय. तू घाबरू नकुस. प्वॉटात आधार झाल्यावर आपल्या अंगात चालायला ताकत यील.''

''नाग्या, मला लई भ्या वाटतंय.''

''मी असा गेलु नि लगीच असा आलु. तू हिथंच थांब. कुणी आलं तर मला लगीच सांग. मंग आपून हिथनं लगीच सटकू. त्यांच्या तावडीत सापडायचं न्हाय कळलं?''

''व्हय. सांभाळून जा. लगीच ये.'' मंजुळाच्या डोळ्यांत काळजी होती.

''आलुच.'' नाग्या तार वाकवून लगेच आत शिरला.

नाग्या पेरूच्या बागेत शिरून लगेच तो माकडागत पेरूच्या झाडावर चढला. आणि तो पिकलेली पेरू खाण्यासाठी शोधू लागला. मंजुळा तारेच्या कुंपणाच्या बाहेर उभी होती. काळजीनं तिचा जीव खालीवर होत होता. तिच्या डोळ्यांत भीती होती. नाग्या पेरूच्या झाडावर चढल्यावर मंजुळाचं काळीज भीतीनं वाऱ्यानं गवताची पाती हलावी तसं हलत होतं. त्यांच्या दुर्दैवानं बागेत असणाऱ्या कुत्र्याला त्या दोघांची चाहूल लागल्यावर ते कुत्रं जोरजोरानं वर तोंड करून भुंकू लागलं. कुत्र्याचा आवाज ऐकून दोन दांडगे गडी हातांत काठ्या घेऊन त्यांच्या दिशेनं दात-ओठ चावत धावत येऊ लागले. त्या दोघांना यमदूताप्रमाणे धावत येताना पाहून मंजुळाचं काळीज तव्यावरील भाकरीगत 'चर्रर' झालं आणि ती विंचू डसल्यागत मोठ्या आवाजात किंचाळली, 'नाग्या, बिगीनं बाहीर पड. मान्सं हातात काठ्या घेऊन हिकडं धावत यायला लागलीत.'

बायकोचा आवाज ऐकून नाग्यासुद्धा खूप घाबरला. हातातील पेरू टाकून देऊन त्यानं झटकन पेरूच्या झाडावरून खाली उडी मारली आणि तो हातानं लोखंडी टोकदार तार वाकवून बाहेर पडला. मागे वळून न पाहाताच दोघं नवरा-बायको जीव वाचविण्यासाठी वाऱ्याच्या वेगानं धावू लागले. धावताना ठेचकाळून ते पडत होते. पुन्हा वर उठून ते लगेच धावत होते. एखाद्या जंगली नरभक्षक वाघाप्रमाणे ते गडी त्या दोघा नवरा-बायकोचा दात-ओठ चावत पाठलाग करीत होते. ते दोघं सापडत नाहीत म्हणून त्या गड्यांना त्यांचा आणखी राग येत होता.

उपाशीपोटी नाग्या आणि मंजुळा पुढे आणखी धावू शकले नाहीत. ते दोघं भेंडाळून खाली पडल्यावर त्या गुंडांनी त्यांना येऊन गाठलं.

नाग्या दोन्ही हात जोडून त्यांना गयावया करीत म्हणाला,

''मी तुमच्या पाया पडतू. आमाला मारू नुका.''

''कोण हाव रं तुमी.'' एकानं हातातील काठी हवेत नाचवीत रागानं विचारलं.

"आमी पारधी हाव जी." नाग्या जोरानं श्वास घेत अडखळत म्हणाला.

"मायला तुमच्या दिसा-उजेडी आमच्या बागेत येऊन चोरी करताय?"

"न्हाय जी. कालपास्नं आमच्या प्वॉटात काय बी गेलं न्हाय म्हून पेरू खाण्याची आमाला वासना झाली बगा. चुकी झाली आमची."

"तुमाला भूक लागली व्हती व्हय? मंग माती खायाची न्हाय. चोरी करायला तुमाला शरम वाटत न्हाय? आता तुला आमी जिता सोडनार न्हाय. तुला आता जल्माची अद्दल घडवतू."

असं म्हणून त्या धटिंगणानं दात-ओठ चावत हातातील काठी हवेत नाचवून पहिला तडाखा नाग्याच्या डोक्यात घातला. तो घाव वर्मी लागल्यानं त्याचं डोकं फुटलं आणि त्यातनं रक्ताची पिचकारी लागली. 'मेलू ऽऽ मेलू ऽऽ' करीत नाग्या जमिनीवर आडवा झाला. तो आडवा झाल्यावर त्याच्या अंगावर काठ्यांचा नुसता पाऊस पडू लागला. धुणं बडवावं तसं ते लोक हातातील काठीनं नाग्याला बडवीत होते.

नवऱ्याला होत असलेली मारहाण पाहून मंजुळा आक्रोश करीतच त्याच्या अंगावर कोसळली. एक-दोन काठीचे तडाखे तिच्यासुद्धा अंगावर पडले. तिनं तो मार सहन केला. परंतु ती नवऱ्याच्या अंगावरून जरासुद्धा बाजूला झाली नाही. घरातील भिंतीला पाल चिकटावी तसं मंजुळा नवऱ्याच्या अंगाला त्याला आणखी मार बसू नये म्हणून घट्ट चिकटली होती. नाग्याची शुद्ध हरपली होती. त्याच्या डोक्यातून गरम रक्ताची धार लागली होती.

डोळ्यांतून आसवं गाळीत मंजुळा त्यांना गयावया करीत म्हणाली,

"माझ्या नवऱ्याला मारू नुका. त्यो मरून जाईल. आमी गरीब हाव. आमाला सोडा."

तिचं बोलणं ऐकून एकानं जमिनीवर पचकन थुंकून तिचा केसांचा बुचडा घट्ट हातात पकडला आणि तो तिला घोगऱ्या आवाजात मोठ्यानं म्हणाला,

"छिनाल, रांड, तुला पेरू खायाला पाहिजे? आँ. चल वाड्यात. तुला आक्शी प्वॉट भर पेरू खायाला घालतू."

त्यांचा कावा ध्यानात येताच मंजुळा मनात खूप घाबरली. भीतीनं तिचं संपूर्ण अंग थरथर कापू लागलं. ती हतबल, असाहाय्य होती. प्रतिकार करण्यासाठी आता तिच्या अंगात ताकद उरली नव्हती. ती गळितगात्र झाली होती.

त्या राकट,.इसमानं मंजुळाला उचलून खांद्यावर घेतलं. ती त्याला अंगात उरलेल्या शक्तिनिशी प्रतिकार करू लागली. दुर्दैवानं त्या दोघांच्या पुढे मंजुळाची

ताकद तोकडी पडली. मंजुळा जिवाच्या आकांतानं 'वाचवा ऽऽ वाचवा ऽऽ' म्हणत ओरडू लागली. दुर्दैवानं तिनं मारलेल्या आर्त हाका कुणालाही ऐकू गेल्या नाहीत. त्यामुळे कुणीही तिला मदत करण्यासाठी धावत आले नाहीत.

रो ऽऽ रो ऽऽ करीत वारा सुटला होता. वाऱ्यानं जमिनीवरची धूळ उडत होती. उडालेली धूळ जमिनीवर बेशुद्ध होऊन पडलेल्या नाग्याच्या अंगावर जाऊन पडत होती. मंजुळाला घेऊन ते दोघं पेरूच्या बागेत नाहीसे झाले होते.

■

३

उन्हातील चांदणं

देशमुखबाईंना सेवानिवृत्त होण्यासाठी आता फक्त दोन-तीन वर्षं शिल्लक आहेत, असं जर सांगितलं तर त्यांच्याकडे पाहून ते कुणाला खरं वाटत नसे. उतारवयातदेखील बाईंनी त्यांची तब्येत चांगली सांभाळली होती. गोरा वर्ण, भव्य कपाळ, मध्यम बांधा. उंची साडेपाच फूट. पावडर लावल्यामुळे त्यांच्या चेहऱ्यावर पडलेल्या सुरकुत्या चटकन दिसायच्या नाहीत. बायकांना नटण्या-मुरडण्याची हौस असते. ती हौस देशमुखबाईंनी अजून जपली होती. तालुक्याच्या तहसील कार्यालयात देशमुखबाई पुरवठा अधिकारी म्हणून काम करीत होत्या. त्यामुळे त्यांच्या वागण्यात-बोलण्यात एक वेगळा रुबाब होता, डोळ्यांत दरारा होता.

तहसील कार्यालयात देशमुखबाई पुरवठा शाखेत त्यांच्या खुर्चीत बसून फायली चाळत होत्या. त्यांच्या अंगावर भारी किमतीची पैठणी साडी आणि चोळी होती. काळ्याभोर, लांब केसांचा गच्च अंबाडा घालून त्यात त्यांनी गुलाबाचं फूल खोवलं होतं. त्या फुलाचा आणि अंगावरील साडीला लावलेल्या सुगंधी अत्तराचा वास अख्ख्या पुरवठा शाखेत दरवळत होता.

देशमुखबाईंच्या अगदी समोर चाळके कारकुनाचं टेबल होतं. गेल्या वर्षी त्याची या खात्यात नवीन नेमणूक झाली होती. पक्षकाराकडून पैसे कसे खायचे असतात, हे त्याला कुणाकडून शिकावं लागलं नाही. रेशनकार्डमधून नाव कमी करण्यासाठी किंवा नाव समाविष्ट करण्यासाठी तालुक्याच्या खेड्यापाड्यांतून लोक त्याच्याकडे येत असत. त्या लोकांकडून चिरीमिरी घेतल्याशिवाय

चाळके, त्यांच्या कामाला हातसुद्धा लावायचा नाही. देशमुखबाईंच्या कानावर ते आलं होतं. सुरुवातीला तो नवीन आहे म्हणून बाईंनी त्याकडे मुद्दाम दुर्लक्ष केलं. त्यामुळे चाळकेची भीड आणखी चेपली. तो त्याच्याकडे आलेल्या पक्षकारांकडे नंतर कामाचे राजरोस पैसे मागू लागला.

तहसील कार्यालयातील पुरवठा खातं आणखी बदनाम होऊ नये म्हणून एकदा देशमुखबाई चाळकेची खरडपट्टी काढीत मोठ्या आवाजात त्याला म्हणाल्या,

"चाळके, तू हे जे करत्योस, ते बरोबर नाहीय. अरे, तुझ्या मेमोची शाईदेखील अजून वाळली नाहीये."

"काय झालं बाई? माझं काय चुकलंय का?" चाळके अगदी साळसूदपणे म्हणाला.

"तुझ्याबद्दल लोकांनी माझ्याकडे तक्रारी केल्या आहेत. मी जर ते रावसाहेबांच्या कानावर घातलं, तर तुला ते नक्की महागात पडेल, एवढं तू लक्षात ठेव." देशमुखबाई गंभीर आवाजात म्हणाल्या.

"लोकांनी माझ्याबद्दल तुमच्याकडे कसल्या तक्रारी केल्या आहेत." चाळकेच्या कपाळावर घाम आला होता.

"रेशन कार्डातून नाव करून दाखला देण्यासाठी आणि त्यात नाव चढविण्यासाठी तू लोकांकडे पैसे मागतोस. नवीन रेशन कार्ड देण्यासाठीसुद्धा तू लोकांच्याकडून जादा पैसे उकळतोस, अशा त्यांच्या तक्रारी आहेत. हे काय बरोबर नाही. कुणी तुला काम झालं म्हणून स्वखुशीनं पैसे दिले, तर ते घ्यायला माझी काहीही हरकत नाही. लोकांची पिळवणूक करून पैसे घेतलंस, तर रावसाहेब तुला लगेच मेमो देऊन घरीसुद्धा पाठवतील, एवढं मात्र तू ध्यानात ठेव. यापुढे कसं वागायचं हे तुझं तू ठरव. मी तुला त्याबद्दल काही सांगणार नाही. कळलं?"

देशमुखबाई त्याला फाडफाड बोलत होत्या. चाळके त्यांच्या तोंडातून निघालेला प्रत्येक शब्द निमूटपणे ऐकून घेत होता. तो मनात खूप अस्वस्थ झाला होता. अडकित्त्यात सापडलेल्या सुपारीगत चाळकेची आता गत झाली होती. यापुढेसुद्धा त्याला देशमुखबाईंच्या हाताखाली त्यांच्या सल्ल्यानं काम करावं लागणार होतं, म्हणून त्याला देशमुखबाईंना दुखवूनसुद्धा जमणार नव्हतं.

चाळके मनाचा हिय्या करून देशमुखबाईंना थोड्या गंभीर आवाजात म्हणाला,

"बाई, तुमचं म्हणणं अगदी बरोबर आहे. मी कबूल करतो, की लोकांकडून मी पैसे घेतो म्हणून. परंतु मी पैसे का घेतो त्याला एक कारण आहे. तुमची त्याला परवानगी असेल, तर मी ते तुम्हाला सांगतो."

"कसलं कारण आहे, ते तू मला सांग पाहू." बाई दीर्घ नि:श्वास टाकून म्हणाल्या.

"बाई, तुम्हाला ते ऐकायचंय?"

"होय."

"नक्की."

"हं नक्की."

मोकळा श्वास छातीत भरून घेऊन चाळके बाईंना सांगू लागला-

"बाई, मला ही कारकुनाची नोकरी फुकाफुकी मिळालेली नाही. त्यासाठी मला रुपये तीन लाख द्यावे लागले आहेत. पैसे दिल्यानंतरच माझ्या हातात कलेक्टरच्या सहीचं नेमणुकीचं पत्र मिळालं."

"काय सांगत्योस?" देशमुखबाईंना ऐकून एकदम धक्का बसला.

"या जिल्ह्यात ज्यांची कारकून म्हणून नवीन नेमणूक झाली आहे, त्या सर्वांना पैसे द्यावे लागले आहेत."

"चाळके, हे फार भयंकर आहे."

"बाई, पैसे जमविता जमविता माझ्या वडिलांच्या तोंडाला अक्षरश: फेस आला होता. माझ्या वडिलांना आमची पाच एकराची जमीन विकावी लागली, बँकेत राहातं घर गहाण ठेवून पैसे काढावे लागले, एवढं करूनसुद्धा पैसे कमी पडले, तेव्हा सावकाराकडे व्याजानं पैसे काढावे लागले. नुसत्या पगारामध्ये मी काढलेलं कर्ज फेडू शकत नाही. मग मला आता तुम्हीच सांगा की, मी आता काय करू?"

चाळकेचं बोलणं ऐकून देशमुखबाई त्यांच्या मनात फार खजील झाल्या. असलं भयंकर काहीतरी ऐकावं लागेल, असं त्यांना सुरुवातीला मुळी वाटलं नव्हतं. चाळके कारकुनाला त्याच्या कृत्याबद्दल शिक्षा करावी की त्याला दया दाखवावी, अशा संभ्रमात काही वेळ देशमुखबाई पडल्या होत्या. कलेक्टरनं नवीन कारकुनांच्या नेमणुकीच्या वेळी प्रत्येकी तीन-तीन लाख रुपये घेतलेत, असं मागे त्यांच्या कानावरसुद्धा आलं होतं. आता ते चाळकेकडून त्यांना प्रत्यक्ष ऐकायला मिळालं होतं. चाळकेची दया येऊन बाई त्याला लोकांकडून पैसे घे असं सांगू शकत नव्हत्या, तसं पैसे घेऊ नकोस असंसुद्धा त्याला सांगू शकत नव्हत्या. बाईंच्या मनात आता विचित्र कोंडी निर्माण झाली होती.

देशमुखबाई शांतपणे त्यांच्या मनात आत्मपरीक्षण करू लागल्या. प्रत्येक महिन्यात तालुक्याच्या खेड्यापाड्यांतून रेशन दुकानदार सरकारी गोदामातील धान्य घेऊन जाण्यासाठी त्यांच्याकडे चलन घेऊन येत, तेव्हा त्यांच्या टेबलाच्या खणात

हळूच पैशाचं पाकीट टाकीत. मग स्वस्त दरानं मिळालेलं सरकारी गोदामातील धान्य ते व्यापाऱ्यांना किंवा दलालांना दामदुप्पट भावानं विकून टाकीत. आपल्यावर कोणतीही सरकारी कारवाई होऊ नये म्हणून रेशन दुकानदारांना सरकारी अधिकाऱ्यांना पैशाचं पाकीट देऊन त्यांची मर्जी सांभाळावी लागत होती. तालुका पुरवठा अधिकाऱ्यांना प्रत्येक महिन्याला रेशन दुकानदारांकडून पैशाचं पाकीट मिळतं, हे जिल्हा पुरवठा अधिकारी यांनासुद्धा माहीत झालं होतं. त्यामुळे प्रत्येक महिन्याला जिल्ह्याच्या ठिकाणी जिल्हा पुरवठा अधिकाऱ्याच्या मीटिंगला गेल्यावर देशमुखबाईंना त्यांना पाकीट द्यावं लागत होतं. या खात्यात कुणालाही धुतल्या तांदळासारखं राहून जमत नाही. म्हणून अळीमिळी गुपचिळी राहण्यातच शहाणपणा आहे, हे एव्हाना देशमुखबाईंच्यासुद्धा ध्यानात आलं होतं. म्हणून बाईंनी तो विषय अधिक ताणून धरला नाही. बाई पुढ्यातील काम निमूटपणे करू लागल्यावर चाळकेनं मोकळा श्वास घेतला.

टेबलावर ठेवलेल्या फायली चाळताचाळता देशमुखबाई चाळकेला घसा खाकरून म्हणाल्या,

"चाळके, काल संध्याकाळी मी तुला एक काम करायला सांगितलं होतं, ते तुझ्या लक्षात आहे का?"

"कसलं काम?" चाळकेनं विचारलं.

"कमाल आहे बाबा तुझी. या खात्यात असं करून जमत नाही, या खात्यात वेळेला फार किंमत आहे. मी तुला काल संध्याकाळी अगदी बजावून सांगितलं होतं की, प्रत्येक तलाठ्याला पत्र पाठवून त्याच्या सजातील एकूण गावांची रेशन कार्डाच्या युनिटची माहिती मागवून घे म्हणून. मीटिंगच्या वेळी मला ती माहिती जिल्हा पुरवठा अधिकारी यांना द्यायची आहे."

"बाई, मी आता लगेचच संगणकावर तलाठ्यांना देण्यासाठी पत्र तयार करतो. त्या पत्राच्या झेरॉक्स प्रती काढून त्यावर तुमच्या सह्या घेतो नि लगेच सर्व तलाठ्यांना ते रवाना करतो."

"चाळके, बाकीची कामं राहू दे. तू आधी तलाठ्यांना देण्यासाठी संगणकावर पत्र तयार कर बघू. मीटिंगला युनिटची माहिती दिली नाहीतर पुरवठा अधिकारी भर मीटिंगमध्ये मला फाडून खातील." देशमुखबाई किंचित आवाज चढवून म्हणाल्या.

देशमुखबाईंचा एकदा का तोंडाचा पट्टा सुरू झाला तर तो लवकर थांबायचा नाही. चाळकेला आता ते ठाऊक झालं होतं. म्हणून त्यानं त्याच्या हातातील काम बाजूला ठेवलं आणि तो संगणकासमोर बसून तलाठ्यांना देण्यासाठी पत्र तयार करू

लागला. नवीन लागलेल्या कारकुनांना सैल सोडून अजिबात जमायचं नाही. त्यांना नेहमी आपण आपल्या धाकात ठेवलं पाहिजे, तरच ते आपल्या हाताखाली आपण सांगू तसं काम करतील, असं देशमुखबाईंना वाटायचं.

देशमुखबाई चाळके बरोबर बोलत असताना एक गोरटेलासा मध्यम वयाचा इसम त्यांच्या टेबलासमोर येऊन उभा राहिला. त्याच्या हातात कागदपत्रांची एक प्लॅस्टिकची पिशवी होती. देशमुखबाईचं आपल्याकडे कधी लक्ष जातं, याची तो अगदी आतुरतेनं वाट पाहत होता. देशमुखबाई मुद्दाम त्याच्याकडे लक्ष देत नव्हत्या. डोळ्यांच्या कोपऱ्यातून त्या त्याच्याकडे हळूच पाहत होत्या. मागे एकदा तो इसम त्यांच्याकडे आला होता, हे त्यांना आठवत होतं.

थोड्या वेळानं फायलीतून डोकं वर काढून देशमुखबाई त्या इसमाला किनऱ्या आवाजात म्हणाल्या,

"बोला."

"बाई, मी शामराव महाडीक. माझं गाव वडगाव आहे."

"माझ्याकडे तुमचं काय काम आहे?"

"मी माहितीच्या अधिकारात तुमच्याकडे एक अर्ज दिला होता. माझी माहिती तयार झाली का?"

"महाडीक, तुम्ही माझ्याकडे किती तारखेला अर्ज दिला होतात?"

"पंधरा तारखेला. याच महिन्यात."

"आज पंचवीस तारीख आहे. म्हणजे तुम्ही माझ्याकडे अर्ज देऊन फक्त दहा दिवसच झाले आहेत. माहितीच्या अधिकारात माहिती देण्यासाठी मला तीस दिवसांची मुदत आहे."

"मला थोडी लवकर माहिती हवी होती."

"मिळायची नाही." बाई त्याला निक्षून म्हणाल्या. "माहितीच्या अधिकारात माझ्याकडे बरेच अर्ज आले आहेत. देवानं मला चार हात दिले नाहीत. माहिती तयार झाली की मी मुदतीच्या आत तुम्हाला लेखी पोस्टानं कळवीन. कळलं?"

"माझं काम तुम्ही लवकर केलं असतं, तर बरं झालं असतं."

"तुम्हाला एकदा सांगून कळत कसं नाही. आँ. माझा तुम्ही नाहक वेळ घेऊ नका. मला येथे पुष्कळ काम आहे. या तुम्ही आता." बाई त्याला झिडकारीत म्हणाल्या.

देशमुखबाई तशी खमकी होती. तिच्या समोर शामराव महाडीक यांची अजिबात डाळ शिजली नाही. बाई दाद देत नसल्याचं पाहून त्यांनी तेथून लगेच

काढता पाय घेतला. महाडीक निघून गेल्यावर बाई स्वत:शीच मोठ्या आवाजात बोलू लागल्या,

'जो येतो तो अगदी घोड्यावरच बसून येतो. कुणालाच थांबायला वेळ नाही. त्यांना वाटतं की, या ठिकाणी आम्हाला काही कामं नाहीत. शासनाचा आम्ही फुकट पगार खातो. या शासनानं माहितीचा अधिकार कायदा लागू करून आमच्या डोक्याला मोठा ताप करून ठेवलाय. रिकामटेकडी आणि गुंड प्रवृत्तीची माणसं त्याचा एखाद्या हत्यारासारखा उपयोग करतात, हे या शासनाच्या ध्यानात कसं बरं येत नाही. माहिती दिली तरी अडचण आणि नाही दिली तरीही अडचण. कशी कामं करावीत तेच हल्ली कळत नाही. बघते बघते नि स्वेच्छा सेवानिवृत्ती घेऊन या जंजाळातून स्वत:ची सुटका करून घेते. त्याच्याशिवाय माझ्या जिवाला शांती मिळणार नाही.'

देशमुखबाई त्रासिक चेहऱ्यानं बडबडत होत्या. माहितीचा अधिकार शासनानं लागू केल्यापासून त्यांचा स्वभाव आणखी चिडचिडा झाला होता. चाळके संगणकावर पत्र तयार करताना बाईंच्या त्रासिक चेहऱ्याकडे गमतीनं पाहत होता. देशमुखबाई भडकू आहे. त्यांच्या मनाविरुद्ध काही झालं तर त्या लगेच अख्खं ऑफीस डोक्यावर घेत होत्या, हे आता चाळकेला ठाऊक झालं होतं. लहर आली की बाई त्याच्याशी छानपैकी कधीकधी गप्पासुद्धा मारीत. परंतु त्यांची खोपडी कधी सटकेल, हे कुणालाही सांगता येत नसे.

एके दिवशी देशमुखबाई चाळके बरोबर बोलताना त्याला त्यांनी अगदी हसत हसत विचारलं,

"चाळके, यंदा बोहल्यावर चढणार आहेस की नाही?"

"बाई, मी अजून माझ्या लग्नाचा विचार केलेला नाही."

"का?"

"अजून माझ्या पाठच्या बहिणीचं लग्न व्हायचं आहे. तिचं लग्न झाल्याशिवाय मला माझ्या लग्नाचा विचार करता येणार नाही."

"अच्छा. पण तुझ्या लग्नाची पार्टी आम्हाला हवीय."

"मी माझ्या लग्नाची नक्की पार्टी देईन."

"नक्की?"

"होय. अगदी नक्की." चाळके.

"नंतर तू आम्हाला फसवणार नाहीस ना?" बाई त्याला हसत हसत म्हणाल्या.

"बाई, मी तुम्हाला अजिबात फसवणार नाही."

"चाळके, तू आम्हाला फसवणार नाहीस, याची मला खात्री आहे. मी तुला तसं गमतीनं म्हणाले बघ."

उतारवयात देशमुखबाईंचे आणि त्यांच्या नवऱ्याचे घरात खटके उडत. तसं ते आधीपासून उडत होते. परंतु आता त्याचं प्रमाण थोडं वाढलं होतं. मुलगा पुण्याला एका चांगल्या कंपनीत नोकरी करीत होता आणि मुलगी कॉलेजच्या शेवटच्या वर्षात शिकत होती. त्यांची दोन्ही मुलं लग्नाची होती. दोघां नवरा-बायकोमध्ये काल क्षुल्लक कारणावरून वाद झाला होता. नवऱ्यानं कामावरून येताना बाजारात जाऊन भाजी आणली नाही म्हणून बाईंना त्यांचा राग आला होता. फाडफाड बोलून बाईंनी नवऱ्यावर चांगलंच तोंडसुख घेतलं होतं. बिचारा त्यांचा नवरा चिमणीएवढं तोंड करून सकाळी कामाला निघून गेला होता. कामावर जाताना त्यांनी रागानं जेवणाचा डबासुद्धा नेला नव्हता. आयुष्य संपत आलं होतं, तरी बाईंच्या नवऱ्याला त्यांना धाकात ठेवायला कधी जमलं नव्हतं. बायको चिडल्यावर ते तोंडात मिठाची गुळणी घेऊन गप्प बसत. नवरा एसटीत कंडक्टर म्हणून काम करायचा नि बायको तहसील कार्यालयात पुरवठा अधिकारी म्हणून काम करीत होत्या. त्यामुळे बायकोला बोलताना त्यांची जीभ जड व्हायची. दोघांच्या भांडणात शेवटी नवऱ्याला नमतं घ्यावं लागत होतं. त्यामुळे बाई 'नवऱ्याची कशी जिरवली' म्हणून आतल्या आत अगदी सुखावून जात.

डोळ्यांला सोनेरी काड्यांचा चष्मा लावून बाई काम करीत होत्या. देशमुखबाई त्यांच्या कामात गर्क असताना तहसील कार्यालयातील गमरे शिपाई त्यांच्या टेबलाजवळ येऊन उभा राहिला. त्याला समोर उभा असल्याचं पाहून देशमुख बाईंच्या गोऱ्या कपाळावर नाराजीची आठी पडली. बाईंनी त्रासिक चेहऱ्यानं त्याला विचारलं.

"गमरे, का रे आलास?"

"बाई, रावसाहेबांनी तुम्हाला बोलावलंय."

"कशाला?"

"ते काय मला ठाव न्हाय बगा."

"येते म्हणून सांग जा."

देशमुखबाई रावसाहेबांचा निरोप ऐकूनसुद्धा त्यांच्याकडे जाण्यासाठी झटकन खुर्चीतून उठल्या नाहीत. गमरे शिपाई बाईंना निरोप सांगून लगेच आल्या पावली निघून गेला होता. कांबळे रावसाहेब काम असो किंवा नसो दिवसभरातून बाईंना तीन-चार वेळा तरी शिपाई पाठवून त्यांच्या दालनात बोलावून घेत. रावसाहेब त्यांचे वरिष्ठ असल्यामुळे त्यांना 'येत नाही' असं सांगूनसुद्धा बाईंना जमणार नव्हतं.

रावसाहेबांच्या हाताखाली देशमुखबाईंना काम करावं लागत होतं. त्यांचा रोष ओढावून घेणं म्हणजे एक प्रकारे विषाची परीक्षा घेण्यासारखं होतं.

देशमुखबाई रावसाहेबांना भेटायला गेल्यावर कामाचं सहसा कधी बोलत नसत. कामाव्यतिरिक्त ते देशमुखबाईंच्या बरोबर अवांतर गप्पा मारीत. रावसाहेब बाईंच्या बरोबर बोलताना त्यांच्या डोळ्यांतील कामवासना, लाळघोटेपणा स्पष्टपणे त्यांना जाणवायचं. बाई मनात सावध होऊनच रावसाहेबांच्या बरोबर वार्ता करीत. त्यांच्याशी बोलताना बाई तोंडातून कृत्रिम साखरपेरणी करीत. त्यामुळे पुरवठा शाखेतील देशमुखबाई आपल्यावर फिदा आहे, अशी गोड समजूत रावसाहेबांनी त्यांच्या मनात करून घेतली होती. परंतु देशमुखबाईंनी त्यांच्या मनाचा थांग त्यांना कधीच लागू दिला नव्हता. रावसाहेबांच्या लाळघोटेपणाचा देशमुखबाई पुरेपूर फायदा घेत. दालनात जेव्हा दोघांशिवाय तिसरं कुणी नसे, तेव्हा देशमुखबाई त्यांना फाडफाड बोले आणि रावसाहेब (तहसीलदार) ते एखाद्या कोडग्यागत निमूटपणे ऐकून घेत. गोड बोलून बाईंचा राग कमी करण्यासाठी तेव्हा ते प्रयत्न करीत.

एकदा मात्र देशमुखबाई रावसाहेबांच्यावर खूप चिडल्या होत्या. ती वेळ रात्रीची होती. देशमुखबाई आणि त्यांचे पती दोघे बोलत-बोलत जेवण करीत होते. इतक्यात बाईंच्या मोबाईलवर रावसाहेबांचा फोन आला. तातडीचं काम असेल म्हणून बाईंनी लगेच डाव्या हातानं मोबाईल उचलून कानाला लावला. पलीकडून रावसाहेबांचा गोड आवाज बाईंच्या कानावर पडला.

"मी तहसीलदार बोलत्योय."

"बोला रावसाहेब."

"बाई काय करताय?"

"जेवत्येय."

"एकट्याच जेवताय?" रावसाहेबांनी गालात हसत विचारलं.

"ते आणि मी जेवायला बसलोय."

"ते म्हणजे तुमचा तो खुळा नवरा ना?" रावसाहेबांनी पुन्हा हसत विचारलं.

रावसाहेबांनी नवऱ्याचा केलेला अपमान बाईंना मुळीच सहन झाला नाही. त्यांना रावसाहेबांचा खूप राग आला होता. परंतु नवरा समोर असल्यामुळे बाईंना मनावर संयम ठेवावा लागला. राग गिळून बाई रावसाहेबांना म्हणाल्या,

"रावसाहेब, तुम्हाला त्यांच्याशी बोलायचंय? देऊ त्यांच्याकडे मोबाईल?"

"अजिबात नको." रावसाहेब निक्षून म्हणाले.

"माझ्याकडे तातडीचं काम आहे का?"

"नाही."

"मग ठेवत्ये."

"हं."

दुसऱ्या दिवशी देशमुखबाई एखाद्या झंझावाताप्रमाणे रावसाहेबांचा समाचार घेण्यासाठी त्यांच्या वातानुकूलित दालनात शिरल्या. रावसाहेबांनी नवऱ्याचा केलेला अपमान त्यांच्या अगदी जिव्हारी लागला होता. देशमुखबाईंचा रुद्रावतार बघून रावसाहेबांची थोडी तंतरलीच. त्यांची खरडपट्टी काढीत बाई त्यांना मोठ्या आवाजात म्हणाल्या,

"रावसाहेब, यापुढे तुम्ही कधीही रात्री मला कामाशिवाय फोन करायचा नाही."

"का?" रावसाहेब अडखळत म्हणाले.

"माझ्या घरात माझा लग्नाचा नवरा आहे. मला दोन लग्नाला आलेली मुलं आहेत. यापुढे जर तुमचा मला रात्री-अपरात्री कामाशिवाय फोन आला, तर तुम्ही मला त्रास देताय म्हणून मी तुमची पोलीस स्टेशनमध्ये जाऊन तक्रार लिहून देईन. तुम्ही या तालुक्याचे तहसीलदार आहात, याचादेखील मी मुळीच विचार करणार नाही. कळलं?" बाईंच्या डोळ्यांतून बोलताना आगीच्या ठिणग्या पडत होत्या.

देशमुखबाईंचं बोलणं रावसाहेबांच्या कानात एखाद्या तप्त लाव्हारसाप्रमाणे शिरलं आणि त्यांना वातानुकूलित दालनातसुद्धा घाम फुटला. देशमुखबाईंच्या समोर सपशेल शरणागती पत्करून रावसाहेबांनी दोन्ही हात जोडून त्यांची माफी मागितली, तेव्हा कुठं बाईंचा राग निमाला. तालुक्याच्या तहसीलदारांना माफी मागायला लावल्यामुळे बाईंना आतून आनंदाच्या उकळ्या फुटल्या होत्या. मग त्या विषयाला तिथेच पूर्णविराम मिळाला. बाईंनी तो विषय अधिक ताणून धरला नाही.

थोड्या वेळानं देशमुखबाई बसलेल्या लाकडी खुर्चीतून उठून उभ्या राहिल्या. पायात चपला सरकावून त्या रावसाहेबांच्या दालनाकडे झपझप पावलं टाकीत चालू लागल्या. देशमुखबाई चालत जात असताना इतर कर्मचारी व अधिकारी यांच्या भयचकित नजरा त्यांच्या पाठमोऱ्या आकृतीकडे वळल्या होत्या. त्यांना वाटायचं, की आता देशमुखबाई कुणाबद्दल तरी नक्की रावसाहेबांचं कान फुंकणार. आणि त्यात बरंच तथ्य होतं. रावसाहेब हलक्या कानाचे होते. म्हणून ते बाईंच्या बोलण्यावर चटकन विश्वाससुद्धा ठेवत.

दरवाजावर लावलेला फुलाफुलांचा नक्षीदार पडदा हातानं बाजूला करून देशमुखबाईंनी रावसाहेबांच्या वातानुकूलित दालनात पाऊल टाकलं. रावसाहेब

त्यांची वाटच पाहत होते. रावसाहेब तोंडभर हसत त्यांनी 'या देशमुखबाई' असं म्हणून त्यांचं स्वागत केलं. देशमुखबाई रावसाहेबांच्या जवळ असलेल्या एका रिकाम्या खुर्चीत स्थानापन्न झाल्या आणि त्यांनी रावसाहेबांना विचारलं,

"रावसाहेब, तुम्ही मला का बोलावलंत?"

"सांगतो. जरा थांबा."

रावसाहेबांच्या घशाला कोरड पडली होती. त्यांनी टेबलावर भरून ठेवलेला पाण्याचा ग्लास उचलून तोंडाला लावला. पोटभर पाणी पिऊन त्यांनी पँटीच्या खिशातील रुमाल काढून तोंड पुसून घेतलं. त्या रुमालाची घडी पुन्हा पँटीच्या खिशात ठेवत रावसाहेब देशमुखबाईंना म्हणाले,

"बाई, तुम्हाला मी आता एका खास कामाकरता बोलावून घेतलंय."

रावसाहेबांचं बोलणं कानानं ऐकूनदेखील बाईंना ते काही कळलं नाही. म्हणून त्या रावसाहेबांकडे भांबावून पाहू लागल्या. त्यांच्या तोंडातून 'खास काम' हे शब्द ऐकून बाईंच्या भुवया उंचावल्या होत्या. त्यांनी रावसाहेबांना अधीर होऊन विचारलं,

"रावसाहेब, माझ्याकडे असं कोणतं खास काम आहे, ते आधी तुम्ही मला सांगा पाहू."

"बाई, तुमच्याकडे मघाशी शामराव महाडीक नावाचे गृहस्थ आले होते का?"

"होय. त्याचं काय?"

"त्याचं तुमच्याकडे कोणतं काम होतं, ते मला तुम्ही सांगा बघू."

"त्यांनी माझ्याकडे माहितीच्या अधिकारात दहा दिवसांपूर्वी एक अर्ज दिलाय. त्याची माहिती ते माझ्याकडे मागत होते."

"मग तुम्ही त्यांना काय म्हणालात?"

"मी त्यांना असं म्हणाले, की माहिती तयार झाल्यावर मी तुम्हाला लेखी पत्र पाठवून कळवते. यात माझी काय चूक झाली असेल, तर तुम्ही मला सांगा."

"तुमची यात अजिबात चूक झाली नाही." पुढे बोलण्यासाठी रावसाहेब थोडा वेळ थांबले.

रावसाहेबांचा चेहरा गंभीर दिसत होता. आवंढा गिळून बाई रावसाहेबाच्या राकट चेहऱ्याकडे डोळे विस्फारून बघत होत्या. रावसाहेबांच्या पोटातील अजून त्यांच्या ओठात आलं नसल्यामुळे बाईंच्या जिवाची आतल्या आत नुसती उलघाल होत होती. रावसाहेबांच्या राकट चेहऱ्यावरील भाव सरड्याप्रमाणे क्षणाक्षणाला

बदलत होते.

दीर्घ नि:श्वास सोडून थोड्या वेळानं रावसाहेब बाईंना गंभीर आवाजात म्हणाले,

"बाई, महाडीकनं तुमची माझ्याकडे तक्रार केली आहे. ते तुमच्यावर चिडले होते."

"त्यांनी माझी तुमच्याकडे काय म्हणून तक्रार केलीय, ते तुम्ही मला सांगा पाहू."

"सांगतो, महाडीक तुमच्याकडे त्यांच्या कामाची चौकशी करण्यासाठी आले असताना तुम्ही त्यांना अपमानास्पद वागणूक दिली, अशी त्यांची तुमच्याबद्दल तक्रार आहे."

"रावसाहेब, तुम्ही त्यांच्या बोलण्यावर अजिबात विश्वास ठेवू नका. मी त्यांचा अपमान केलेला नाही."

"ते तुमची आमदारांच्याकडेसुद्धा तक्रार करणार आहेत, असं ते मला मघाशी म्हणत होते."

शामराव महाडीकचा देशमुखबाईंना मनस्वी आता राग आला होता. बाई आवाज मोठा करून रावसाहेबांना म्हणाल्या,

"रावसाहेब, महाडीकनं माझी कुठंही तक्रार करावी. मी त्याला मुळीच घाबरणार नाही. आमदार काय मला खाणार आहेत? मागे एकदा माझी लोकांनी कोकण आयुक्ताकडेसुद्धा लेखी तक्रार केली होती. त्यावेळी मी घाबरले नव्हते. नि मी आता घाबरणार आहे?"

देशमुखबाई खमकी आहे. ती सर्वांना अगदी पुरून उरेल, याची खात्री खुद्द रावसाहेबांनादेखील वाटत होती. देशमुखबाईंच्या ठिकाणी अन्य एखादी महिला असती, तर हे सर्व ऐकून तिची घाबरगुंडी उडाली असती आणि तिनं मुळूमुळू रडायला सुरुवात केली असती. देशमुखबाई दुसऱ्यांना रडवेल. परंतु ती स्वत: कधी रडत बसणार नाही. देशमुखबाईंच्या शेपटीवर पाय देणं म्हणजे अंगावर संकट ओढवून घेण्यासारखं असल्यामुळे संपूर्ण तहसील कार्यालयामध्ये देशमुखबाईंच्या नादी सहसा कुणी ही लागत नसत.

आवंढा गिळून देशमुखबाई म्हणाल्या,

"रावसाहेब, तो महाडीक दिसायला साधा आहे. परंतु तो पक्का पोचलेला माणूस आहे. माहितीच्या अधिकारात त्यानं अर्ज देऊन माझ्याकडे कोणती माहिती मागितली आहे, हे तुम्हाला ठाऊक आहे का?"

''नाही. कोणती माहिती त्याला हवीय.''

''रावसाहेब, तुम्ही या तालुक्यात तहसीलदार म्हणून येण्याच्या आधीची ही गोष्ट आहे. माझ्या आधी तालुका पुरवठा अधिकारी म्हणून जाधव भाऊसाहेब काम करीत होते. त्यांना दारूचं बेफाट व्यसन होतं. त्यांच्या कालावधीमध्ये त्यांनी सरकारी गोदामातील धान्याची रिकामी पोती विकून एक-दीड लाख रुपयांचा अपहार केला होता. जिल्हाधिकारी यांच्यामार्फत त्याची चौकशी झाली होती, परंतु थातुरमातुर चौकशी करून त्या प्रकरणातून जाधव भाऊसाहेबांना वाचविण्यात आलं होतं आणि त्या प्रकरणावर कायमचा पडदा टाकण्यात आला होता.

शामराव महाडीकनं त्या संपूर्ण प्रकरणाची माहितीच्या अधिकारात माझ्याकडे माहिती मागितली आहे. एकदा का त्याला त्याची माहिती मिळाली, तर तो त्या प्रकरणामध्ये आपल्यालासुद्धा नक्की अडकविल्याशिवाय राहाणार नाही. त्याचा कावा माझ्या कधीच ध्यानात आला आहे. म्हणून मी त्या माणसाचा रागराग करीत असते.''

देशमुखबाईचं बोलणं ऐकून रावसाहेबांच्या पोटात भीतीनं खड्डा पडला. ते देशमुखबाईंना लगेच अडखळत म्हणाले,

''बाई, आता तुम्ही एक काम करायचं.''

''कोणतं?'' तोंडाचा चंबू करून बाईंनी त्यांना विचारलं.

''तुम्ही त्या महाडीकला लवकर माहिती देऊ नका.''

''रावसाहेब, माहिती देण्यासाठी आपल्याला फक्त तीस दिवसांची मुदत आहे.''

''त्यानंतर तो जेव्हा अपील करेल तेव्हा काय करायचं ते बघता येईल. यावर आपण पुन्हा एकदा सविस्तर चर्चा करू, जरूर तर प्रांतसाहेबांचादेखील आपण सल्ला घेऊ. उद्या आपण गोत्यात येऊ शकणार नाही, असा आपल्याला उपाय शोधून काढावा लागणार आहे.''

''रावसाहेब, यासाठी मी दोन-तीन दिवसानं पुन्हा तुम्हाला आठवण करत्ये.''

''हं चालेल. आपण त्यावर चर्चा करू.'' रावसाहेबांनी संमतीनं मान हलवली.

आपल्याला रावसाहेबांनी समजावून घेतलं, याचं बाईंना आंतरिक समाधान वाटत होतं. रावसाहेबांच्या बरोबर बोलत असताना वेळ कसा गेला, हे त्यांनासुद्धा कळून आलं नव्हतं. बाहेर उकाडा असला तरी रावसाहेबांच्या दालनात वातानुकूलित यंत्र सुरू असल्यामुळे गारवा जाणवत होता. देशमुखबाई बोलायच्या थांबल्या होत्या. त्यांच्या मनात कसला तरी विचार चालू होता. रावसाहेब उघड्या डोळ्यांनी बाईंच्या

चेहऱ्यावरील भाव निरखत होते.

दीर्घ नि:श्वास सोडून बाई रावसाहेबांना हळू आवाजात म्हणाल्या.

''रावसाहेब, तुम्ही त्या रेडीज कारकुनावर फाजील विश्वास ठेवून बिनशेती प्रकरणं मंजूर करू नका.''

''का बरं?'' रावसाहेबांनी आश्चर्यानं विचारलं.

''रावसाहेब, तो तुम्हाला फसवून तुमच्याकडून बिनशेती प्रकरण मंजूर करून घेतो. मंजूर बिनशेती प्रकरणात लोकांच्याकडून कसा गोड बोलून पैसा काढायचा, हे त्याला चांगलं ठाऊक आहे.''

''बाई, तुमच्या कानावर त्याच्याबद्दल काय आलंय का?''

''त्याशिवाय मी हे तुमच्या बरोबर बोलत नाही. तो रेडीज मंजूर बिनशेती प्रकरणात पक्षकारांकडून पाच, दहा हजार रुपये काढतो. एखादी पार्टी अतिश्रीमंत असेल, तर त्यांच्याकडून तो पन्नास हजार रुपयेदेखील काढतो. तुम्हाला तो त्यातले किती पैसे देतो, हे मला ठाऊक नाही. त्याचे धंदे आता आपल्या शिपायांनासुद्धा ठाऊक झालेत. उगाच नाही त्यानं 'श्री समर्थ' अपार्टमेंटमध्ये नवीन फ्लॅट घेतलाय. त्याला नोकरीला लागून अजून दोन वर्षंसुद्धा झाली नाहीत.''

एलएनडी कारकून म्हणून रेडीज काम करीत होता. त्याच्याकडून रावसाहेबांच्याकडे तालुक्यातील निवासी, औद्योगिक बिनशेती प्रकरणं मंजुरीसाठी येत असत. रावसाहेब बिनशेती प्रकरण मंजुरीसाठी थेट पक्षकारांकडे कधी पैशाची मागणी करीत नसत. रेडीज पक्षकारांकडून पैसे घेऊन रावसाहेबांना आणून देत असे. त्याचा हिस्सा तो आधीच काढून घ्यायचा.

''बाई, तुम्ही मला सावध केलंत ते फार बरं झालं बघा. यापुढे मी रेडीजवर अजिबात विश्वास ठेवणार नाही. पक्षकारानं दिलेल्या पैशाची चौकशी केल्यावरच मी बिनशेती प्रकरणं माझ्या सहीनं मंजूर करेन.''

''मी हे तुम्हाला सांगितलं म्हणून कुणाला कळता कामा नये.'' बाई दबक्या आवाजात म्हणाल्या.

''त्याची तुम्हाला काळजी नको.''

''रावसाहेब, मी आता निघते. माझ्या टेबलावर बरीच कामं करायची शिल्लक आहेत.''

''या तुम्ही.'' रावसाहेब.

सायंकाळ झाली होती. सावल्या एकमेकांत मिसळून मोठ्या झाल्या होत्या. सकाळपासून काम करून देशमुखबाई अगदी थकून गेल्या होत्या. कितीही काम

केलं, तरी महसूल खात्यात काम कधीच संपत नाही, हे त्यांना ठाऊक होतं. बाईंनी भिंतीवरील घड्याळात मान वर उचलून पाहिलं. सायंकाळचे साडेपाच वाजून गेले होते. 'बापरे, मला आता निघायला हवं. अजून बाजारात जाऊन भाजी घ्यायची आहे.' बाई खुर्चीतून उठत स्वत:शीच म्हणाल्या. बाईंनी लगबगीनं पायात चपला सरकवून त्यांनी खांद्याला पर्स अडकवली आणि त्या मागे वळून न पाहाताच पुरवठा शाखेच्या बाहेर पडल्या.

देशमुखबाई घरी येईपर्यंत सहा वाजून गेले होते. डाव्या खांद्याला पर्स अडकवून आणि उजव्या हातात भाजीची पिशवी घेऊन बाई धापा टाकीतच घरात शिरल्या. त्यांचे पती-वामनराव त्यांचं दैनंदिन काम संपवून त्यांच्या आधी घरात आले होते. ते सोफ्यावर बसून निवांतपणे आजचे वर्तमानपत्र वाचत होते. त्यांच्या अंगावर फक्त सफेद बनियन आणि चेट्टेरी-पट्टेरी आर्धी विजार होती. डोळ्यांना जाड भिंगाचा चष्मा लावून ते पेपर वाचत होते. देशमुखबाईंनी एकदा पेपर वाचणाऱ्या नवऱ्याकडे डोळे वटारून पाहिलं आणि त्या भाजी ठेवण्यासाठी फ्रिजच्या दिशेनं चालत गेल्या. बायकोला डोळ्यांसमोर पाहूनदेखील वामनरावांनी तोंडातून ब्र देखील काढला नव्हता. जणू त्या त्यांच्या कुणीही नव्हत्या. देशमुखबाईंनी फ्रिजमध्ये आणलेली भाजी ठेवली आणि त्या मोरीत हातपाय धुऊन पुन्हा बैठकीच्या खोलीत आल्या.

वामनराव बायकोकडे पाहत एखाद्या याचकाप्रमाणे तिला हळू आवाजात म्हणाले,

''मला आलं टाकून एक कप गरम-गरम चहा मिळेल का? खूप थकवा आलाय.''

देशमुखबाईंचा आधीच त्यांच्या नवऱ्यावर राग होता. नवऱ्याचं बोलणं ऐकून बाईचं आणखी पित्त खवळलं. नवऱ्याकडे डोळे वटारून पाहत त्या मोठ्या आवाजात त्यांना म्हणाल्या,

''मीसुद्धा ऑफीसमध्ये दिवसभर काम करून थकलेय. देवानं तुम्हाला हात दिले नाहीत? तुम्हाला चहा करून प्यायला काय झालं होतं? माझ्या टेबलावर मरणाचं काम असतं. तुमच्यासारखं गाडीत नुसतं सीटवर बसून मी घंटी मारीत नसते. कळलं?''

बायकोचं बोलणं ऐकून वामनराव मनात दु:खी झाले. त्यांना तो उपमर्द सहन झाला नाही. आपल्या बायकोला पगाराचा आणि ती करीत असलेल्या नोकरीचा गर्व आहे, हे एव्हाना वामनरावांच्या ध्यानात आलं होतं. मागे एकदा असंच भांडण झालं होतं, तेव्हा बाईंनी त्यांना रागाच्या भरात 'माझ्या घरातून चालते व्हा' असं त्यांना

सुनवायलासुद्धा कमी केलं नव्हतं. नवीन घर बांधण्यासाठी बाईंनी त्यांच्या नवऱ्यापेक्षा अधिक पैसा खर्च केला होता. म्हणून त्या नेहमी नवऱ्याला 'माझं घर, माझं घर' असं ऐकवीत असत. उतारवयात घर सोडून जायचं कुठं? म्हणून वामनरावांना नेहमी बायको पुढे नमतं घ्यावं लागत होतं. त्यामुळे बाईंचा आणखी जोर वाढायचा.

वामनरावांचं आता वर्तमानपत्र वाचण्यात अजिबात लक्ष लागत नव्हतं. डोळ्यांसमोर दोन्ही हातानं वर्तमानपत्र धरून ते छापील अक्षरावरून फक्त नजर फिरवीत होते. त्यातलं काहीच त्यांच्या डोक्यात शिरत नव्हतं, कारण ते त्यांच्या मनात खूप अस्वस्थ झाले होते. आपल्याला लग्नाच्या बायकोवर राग काढता येत नाही म्हणून ते स्वत:वरच चिडले होते.

इतक्यात जादू झाली. बाई हातात गरम चहाची कपबशी घेवून नवऱ्यासमोर येऊन उभ्या राहिल्या आणि घसा खाकरून त्या वर्तमानपत्र वाचणाऱ्या नवऱ्याला मृदू आवाजात म्हणाल्या,

"अहो, चहा घ्या. आलं टाकून केलाय."

बायकोचे शब्द ऐकून वामनरावांना आश्चर्याचा धक्का बसला. वर्तमानपत्रात घातलेलं डोकं काढून ते त्यांच्या समोर गरम चहाची कपबशी घेऊन उभ्या असलेल्या बायकोकडे आश्चर्यानं डोळे फाडफाडून पाहू लागले. बाईंच्या गोऱ्यापान चेहऱ्यावर मघाच्या भांडणाचा लवलेशदेखील दिसत नव्हता. त्यांच्या डोळ्यांत नि चेहऱ्यावरदेखील हसू होतं. वामनरावांना क्षणभर मनात प्रश्न पडला की, आपण आपल्या बायकोसोबत लग्नानंतर इतकी वर्षं घालवली, तरीही आपल्याला तिचा स्वभाव कसा कळला नाही. वामनरावांच्या मनात बायकोबद्दल असलेला राग एकदम पाऱ्यासारखा उडून गेला. त्यांनी आनंदानं बायकोच्या हातातील गरम चहाची कपबशी घेतली नि ते बशीत चहा ओतून गरम चहाचे चुटके घेऊ लागले.

नवऱ्याला चहा देऊन बाईसुद्धा थकवा घालविण्यासाठी त्यांच्या समोर प्लॅस्टिकच्या खुर्चीत बसून गरम चहाचे चुटके घेवू लागल्या. चहाचे चुटके घेत असताना बाई नवऱ्याला मृदू आवाजात म्हणाल्या,

"ऐकलंत, दुपारी मला माझ्या मोबाईलवर माधवचा फोन आला होता."

"कसा आहे आमचा चिरंजीव?" रिकामी कपबशी खाली ठेवत वामनरावांनी त्यांच्या बायकोला विचारलं.

"तो मजेत आहे."

"आणखी काय म्हणत होता माधव."

"अहो, त्याच्या ऑफीसमध्ये सीमा नावाची मुलगी काम करत्येय. ते दोघं

एकमेकांवर प्रेम करतात म्हणे. त्या दोघांनी लग्न करण्याचा निर्णय घेतलाय.''

''आपल्याला न विचारताच त्यानं एकदम लग्न करण्याचा निर्णय कसा घेतला? अजून देवयानीचं लग्न व्हायचंय. तिचं यंदा कॉलेजचं शेवटचं वर्ष आहे. माधवनं निदान देवयानीच्या लग्नाचा तरी विचार करायला हवा होता.'' वामनराव नाराजीच्या सुरात म्हणाले.

''अहो, तो देवयानीचं लग्न झाल्याशिवाय त्याचं लग्न करणार नाही. सीमाला तसं त्यानं आधीच सांगून ठेवलंय. ती मुलगीसुद्धा त्याच्यासाठी थांबायला तयार आहे.''

''मग मी आता आपल्या देवयानीसाठी एखादं चांगलं स्थळ बघायला सुरुवात करतो.''

''शुभस्य शीघ्रम. माधवचं आणि देवयानीचं लग्न झालं, तर गंगेत घोडं न्हालं म्हणायचं. मग आपल्या दोघांचीही जबाबदारी संपली. त्यांना त्यांचा संसार अगदी आनंदानं करू दे.'' देशमुखबाई आनंदानं म्हणाल्या.

''मलासुद्धा तेच म्हणायचंय.'' बायकोच्या आनंदानं फुललेल्या चेहऱ्याकडे पाहत वामनराव म्हणाले.

चहा घेऊन झाल्यावर देशमुखबाई बसलेल्या खुर्चीतून उठल्या. चहाचे रिकामे कप, बशी घेऊन त्या स्वयंपाक खोलीच्या दिशेनं चालत गेल्या. अजून त्यांना रात्रीचं जेवण तयार करायचं होतं.

■

४

सुंकलामा

आषाढ महिना सुरू झाला होता. आभाळात काळ्याकुट्ट ढगांनी एकमेकाला मगरमिठी मारल्यामुळे कधी मुसळधार, तर कधी रिमझिम पाऊस धरणीवर पडत होता. त्यामुळे एखाद्या नववधूप्रमाणे धरणी बावरून गेली होती. शेतात पाणी साचलं होतं, नदी-नाल्यांतून तांबड्या रंगाचं पाणी सागराच्या भेटीला आपल्याच मस्तीत भेसूर गात निघालं होतं, डोंगर-दऱ्यावर दही-दुधाचे हंडे फुटत होते. ते विहंगम दृष्य पाहून जीव अगदी हरखून गेला होता, जणू पावसाच्या आगमनानं धरणीचा पुनर्जन्म झाला होता. वारासुद्धा आपल्याच मस्तीत गात डोंगराच्या कड्या-कपाऱ्यातून 'रो ऽऽ रो ऽऽ' करीत धावत होता.

सरकारी दवाखान्यात तिम्मा वडार काल संध्याकाळपासून मृत्यूशी झुंज देत होता. सरकारी डॉक्टर त्याला वाचविण्यासाठी प्रयत्नांची शिकस्त करीत होते. कालपासून तिम्मा बेशुद्ध होता. तो अजून शुद्धीवर आला नव्हता. सरकारी दवाखान्यात नर्स आणि डॉक्टर त्याच्यावर लक्ष ठेवून होते. तिम्माला भेटण्यासाठी कुणालाही परवानगी नव्हती. त्याच्या बायको-मुलांनादेखील त्याला भेटता येत नव्हतं. तो यातून वाचणार आहे किंवा नाही याबद्दल डॉक्टरनं काहीही सांगितलेलं नव्हतं. परंतु तिम्माला वाचविण्यासाठी ते शर्थीचे प्रयत्न करीत होते.

सरकारी दवाखान्यात औषधांचा उग्र वास कानाकोपऱ्यात भरून उरला होता. त्या उग्र वासानं पोटात मळमळत होतं, डोक्यावर गंजलेल्या पंख्याची घरघर सुरू होती. त्या पंख्याच्या आवाजात

रुग्णांनी असह्य वेदनांनी दिलेला हुंकार बेमालूमपणे मिसळून गेला होता. डॉक्टर, नर्स, दाया आणि वॉर्डबॉय यांची धांदल उडाली होती. रुग्णांच्या डोळ्यांत तुडुंब दुःख भरलेलं होतं, वेदनांनी पिळवटून गेलेले त्यांचे चेहरे पाहून पोटात नुसती कालवाकालव होत होती. त्या रुग्णांच्या नातेवाइकांचे केविलवाणे चेहरेसुद्धा पाहवत नव्हते. त्या सरकारी दवाखान्यात रुग्णांचा प्राण घेऊन जाण्यासाठी मृत्यू दबा धरून बसला होता नि गालात विकट हसत होता. एखाद्या अजगराप्रमाणे दुःख आणि असह्य वेदनांनी त्या तालुक्याच्या सरकारी दवाखान्याला वेटोळा घातला होता.

तिम्माच्या आयुष्याची दोरी अजून तरी बळकट असल्यामुळे त्या ठिकाणी दबा धरून बसलेल्या मृत्यूच्या पदरी निराशा आली होती. डॉक्टर आणि नर्स यांच्या अथक प्रयत्नांना यश येऊन तिम्मा हळूहळू शुद्धीवर येऊ लागला होता. थोड्या वेळानं तो अगदी पूर्ण शुद्धीवर आला. त्याच्या अंगावर मारहाणीच्या ताज्या जखमा होत्या, त्याच्या डोक्याला झालेल्या जखमेला डॉक्टरांनी चार टाके घातले होते, गरम तेलात फुगलेल्या पुरीप्रमाणे त्याचं अंग मारहाणीमुळे सुजलं होतं. त्याचं संपूर्ण अंग वेदनेनं ठणकत होतं, तिम्मा शुद्धीवर आल्यावर असह्य वेदनांनी तो पाण्यातून काढलेल्या माशाप्रमाणे खाटेवर तळमळत होता. तो शुद्धीवर आल्याचं कळताच डॉक्टर धावतच त्याला पाहायला आले. डॉक्टरांनी त्याला तपासलं. नर्सला तोंडी सूचना देऊन ते दुसऱ्या रुग्णांना तपासण्यासाठी वळले.

तिम्मा त्या जीवघेण्या हल्ल्यातून वाचला होता. सरकारी दवाखान्यात त्याला वेळेवर आणलं नसतं, तर कदाचित तो यातून वाचू शकला नसता. त्याच्याकडे पाहिल्यावर असं वाटत होतं, की एखाद्या जंगली, हिंस्र प्राण्यानंच त्याच्यावर प्राणघातक हल्ला केला असावा. परंतु त्या जंगली प्राण्यापेक्षा दोन पायाची माणसं अधिक हिंस्र असतात, हे सांगूनसुद्धा कुणाला खरं वाटलं नसतं. जबर मारहाण झाल्यावर जखमी झालेल्या तिम्माला सरकारी दवाखान्यात कुणी आणलं, हे त्यालासुद्धा ठाऊक नव्हतं. त्याच्यावर हल्ला झाल्यानंतर तो थोड्याच वेळात त्या ठिकाणी मूर्च्छा येऊन जमिनीवर कोसळला होता. तिम्मावर जीवघेणा हल्ला करणारे परके कुणी नव्हते. त्याच्या वडार समाजाच्या लोकांनी सुंकलामाची जत्रा करण्यासाठी त्यानं आडकाठी आणली म्हणून त्याच्यावर हल्ला केला होता. तिम्मा पूर्ण शुद्धीवर आल्यानंतर कालचा प्रारंभ एखाद्या चलत चित्रपटाप्रमाणे त्याच्या डोळ्यांसमोरून पुढे पुढे सरकू लागला.

तिम्मानं पदवीपर्यंत शिक्षण पूर्ण केलं होतं. त्याचं पूर्ण नाव तिम्मा रेवान्ना अलकुटे असं होतं. पदवीपर्यंत शिक्षण घेऊनसुद्धा त्याला सरकारी खात्यात

नोकरी मिळाली नव्हती. नोकरीसाठी त्याने कितीतरी ठिकाणी अर्ज पाठविले होते, मुलाखती दिल्या होत्या. सध्या आरक्षणामध्ये नोकरीसाठी जीवघेण्या स्पर्धा सुरू असल्यानं तिम्माच्या पदरी घोर निराशा आली होती. नंतर त्यानं सरकारी नोकरीचा नाद सोडून दिला.

तिम्मानं बँकेत कर्ज काढून डबर, रेती, खडी इत्यादी वाहतूक करण्यासाठी नवीन डंपर घेतला. माल वाहतूक करण्यासाठी तो लोकांना त्याचा डंपर भाड्यानं देत असे. डंपरचा व्यवसाय करून त्याला महिन्याला चार पैसे सुटायचे. त्यात त्याचा घरखर्च भागायचा आणि नियमित बँकेचा हप्तासुद्धा जायचा.

तिम्माला समाजकार्याची मनापासून आवड होती. त्याचा व्यवसाय सांभाळून तो वडार समाजातील लोकांची छोटी-छोटी कामं करीत राहायचा. कुणाला रेशन कार्ड काढून दे, कुणाला जातीचा दाखला काढून दे, कुणी समाजात बेघर असतील, तर ग्रामसेवकाला हाताशी धरून त्या इसमाला शासनाच्या घरकुल योजनेचा लाभ मिळवून दे. इत्यादी कामं तो समाजासाठी करीत असायचा. तो स्वत:ला सामाजिक कार्यकर्ता बिलकूल समजायचा नाही किंवा दोन पैसे मिळविण्यासाठी तो ही कामं करीत नसे. वडार समाजात अजून दारिद्र्य आणि निरक्षरता असल्यामुळे त्यांना शासकीय योजनेचा लाभ करून घेता येत नव्हता. मुलांच्या शिक्षणासाठी आवश्यक असणारे कागदपत्र गोळा करण्यासाठी वेळ आली, की काही पालक, त्यांच्या मुलांची शाळा बंद करून त्यांना रस्त्यावर काम करण्यासाठी घेऊन जात.

गेल्याच महिन्यात माध्यमिक आणि उच्च माध्यमिक परीक्षेचा निकाल जाहीर झाला होता. तिम्मानं वडार समाजातील जं मुलं माध्यमिक आणि उच्च माध्यमिक शालेय परीक्षेत उत्तीर्ण झाली होती, त्या मुलांना बोलावून त्यानं त्यांचा तालुका सभापती मा. जगन्नाथ शिंदे यांच्या हस्ते भेटवस्तू देऊन सत्कार केला. त्या मुलांच्या सत्काराप्रसंगी वडार समाजसुद्धा एकत्र गोळा झाला होता. आपल्या मुलाचा सभापतीच्या हस्ते सत्कार होत असल्याचं पाहून त्या मुलांचे पालक अक्षरश: गहिवरून गेले होते. त्यांच्या डोळ्यांतून आनंदाचे अश्रू वाहत होते. अशा कार्यक्रमाचा आनंद वडार समाज पहिल्यांदाच घेत होता. त्यामुळे त्यांना या सत्कार समारंभाचं भारी अप्रूप वाटत होतं.

त्या सत्कार-समारंभात गुणवंत मुलांना आणि त्यांच्या पालकांना मार्गदर्शन करीत तिम्मानं छोटं भाषण केलं.

'वडार समाजातील या गुणवंत मुलांचं कौतुक करताना मला खूप आनंद होत आहे. यापुढेही त्यांनी असं यश संपादन करून आपल्या वडार समाजाच्या प्रगतीसाठी

त्यांनी खारीचा वाटा उचलावा. पूर्वी आपल्या वडार समाजाला शिक्षणाची दारं बंद होती, आपला समाज भटकंती करीत जगत होता. अनेक हालअपेष्टा सहन करीत त्याला पशुवत जगावं लागत होतं. परंतु सध्या तशी परिस्थिती राहिली नाही. काळाच्या बरोबर हळूहळू वडार समाजसुद्धा आता बदलत आहे. आता आपल्या वडार समाजाला शिक्षणाचं महत्त्व पटलं आहे. आपल्या समाजातील काही तरुण डॉक्टर, वकील, इंजिनीअर झाली आहेत. ही वडार समाजाच्या प्रगतीची नांदी आहे, असं म्हटलं तरी ते मुळीच वावगं होणार नाही.

या शिकून पुढे गेलेल्या मंडळींना माझी हात जोडून एकच विनंती आहे, की तुम्ही वडार समाजाच्या भल्यासाठी काहीतरी विधायक कार्य करा. ज्या तरुणांना आरक्षणातून नोकऱ्या मिळाल्या आहेत, ते स्वत:साठी आणि त्यांच्या कुटुंबासाठी जगतात, असं माझ्या पाहणीत आलं आहे. आपल्या समाजासाठी ही अत्यंत लांच्छनास्पद बाब आहे. ठेकेदारीचा व्यवसाय करून आपले काही लोक करोडपती झाले आहेत. परंतु ते या समाजाला विसरले आहेत. सामाजिक बांधीलकीचा त्यांना विसर पडला आहे आणि ते लोक चंगळवादाकडे झुकले आहेत. या वडार समाजातील श्रीमंत लोकांनी जगण्यासाठी एक वर्तुळ आखून घेतलं आहे. त्यामुळे स्वत:च्या कुटुंबाशिवाय आपल्या गरीब वडार बांधवाचा विचारच ते करीत नाहीत. ही या वडार समाजाला लागलेली कीड आहे. श्रीमंत वडार आणि गरीब वडार ही दरी दिवसेंदिवस रुंदावत आहे. मानवी मूल्यांना पायदळी तुडवून हे श्रीमंत लोक आपल्याच गरीब वडार समाजावर अत्याचार करीत आहेत.

राजानं मारलं अन् पावसानं झोडपलं, तर कुठंही दाद मागता येत नाही. आपण या समाजाचं काही देणं लागतो, हे ते लोक विसरून गेले आहेत. पैसे आणि प्रतिष्ठा मिळाल्यामुळे त्या लोकांचं राहणीमानसुद्धा बदलून गेलं आहे. हे नवश्रीमंत वडार समाजातील लोक आपल्या घरात आपली वडारी भाषासुद्धा बोलत नाहीत. चारचौघांत वडारी भाषा बोलायला त्यांना शरम वाटते. वडार म्हणून शासनाच्या सोयी-सवलती पदरात पाडून घेण्यासाठी त्यांना त्यावेळी अजिबात लाज वाटत नाही. आपण जर आपल्या घरात वडारी भाषा बोललो नाही, तर आपली भाषा कशी टिकेल? माझी तुम्हाला फक्त विनंती आहे की, तुम्ही जीवनात खूप मोठं यश संपादन करा. परंतु आपल्या गरीब वडार समाजाला कधीही विसरू नका.

मी स्वत:ला कधी कार्यकर्ता समजत नाही. या वडार समाजातील मी एक सामान्य माणूस आहे. माझा व्यवसाय सांभाळून मी समाजासाठी छोटी छोटी कामं करीत असतो. त्यात मला फक्त आनंद मिळत असतो. ठेकेदारीचा व्यवसाय करून

आपल्या काही लोकांनी बक्कळ पैसा मिळविला आहे. इतर समाजाच्या लोकांना वाटतं, की वडार समाज सुधारला म्हणून. परंतु आजसुद्धा आपल्या समाजातील कित्येक लोकांना दोन वेळचं जेवण मिळत नाही, राहायला निवारा नाही. शिक्षणाअभावी त्यांना शासनाच्या सवलतीचा उपयोग करून घेता येत नाही. आपल्या समाजाचा खरा शत्रू दारू आहे. या दारूमुळे कित्येक कुटुंबाची वाताहत झाली आहे, तरुणांनी या दारूपासून दूर राहायला हवं.

जग चंद्रावर जाऊन पोहोचलं आहे, तरी आपल्या समाजात अजूनही वाईट चालीरीती, अंधश्रद्धा अस्तित्वात आहेत, याचा मला खूप विषाद वाटतो. आपण या वाईट चालीरीती, अंधश्रद्धा सोडून द्यायला हवं. सीता वनवासात असताना अंगात चोळी घालीत नव्हती म्हणून पूर्वी आपल्या समाजातील स्त्रिया अंगात चोळी घालीत नव्हत्या. परंतु आता तशी परिस्थिती बिलकूल राहिलेली नाही. याचा माझ्या मनाला निश्चित आनंद वाटतो.

आपल्या समाजात खेडेगावांत, शहरांत आषाढ महिन्यात सुंकलामाची जत्रा करून मुक्या प्राण्यांची आणि पशूंची मोठ्या प्रमाणात हत्या केली जाते. ही अनिष्ट प्रथा आपल्या वडार समाजानं ताबडतोब बंद करायला हवी. मी आज तीन-चार वर्षं त्या सुंकलामाच्या जत्रेत जाऊन आपल्या समाजाला ही घाणेरडी आणि अवघ्या वडार समाजाला कलंक असलेली प्रथा बंद करायला सांगतो. परंतु मला अजून या कामात यश आलेलं नाही. तरीसुद्धा मी यापुढेही मी माझं काम करीत राहाणार आहे. एक ना एक दिवस तरी मला या कामात नक्की यश मिळेल, यावर माझा ठाम विश्वास आहे.'

गुणवंत विद्यार्थ्यांच्या सत्कार समारंभात तिम्मा वडार समाजाच्या अडीअडचणीवर अगदी पोटतिडकेनं बोलला. जुन्या विचारसरणीच्या लोकांना त्याचं हे बोलणं मुळीच रुचतं नाही. यल्लाप्पा, कलाप्पा, तानाजी आणि मारुती हे दुर्गाप्पा ठेकेदाराचे बगलबच्चे होते. ते दुर्गाप्पाच्या ओंजळीनं पाणी पीत असत. वडार समाज त्यांना 'चांडाळ चौकटी' म्हणून ओळखत असे. त्यांनी तिम्माचं बोलणं तिखट-मीठ लावून दुर्गाप्पाला सांगितलं आणि त्याला त्याच्या विरुद्ध भडकवलं. दुर्गाप्पा आधीच तिम्मावर डूख ठेवून होता.

वडार समाजामध्ये दुर्गाप्पाचं मोठं नाव होतं. ठेकेदारीचा व्यवसाय करून तो गर्भश्रीमंत झाला होता. तो अंगुठाछाप असला तरी धूर्त आणि कावेबाज होता. त्याच्या मालकीचा दुमजली आलिशान बंगला होता आणि फिरायला वातानुकूलित चारचाकी गाडी होती. लक्ष्मी त्याच्या घरी अक्षरशः पाणी भरत होती. त्याचं संपूर्ण नाव दुर्गाप्पा

मुकारी मुगदूम असं होतं. समाजातील लोक त्याला आदरानं 'अण्णा' म्हणून साद घालीत. दुर्गाप्पाचं नशीब फळफळलं होतं. वीस वर्षांपूर्वी हा दुर्गाप्पा रस्त्यावर खडी फोडून पोट भरत होता, हे सांगूनसुद्धा कुणाला खरं वाटलं नसतं. आता तो दारिद्र्यातील आणि उपासमारीचे ते दिवस पार विसरून गेला होता. त्या भयंकर दिवसांची त्याला आठवणसुद्धा नको होती. त्याच्या डोळ्यांत पैशाची धुंदी आली होती.

दुर्गाप्पा ठेकेदार अतिशय देवभोळा होता. त्याची दुर्गाम्मा देवीवर अपार श्रद्धा होती. तिच्या कृपेनं आपल्याला ठेकेदारी व्यवसायात पैसा मिळाला म्हणून त्यानं त्याच्या बंगल्यात देवीचं छोटं संगमरवरी मंदिर बांधून घेतलं होतं आणि दुर्गाम्मा देवीची रोज सकाळी पूजा करण्यासाठी त्यानं त्याच्या समाजातील पूजारी ठेवला होता. दुर्गाप्पानं त्याच्या मुलीचं नावसुद्धा देवीच्या नावावरून 'दुर्गाम्मा' असं ठेवलं होतं. दुर्गाप्पाच्या मालकीचे ४०-५० डंपर्स, ट्रक, जेसीबी, पोकलेन आणि खडी क्रशर होती. दुर्गाप्पाच्या मालकीच्या सर्व वाहनांवर 'दुर्गाम्मा कन्स्ट्रक्शन कंपनी' असं मोठ्या अक्षरात ऑईल पेंटनं लिहिलं होतं. दुर्गाप्पाची आई सत्यव्वा मयत झाली, तेव्हा त्यानं त्याच्या आईला चंदनाच्या लाकडामध्ये अग्नी देऊन तिची बंगल्यासमोर संगमरवरी समाधी बांधली.

संपूर्ण वडार समाजात दुर्गाप्पाची ताकद मोठी असल्यानं त्याची समाजात दहशत होती, समाजातील लग्नकार्य आणि धार्मिक कार्य त्याच्या सल्ल्यानं पार पडत असे, त्याच्या डोळ्यांत पैशाची नशा असल्यानं त्याचं वागणं-बोलणं रासवट होतं. त्याच्या बोलण्याला ताळमेळ नसायचा. गरीब वडारांना तो इरसाल शिवी घालूनच त्यांच्याशी बोलायला सुरुवात करायचा. तो त्याच्या बगलबच्चांना छोटी-मोठी कंत्राटी कामं घेऊन द्यायचा. त्यांना उसने बिनव्याजी पैसे द्यायचा. त्याच्या पाठीमागे त्याचा स्वार्थ होता. एखाद्याचा काटा काढायचा असेल, तेव्हा दुर्गाप्पा या लोकांना आधी पुढे करीत असे. काट्यानं काटा कसा काढावा, हे कुणीही दुर्गाप्पाकडूनच शिकून घ्यावं.

भरमाशेट दुर्गाप्पाची बरोबरी करण्यासाठी धडपड करीत होता. परंतु दुर्दैवानं त्याला त्यात अजून तरी यश आलं नव्हतं. दोघंही एकमेकाला पाण्यात पाहत होते. चांडाळ चौकडी त्या आगीत तेल ओतण्याचं नेहमी काम करीत असे. आपली बरोबरी कुणीही करू नये असं दुर्गाप्पाला मनोमन वाटत होतं. त्याच्या विरोधात असणाऱ्या ठेकेदारानं कामाचं टेंडर भरलं, तर दुर्गाप्पा मुद्दाम कमी खर्चाचं टेंडर भरायचा. त्यामुळे सामान्य ठेकेदारांची त्याच्या पुढे डाळ शिजायची नाही. मग एखादा ठेकेदार नाइलाजानं नाक मुठीत घेऊन स्वत:ला दुर्गाप्पाच्या दावणीला बांधून घ्यायचा.

त्याशिवाय त्याच्याकडे अन्य कोणताही उपाय नसे.

हल्ली दुर्गाप्पा गरीब वडारांना त्याच्या बंगल्याकडे अजिबात फिरकू द्यायचा नाही. दुर्गाप्पा एकदा त्याच्या बायकोला ताकीद करीत म्हणाला, 'शेवंता, कुणी पैसे मागायला बंगल्यात आला, की तू त्याला लगेच हाकलून लाव. मायला रडगाणं गावून पैसं मागायला येतात. माझ्याकडे पैशाचं झाड न्हाय. कुणी म्हनतं की, माज्या पोराचं लगीन ठरलंय, मला मदत करा; कुणी म्हणतं की, माज्या मुलाची शाळेची फी भरायची हाय, कुणाला आप्रीसनसाठी माझ्याकडून पैसा हवा असतु. या रांडच्यांना पैसा देऊन सुदीक उपेग न्हाय. त्याची त्ये मुळीच जाणीव ठिवनार न्हाईत.' शेवंता त्याला घाबरून फक्त 'व्हय' असं म्हणाली.

गंगीचा नवरा दारुड्या होता. काम करायचा आणि तो पैसा तो त्याच्या दारूच्या व्यसनाला खर्च करायचा. गंगीच्या मुलीचं लग्न ठरलं, तेव्हा ती मोठ्या आशेनं दुर्गाप्पाच्या बंगल्याची पायरी चढली. गंगीनं पैसे मागितल्यावर दुर्गाप्पा रागानं तिला म्हणाला. 'गंगी, मला माज्या लेबरचा पगार द्यायला सुदीक माज्याकडं पैसा न्हाय, तुज्या लेकीचं लगीन कसं करायचं हे तू ठरीव. पुन्नींदा तू पैसं मागण्यासाठनं माज्या बंगल्याची पायरी चढता कामा न्हे. मीं तुला आत्ताच ताकीद करून ठेवतू.' गंगी निराश होऊन बंगल्याची पायरी उतरली. तिला दुर्गाप्पाचा राग आला होता. 'मेल्याचं वाटुळं व्हईल' म्हणून तिनं त्याला बोटं मोडून शाप दिला.

दुर्गाप्पा सार्वजनिक बांधकाम खात्याच्या साहेबांना दारू-मटणाच्या पार्ट्या द्यायचा. त्यात त्याचा बराच पैसा खर्च होत असे. अभियंता, उपअभियंता यांना कामाचं बिल मंजूर करण्यासाठी आधी ठरल्याप्रमाणे १० टक्के तो कमिशन द्यायचा. कमिशनशिवाय कोणतेही बिल मंजूर होत नसे. दुर्गाप्पा सार्वजनिक बांधकाम खात्यातील कर्मचारी व अधिकारी यांना त्यांच्या अपरोक्ष 'हलकट कुत्री, मेलेल्या मढ्याच्या टाळूवरील लोणी खाणारे' असं म्हणायचा. भाकरीच्या तुकड्यासाठी कुत्रा जसा दारात उभा राहून शेपूट हलवितो, त्याप्रमाणे सार्वजनिक बांधकाम खात्यातील जिल्हा परिषदेतील कर्मचारी, अधिकारी पैशासाठी लोचटपणे त्याच्यासमोर हात पसरत.

संपूर्ण जिल्ह्यात दुर्गाप्पाचा बी वन ठेकेदार म्हणून आता बोलबाला सुरू होता. एखादा अभियंता त्याच्या मर्जीप्रमाणे त्याचं काम करीत नसेल, तर त्याची उचल बांगडी करण्याइतकी त्याची ताकद वाढली होती. पैसा पेरून कशी कामं करून घ्यायची, याची कला आता त्याला चांगली अवगत झाली होती. पैशाच्या जिवावर वाघासारखा डरकाळ्या फोडणारा दुर्गाप्पा देवासमोर मात्र गरीब गाय होत असे, त्याची देवावर अपार श्रद्धा होती. अनेक तीर्थस्थळांना त्यानं बायको-मुलांना सोबत

घेऊन भेटी दिल्या होत्या. तिरुपती बालाजीचं दर्शन घेण्यासाठी तो त्याच्या कुटुंबासह विमानातून जाऊन आला होता. त्याच्याकडे पैशाची मुळीच कमतरता नव्हती. त्याची श्रीमंती पाहून राजकीय पुढाऱ्यांनासुद्धा त्याचा हेवा वाटत होता.

सकाळची वेळ होती. दुर्गाप्पा अंघोळ करून दुर्गाम्मा देवीच्या पाया पडला. आणि तो बैठकीच्या खोलीत येऊन निवांत बसला. त्याला आज बाहेर कुठं जायचं नव्हतं. इतक्यात त्याला भेटण्यासाठी यल्लाप्पा, कल्लाप्पा, मारुती आणि तानाजी ही चौकडी मनात स्वार्थी भावना ठेवून आली. त्या चौकडीला पाहून दुर्गाप्पानं 'दंडा ऽऽ दंडा ऽऽ' (या ऽऽ या) म्हणत त्यांचं हसतच स्वागत केलं. ही मंडळीसुद्धा ठेकेदारीचाच व्यवसाय करीत असत. तालुक्यात छोटी-छोटी कंत्राटी कामं घेऊन त्यांच्या कुटुंबाचा उदरनिर्वाह ते करीत असत. परंतु त्यांची झेप फार मोठी नव्हती. चार महिने काम नि आठ महिने त्यांना आराम होता. ते सर्वजण दुर्गाप्पाची मर्जी सांभाळून होते. समाजात घडणाऱ्या बारीकसारीक घटना ते तिखट-मीठ लावून दुर्गाप्पाच्या कानावर घालीत. दुर्गाप्पालासुद्धा अशा लोकांची गरज होती. त्यामुळे एखाद्या नाठाळ वडाराला सरळ करता येत होतं.

विसापूर हे तालुक्याचं गाव होतं. या तालुक्याचं आता छोट्या शहरात रूपांतर झालं होतं. विसापूर या छोट्या शहरात भटकंती करीत असलेल्या वडारांची शंभरेक कुटुंब वेगवेगळ्या वाडीत राहत होती, कुणी भाड्याच्या घरात राहत होतं, तर कुणी स्वत:च्या मालकीच्या घरात राहत होती. नोकरी-व्यवसाय करून काहींनी स्वत:ची घरं बांधली होती. काही बेघर कुटुंबांना शासनाच्या इंदिरा आवास योजनेतून घरकुलं मिळाली होती. ठेकेदारी करून ज्यांना चांगला पैसा मिळाला होता अशा तीन-चारजणांनी बंगले उभे केले होते. काही कुटुंबं अद्याप बेघर होती.

एकाच गावात राहूनसुद्धा त्यांना एकमेकांना कधी भेटता येत नसे. मयत, लग्नकार्य किंवा सुंकलामाची जत्रा असेल तेव्हाच त्यांची गाठभेट होत असे. वडार समाज संघटित नाही, म्हणून तिम्माला ते फार खटकत होतं. त्यांना संघटित करण्यासाठी तो त्याच्या परीनं प्रयत्न करायचा. परंतु त्याला त्यात यश आलेलं नव्हतं. ठेकेदारीचा व्यवसाय करणारी माणसं त्याचे प्रयत्न निष्फळ करण्यासाठी प्रयत्न करीत असत. दुर्गाप्पाचा तिम्मावर आधीपासून राग होता. तिम्मानं दुर्गाप्पाच्या छोट्या बहिणीचं स्थळ नाकारलं होतं. त्यानं नंतर शकुंतला सोबत लग्न लावलं होतं. दुर्गाप्पाच्या मनात अजून तो राग खदखदत होता. दुर्गाप्पाची छोटी बहीण ही ठार अडाणी होती. म्हणून तिम्मानं तिला लग्नासाठी नाकारलं होतं.

दुर्गाप्पाला भेटायला आलेल्या लोकांसाठी शेवंतानं त्यांना गरम-गरम चहा आणला. चहाचा कप हातात घेऊन यल्लाप्पा शेवंताची खुशाली विचारीत म्हणाला,

"आक्का, बेस ऊंडाव येम? (आक्का, बरी आहेस ना.)

"आव्वं अब्बा." (होय बाबा.)

आपला नवरा खूप श्रीमंत आहे म्हणून शेवंताला तिच्या नवऱ्याचा खूप अभिमान वाटायचा. तिचं लग्न झाल्यावर दुर्गाप्पा दारू पिऊन तिला मारझोड करायचा. एकदा रस्त्यावर खडी फोडताना दुर्गाप्पानं खडीच्या ढिगावर कंबरेत लाथ घालून तिला तुडवून काढलं होतं. शेवंता असह्य वेदनांनी गुरासारखी ओरडत होती. परंतु दुर्गाप्पाला त्यावेळी तिची बिलकूल दया आली नव्हती. नंतर नवरा कंत्राटी कामं घेऊ लागला तसं तिचं नशीब फळफळलं.

शेवंताची मुलं मोठी झाली होती. त्यांची लग्नंसुद्धा झाली होती. पैसेवाल्यांच्या घरातील लेकी तिच्या हाताखाली सुना म्हणून नांदत होत्या. दुर्गाप्पानं आता दारू पिऊन बायकोला मारहाण करणं सोडून दिलं होतं, तो आता त्याच्या बायकोशी प्रेमळ वागत होता.

गरम-गरम चहा पोटात रिचवल्यामुळे आलेल्या मंडळींच्या अंगात थोडी तरतरी आली. मनात स्वार्थाची भावना ठेवून आलेली मंडळी दुर्गाप्पा बरोबर आधी कुणी बोलायचं म्हणून ते एकमेकांच्या तोंडाकडे पाहू लागले. आता आपल्याला यांच्याकडून काहीतरी वेगळं ऐकायला मिळणार म्हणून दुर्गाप्पा थोडा सावरून बसला आणि तो त्यांच्या चेहऱ्याकडे आळीपाळीनं पाहू लागला. त्यात यल्लाप्पा सर्वांत वयानं मोठा होता. तो दुर्गाप्पाच्या आईचा सख्खा चुलतभाऊ होता. नेहमी तोच आधी बोलायला सुरुवात करीत असे. परंतु आता तो आढ्याकडे पाहत जाग्यावर शांत बसला होता.

थोड्या वेळानं दुर्गाप्पा बसलेल्या जागेवरून उठला आणि त्यानं काचेच्या खिडकीजवळ जाऊन बाहेर तोंडातील तंबाखूची पिचकारी मारली. तो त्याच्या जागेवर पुन्हा येऊन बसला. नंतर त्यानं घोगऱ्या आवाजात यल्लाप्पा पवार याला वडारी भाषेत विचारलं,

"मामा, नीद व्हनी यल्ला नडशीनाद?" (मामा, तुझं काम कसं चाललंय.)

"अण्णा, बेस नडशीनाद." (अण्णा, चांगलं चाललंय.)

"आपून म्होरल्या वर्सला आपल्या समाजासाठनं नवीन समाज मंदिर बांधायचंय. आपून त्यासाठनं वर्गणी दिकून घरपट गोळा केलीय. त्या कामासाठनं मी सोता पाच लाक रुपये देणार हाय. पर माझी त्याला एक अट हाय. ती तुमास्नी मंजूर करायला

पाह्यजे. त्याबिगर मी नवा पैसा देणार न्हाय.''

''अण्णा, कोणती अट हाय?'' कल्लाप्पानं त्याला विचारलं.

दुर्गाप्पा थोडा वेळ मोकळा श्वास घेत थांबला. मग तो निर्धारानं त्यांना आवाज मोठा करून म्हणाला,

''त्या वडार समाज मंदिराला माझ्या दिवंगत आईचं नाव 'यल्लुबाई मुकारी मुगदूम वडार समाज मंदिर' असं द्यायला पाह्यजेत. तरच मी तुमाला रुपये पाच लाक देणार हाय.''

''अण्णा, आमची कुनाची त्याला बिलकूल हरकत न्हाय. पर पैसा समद्यांनी दिलाय. तवा बाकीच्यांना सुदीक मीटिंग घेऊन इचारायला हवं.'' यल्लाप्पा त्याला समजावीत म्हणाला.

''याला कुणी इरुद करील, असं मला वाटत न्हाय. तरी सुदीक तुमी आपल्या समाजाच्या कानावर त्ये घाला. माझं काय बी म्हणणं न्हाय. फुकट मिळत असलेला पैसा सोडायला आपला समाज येवडा मूर्ख न्हाय.''

''अण्णा, आजपावोत तुमी तुमच्या मनात यवजलेली कंची गोष्ट कंधी झाली न्हाय, असं झालं तरी हाय का? समदं आक्शी तुमच्या मनासारकं व्हईल बगा. तुमाला इरुद करण्यासाठनं या संपूर्ण तालुक्यात कंच्या वडाराची अजून पावोत तरी माय व्याली न्हाय बगा. अवं गेल्या साली तुमी तुमच्या दोन लेकांची लगनं केलाव. काय त्यो थाट. नुसतं डोळ्यांनी बगत ऱ्हावं असं व्हतं. येकुद्या मंत्र्याच्या मुलांची लगनं व्हतात, तसं तुमच्या मुलांची लगनं झाली बगा. त्याची चर्चा आमी अजून लोकांच्या तोंडातून ऐकत्योय. वडार जातीचं नाव तुमी लई मोट्टं केलाव.'' दुर्गाप्पाला खूष करीत यल्लाप्पा त्याला म्हणाला.

यल्लाप्पाचं बोलणं ऐकून दुर्गाप्पाच्या अंगात मूठभर मांस आलं. तो मनात भलताच खूष झाला. मनातल्या मनात त्यानं स्वत:ची पाठ थोपटून घेतली. नंतर तो मारुती चौगुले याच्याकडे वळून त्याला म्हणाला,

''मारत्या, बँकेत समाजाचा पैसा किती शिल्लक हाय, त्ये तू मला वाईच सांग बगू.''

दुर्गाप्पाचं बोलणं ऐकून मारुती मनात थोडा अस्वस्थ झाला. त्याचा चेहरासुद्धा लगेच पडला. थोड्या वेळानं तो त्याला चाचरत म्हणाला,

''अण्णा, तुमास्नी खरं सांगायचं म्हंजी आपल्याकडं बँकेत धा लाक वर्गणीची रक्कम शिल्लक व्हती. बिलं झाली न्हाईत म्हणून काही ठेकेदारांनी याजांने त्यातला पैसा उचलला हाय. त्यांची बिलं झाली तरी त्या ठेकेदारांनी अजून पैसा आनून

दिलेला न्हाय. आनी त्ये पैसा देण्याचं नाव सुदीक काडीत न्हाईत.''

मारत्याचं बोलणं ऐकून दुर्गाप्पाला पैसे घेऊन जाणाऱ्या ठेकेदारांचा राग आला. त्याच्या कपाळावर नाराजीनं आठी पडली होती. दुर्गाप्पानं रागानं त्याला विचारलं.

''कुणी, कुणी पैसे घेऊन गेलेत?''

''रघू भोसले तीन म्हैन्यांपूर्वी पन्नास हजार घेऊन गेलाय, रंगाशेट पवार यानं दीड लाक न्हेलेत. आनकी एक-दोन जन हाईत. समद्यांची नावं मी चोपडीत बयजवार लिहून ठेवली हाईत बगा. आपल्या समाजाचा पाच-सा लाक बाहीर हाय. तो पैसा वसूल करायला पाह्यजे.'' मारुती थकबाकीदारांची नावं सांगत म्हणाला.

नवीन जागा खरेदी करून त्या जागेवर वडार समाज मंदिर बांधण्यासाठी वर्गणीतून रुपये दहा लाख जमा झाले होते. समाज मंदिरासाठी वडार समाजाला अजून मुहूर्त सापडला नसल्यामुळे बँकेत ती रक्कम पडून होती. धूर्त ठेकेदारांना ते ठाऊक होतं. दारू-मटणाच्या पार्ट्या देऊन ते तीन-चार दिवसांचा वायदा करून मारत्याकडून बँकेतील पैसा घेत आणि ते पुन्हा त्याला तोंड दाखवायला येत नसत. तो पैसा संपूर्ण वडार समाजाचा होता. त्याची वसुली करण्यासाठी वाईटपणा कुणी घ्यायचा हा मुख्य प्रश्न होता.

यल्लाप्पा थोड्या नाराजीनं म्हणाला,

''आपून त्या रघ्याला पैसा द्यायला नको व्हता. तो कुणाकडून घेतलेला पैसा कंधी परत आणून देत न्हाय. त्याला पैसा घेणं म्हाईत हाय, देणं म्हाईत न्हाय. त्याला फकस्त रांडबाजी नि जुगार खेळायचं त्येवडं बराबर म्हाईत हाय. साहेब लोकांस्नी दारू-मटणाच्या पार्ट्या देऊन त्ये कामं घेतू. नंतर त्यास्नी बी त्यो चुना लावतु. कंधी कामं अर्धवट टाकतू. त्याच्यापायी ठेकदारांना साहेबांचं दोन शब्द ऐकून घेण्याची पाळी येत्ये. कामाचं बिल झालं की, त्यो पाण्यासारका पैसा खर्च करील. नंतर पैसा संपला की च्या प्यायला लोकांच्याकडं पैसा मागील. रांडचा त्यो ह्या जल्मात दिकून सुधारनार न्हाय.''

रघू भोसले याचा सगळ्यांना राग आला होता. त्याच्याकडून पैसा कसा वसूल करायचा, हा प्रश्न त्यांना पडला होता. वडार समाजाचा पैसा अडचणीच्या वेळी व्याजानं द्यायला हरकत नाही, असा निर्णय बैठकीत आधी समाजानंच एकत्र येऊन घेतला होता. इतर ठेकेदारांच्याकडूनसुद्धा पैसा वसूल व्हायचा होता.

दुर्गाप्पा मारुती चौगुले याला सूचना देत म्हणाला, ''मारुती, ह्यो पैसा वसूल झाल्याबिगार आपल्याला जागा खरेदी करून वडार समाज मंदिर बांधायला जमनार न्हाय. येत्या अमुस्याला आपून समाजाची मीटिंग घ्यायची. त्या मीटिंगमंदी आपून

पैसा घेऊन जाणाऱ्या लोकांना पैसा कंधी देताय म्हून इचारू. म्होरल्या म्हैन्यात आकाडा हाय. आकाडाच्या दुसऱ्या मंगळवारी 'सुंकलामा'ची जत्रा करू. त्याची घरपट रुपये ३००/- वर्गणी गोळा करायची. येका कामात दोन कामं करून टाकू.''

ज्येष्ठ महिना संपण्यासाठी अजून पंधरा दिवस शिल्लक होते. पंधरा दिवसानं आषाढ महिना सुरू होणार होता. आषाढ महिन्यातील कोणत्याही मंगळवारी सुंकलामा देवीची जत्रा करण्याची पारंपरिक पद्धत वडार समाजात प्रचलित होती. पूर्वी वडार समाज रानावनात भटकंतीचं जिणं जगत होता. त्याचं जगणं एखाद्या पशुवत होतं. आषाढ महिन्यात मुसळधार पाऊस कोसळत असे. त्या दिवसांत अनेक साथीचे रोग थैमान घालीत असत. साथीच्या रोगांत या समाजाची माणसं मृत्युमुखी पडत. या समाजाला त्यावेळी डॉक्टर किंवा वैद्य माहीत नव्हता. त्यांचा देव किंवा देवी यावरच विश्वास होता. सुंकलामा देवीवर वडार समाजाची अपार श्रद्धा होती. सुंकलामा देवीची जत्रा केल्यावर या रोगापासून ती आपल्याला वाचवेल. या श्रद्धेनं वडार समाजानं आषाढ महिन्यात देवीला बोकड, कोंबडं बळी देऊन तिची सामूहिक जत्रा करायला त्यांनी सुरुवात केली. ती पद्धत सध्याच्या विज्ञान युगात सुद्धा चालू होती. सुंकलामा देवीची आषाढ महिन्यात जत्रा केली, नाही, तर तिचा कोप होऊन वडार समाज या पृथ्वीवरून नष्ट होईल, अशी भीती या समाजामध्ये पसरली होती. म्हणून या समाजातील उच्च शिक्षित मंडळींनासुद्धा ही अनिष्ट प्रथा बंद व्हावी, असं मनापासून वाटत नाही.

यल्लाप्पा पवार तिम्माची कागाळी करीत दुर्गाप्पाला म्हणाला,

''अण्णा, त्यो तिम्मा मोट्ठा बॅलिस्टर झालाय. सुंकलामाची पट्टी त्यो कंधी बी देत न्हाय. त्याचा आपून कंधी इच्चार करणार हाव की न्हाय?''

''अण्णा, त्यो तिम्मा शिंगं फुटल्यागतच बोलत्योय. सुंकलामाची जत्रा करू नका म्हून त्यो वडारास्नी सांगतू. त्याला आपून त्याचा जाब इचारला न्हायतर त्याची मजल आनकी म्होरं जाईल बगा. वाडवडलांपरस त्यो लई शाण्णा लागून गेल्या न्हाय. सुंकलामाचा कोप व्हईल तवा त्यो किडं पडून मरलं. त्याबिगार त्याला बुध्या येणार न्हाय.'' कल्लाप्पा कुऱ्हाडे तोंडातील थुंकी उडवीत म्हणाला.

यल्लापा पवार आणि कल्लाप्पा कुऱ्हाडेचं बोलणं ऐकून दुर्गाप्पाचं एकदम पित्त खवळलं. डोळ्यांतून अंगार सांडत तो म्हणाला,

''सुंकलामा तल्लीक यवाड अड्डाम वच्ची, वान मनाम आजाबाद इडशेद लेद. (सुंकलामा देवीची जत्रा करण्यासाठी जो आडवा येईल. त्याला आपण अजिबात सोडायचा नाही.) ती आपल्या कामात बरकत देत्ये, आपल्या लेकरा-बाळांचा

संभाळ करत्ये, येळपरसंगी ती आपल्या पाठीशी असत्ये. तिच्या आशीरवादानं मी कंत्राटी कामात खोऱ्यानं पैसा वढत्योय. तिम्मा मोठ्ठा झॅटलींग लागून गेला न्हाय. मंगल्या वर्सी सुंकलामाला त्यानं असाच गोंधुळ घातला व्हता. आता त्यो मला सुंकलामाची जत्रा आपुन करताना दिसला, तर मी त्याला जिता मातीत गाडनार हाय.

"त्यानं नवीन डंपर घेतलाय म्हून त्यो त्याचा रुबाब दावत्योय." मारुती आगीत तेल ओतत म्हणाला.

"माज्या येका दिसाच्या खर्चायेवडा, त्याचा वरीसभर सुदीक खर्च होत नसलं. डेपूटी साहेब दिकून मला 'दुर्गाप्पा शेट' म्हणून नमस्कार करतू. या डांबरी सडकवं मी माज्या डंपरची येक मैल लाईन लावीन." दुर्गाप्पा छाती पुढे काढून गर्वानं म्हणाला.

"अण्णा, उंदराला जर कापडाची चिंधी मिळाल्यावर ते उंदीर हरखून जातं बगा. मग ती चिंधी या बिळात ठेवू की, त्या बिळात ठेवू, अशी त्याची गत होत्ये. त्यातली त्या तिम्माची गत झालीय. कुठं तुमी नि कुठं त्यो. तुमच्या पासंगाला दिकून त्यो पुरायचा न्हाय." यल्लाप्पा तिम्माची खिल्ली उडवीत आणि दुर्गाप्पाची स्तुती करीत म्हणाला.

यल्लाप्पाचं बोलणं ऐकून सर्वजण 'खी ऽऽ खी' करीत हसू लागले. त्यामुळे मघापासून गंभीर असलेलं वातावरण थोडं निवळलं. नंतर थोडी त्या ठिकाणी निःशब्द शांतता पसरली. प्रत्येकजण मनामध्ये विचार करीत होता. डोक्यावर पंख्याची घरघर सुरू होती, काचेच्या उघड्या खिडक्यातून स्वच्छ, थंड हवा आत येत होती, खिडकीतून निळंशंख आभाळाला तुकडा दिसत होता, पक्ष्यांची माळ निर्भयपणे आभाळात जाताना दिसत होती.

दुर्गाप्पानं आळोखे-पिळोखे देऊन एक भली मोठी जांभई दिली आणि त्यानं मांडीवर पान जुळवायला सुरुवात केली. पान जुळवून ते त्यानं त्याच्या तोंडात कोंबलं आणि त्यावर तंबाखूची चिमूट सोडली. पान चावता-चावता तो मनात विचार करू लागला. नंतर तो त्याच्या समोर बसलेल्या यल्लाप्पाला हळू आवाजात म्हणाला,

"भरमा, राती सुदीक डांबरीकरणाचं काम करतु, असं माज्या कानावं आलंय."

भरमा दुर्गाप्पाचा सख्खा चुलत भाऊ होता. परंतु ठेकेदारीच्या व्यवसायामुळे ते एकमेकाला सध्या पाण्यात पाहत होते. दुर्गाप्पाला मनात वाटायचं, की आपली बरोबरी कुणीही करता कामा नये. ठेकेदारीचा व्यवसाय करून भरमानंसुद्धा खूप पैसा मिळविला होता. परंतु त्याला अद्याप दुर्गाप्पाची बरोबरी करण्याइतकं यश आलेलं नव्हतं. त्याची बरोबरी करण्यासाठी भरमा शर्थीचे प्रयत्न करीत होता. दुर्गाप्पा

ओअरसियर आणि इंजिनीअर यांचे कान फुंकून त्याच्या कामात अडचणी निर्माण करायचा. त्यामुळे दोघात विस्तू जात नव्हता. दुर्गाप्पाला भेटण्यासाठी आलेली मंडळी भरमालासुद्धा त्याच्या बंगल्यावर त्याला भेटायला जात होती.

"अण्णा, तुमच्या कानावं जे आलंय, ते खरं हाय बगा." यल्लाप्पा त्याला दुजोरा देत म्हणाला.

"राती, रस्त्याचं डांबरीकरण केल्यानं डांबरात रॉकील मिसळायला घावतं. लेवल बगायला साहेब नसतो. खडीत माती मिसळायला घावत्ये, त्यामुळे अधिक फायदा होतु. साहेब त्याच्याकडून पैसा खातात नि त्याच्या कामाकडं कानाडोळा करतात. सरकारचा पैसा पाण्यात गेला तरी त्यांचं काय बी नुकसान होत न्हाय. मंग त्यो डांबरी रस्ता पैल्याच पावसात व्हावून जातु. परत त्या कामाचं टेंडर निंगतं. मला त्ये सारं ठाव हाय." दुर्गाप्पा.

दुर्गाप्पाच्या रासवट चेहऱ्यावरील भाव एकदम बदलले होते. त्याच्या मनात कसला विचार सुरू आहे, हे कुणालाही कळत नव्हतं. त्याच्या समोर बसलेली मंडळी त्याच्या हालचाली डोळ्यांनी पाहत होते. एखादं गुपित सांगावं तसं दुर्गाप्पा थोडं पुढे झुकून मारुती चौगुले याला हळू आवाजात म्हणाला,

"मारत्या, तू माझं याक काम करायचंस."

"अण्णा, तुमी फकस्त हुकूम करा."

"हे काम लई जोखमीचं हाय. या कानाचं त्या कानाला कळता कामा न्हे. ही गोष्ट आपल्या मंदीच न्हाईली पाह्यजेल."

"अण्णा, तुमी त्याची काळजी सोडा. कुनी माजी मान जरी कापलंन तरी मी त्वाँड उघडनार न्हाय."

"तुमच्यावं माझा इसवास हाय. म्हणून तर ही जोखीम तुमच्यावं मी सोपवत्योय."

"अण्णा, आय यल्लमाचा भंडारा आना. आमी ही गोष्ट कुनाला सांगणार न्हाय म्हून त्यो भंडारा उचलतो." यल्लाप्पा खात्री देत म्हणाला.

"तुमी बोललाव तेवडं मला बास झालं. तुमच्यावर माजा पूर्ण ईसवास हाय." दुर्गाप्पा.

"अण्णा, तुमी मनात काय यवजना केली असंल ते आता आमास्नी सांगा बगू." कल्लाप्पा आवंढा गिळून म्हणाला.

दुर्गाप्पाचा त्यांच्यावर पूर्ण विश्वास होता. हे लोक आपल्याबरोबर कधी दगाबाजी करणार नाहीत, असं त्यांचं अंतर्मन त्याला सांगत होतं. मोकळा श्वास छातीत भरून घेऊन दुर्गाप्पा पुढे बोलू लागला,

"भरमा शेट, आता माज्या चांगला तावडीत घावलाय. त्यो डांबरामंदी रॉकील मिसळतो, खडीमंदी माती मिसळून राती रस्त्याचं डांबरीकरण करतु म्हून आपून ही बातमी पेपरवाल्याला छापायला सांगायची. पेपरवाल्याला बातमी छापण्यासाठनं मी पैसं दिन. ती बातमी येकदा का पेपरात छापून आली की, पुढारी भरमाच्या मागं हात धून लागतील. मग भरमा शेट कसा बाराच्या भावात जातु, ते तुम्ही तुमच्या डोळ्यांनी बगत ऱ्हा. माझी त्यो बरोबरी करतु काय?"

"अण्णा, तुमाला मी मानला बुवा. तुमची बरोबरी करायला भरमा शेटला आनकी येक जन्म घ्यायला पाह्यजे." यल्लाप्पा गालात मिस्कील हसत म्हणाला.

"यल्लाप्पा, भरमाला काळ्या यादीमंदी टाकल्याबिगार माज्या जिवाला बरं वाटनार न्हाय. रांडचा माझ्याशी टक्कर घेत्योय." दुर्गाप्पा.

त्या मंडळींना येऊन आता बराच वेळ होऊन गेला होता. दुर्गाप्पाला खूष करण्यासाठी यल्लाप्पा, कल्लाप्पा, मारुती चौगुले आणि तानाजी तोंडातून साखरपेरणी करीत होते. गुळाच्या ढेपीला मुंगळ्या चिकटाव्यात तसं त्यांनी दुर्गाप्पाला जवळ केलं होतं. त्याला खूष ठेवून स्वार्थ साधण्यासाठी ते नाना खटपटी, लटपटी करीत असत. दुर्गाप्पालासुद्धा या लोकांची आवश्यकता भासायची. वडार समाजात त्याचा दरारा निर्माण करण्यासाठी यांचा त्याला हमखास उपयोग व्हायचा.

दुर्गाप्पा मनात खूष आहे असं पाहून यल्लाप्पा लाळ घोटीत त्याला म्हणाला.

"अण्णा, माझं वाईच तुमच्याकडे काम होतं."

"बोला की मामा."

"अण्णा, मला खडीची वातुक करण्यासाठनं डंपरची जरुरी हाय."

"आज सांजच्याला मी डायवरला सांगून ठेवतू. तुमी उंद्या सकाळी येवून डंपर घेऊन जा."

"अण्णा, भाडं किती द्यावं लागंल?"

"ते नंतर बगू." दुर्गाप्पा.

यल्लाप्पाचं काम झाल्यावर मारुती चौगुले त्याची अडचण सांगत म्हणाला,

"अण्णा, मंगळवारी मला लेबरचं पगार करण्यासाठनं धा हजार रुपयाची गरज हाय. माझं बिल झालं की, मी लगेच तुमचे पैसे आणून दिन."

"मारत्या, तू माझा पैसा कंधी बुडविनार न्हाईस, हे मला ठाव हाय. समजा, बुडविलास तरी मला त्याची पर्वा न्हाय बग. माज्या हातातला पैसा जाईल. माज्या नशिबातील पैसा जानार न्हाय."

"अण्णा, मी सध्या लई अडचणीत सापडल्योय. बांधकाम खात्याचा साहेब

म्हंत्युय की, तू मला आधी पाच हजार रुपये दिल्याबिगर मी तुझ्या कामाचं बिल काडनार न्हाय म्हणून.'' तानाजी अलकुटे त्याची अडचण दुर्गाप्पाच्या कानावर घालीत तोंड वेंगाडून म्हणाला.

''त्यो आयरेसाहेब लई खाबू हाय. त्या साल्याला मी येक रोज त्याच्या हाफिसात जावून जोड्यानं मारनार हाय. पैसे खायला त्यो लई सवकलाय. आपल्या लोकांनीच त्याला घाणेरडी सवय लावलीय. काम धड करायचं न्हाय नि त्याला पैसं, दारू-मटणाच्या पार्ट्या देऊन त्याच्याकडून कामाचं बिल पास करून घ्यायचं. हे आपल्या लोकांची कामं.'' दुर्गाप्पा त्राग्यानं म्हणाला.

''अण्णा, या तालुक्यात तुमी नावाजलेले ठेकेदार हाव. तुमचं नाव मोठ्ठं हाय. आता कशी कामं करायचं त्ये तुमीच वाईच आमास्नी सांगा बगू. वरसीयर, इंजिनीअर, रोड कारकून यांना पैसा चारून गावच्या तालुक्याच्या पुढाऱ्यांस्नी सुदीक पैसा चारावा लागतु, दारू-मटणाच्या पार्ट्या द्याव्या लागतात, हाफिसात जो कारकून कामाचं बिल तयार करून देत्यो, त्याला सुदीक पैसं द्यावं लागतात. कामाचा निम्मा पैसा यातच खर्च होतु. लेबरचं सुदीक पोट हाय. त्यास्नी लई-थोडं पैसं देऊन सांभाळावं लागतं. या ठेकेदारीच्या धंद्यात काय राम न्हाय. लांडी-लबाडी केली न्हाय, तर ठेकेदार काय त्याच्या प्वॉटाला बिब्बा घालील.''

''तानाजी, तू म्हंत्युस त्यात बिलकूल खोट न्हाय. लांडी-लबाडी करील त्यो सध्याच्या दिसात प्वॉटभर खाईल नि इमानानं वागंल त्यो उपाशी मरंल बग. मी तुजी नड आता काढत्योय. पर तुझं बिल झाल्यावं माझं पैसं आणून दे.''

''अण्णा, माझं बिल झाल्यावं मी तुमचं घेतलेले पैसे लगीच आनून दिन. आनकी कंधी मला पैशाची गरज लागली तर मी शेवटी तुमच्याकडंच येणार. तवा तुमचा पैसा ठेवून जमायचं न्हाय.'' तानाजी अलकुटे.

दुर्गाप्पा एकाच ठिकाणी त्यांच्याशी बराच वेळ बोलत बसल्यामुळे त्याचं शरीर अवघडलं होतं आणि त्याच्या पायाला मुंग्यासुद्धा आल्या होत्या. त्यानं त्याच्या पायावर गुद्दे मारले. थोड्या वेळानं पायाला आलेल्या मुंग्या निघून गेल्या. दुपार झाली होती. स्वयंपाक खोलीतून शिजणाऱ्या मटणाचा खमंग वास येत होता. दुर्गाप्पा आलेल्या मंडळींना आग्रह करीत म्हणाला,

''आता जेवणाचा वकुत झालाय. तुमी माज्या पंगतीत बसून जेवल्याबिगार मी तुमास्नी जाऊ देणार न्हाय.''

दुर्गाप्पानं केलेला आग्रह त्यांनी मोडला नाही. शेवंतानं आग्रह करून सगळ्यांना जेवायला वाढलं. दारू-मटणाचं जेवण झाल्यावर आलेली मंडळी तृप्तीची ढेकर देत

आपल्याला घरी निघून गेली.

आज आषाढ महिन्यातील दुसरा मंगळवार होता. पावसानं थोडी विश्रांती घेतली असली तरी आभाळात ढगांची दाटी झालेली दिसत होती. पश्चिमेकडून आलेला खारा समुद्री वारा त्या ढगांना उगाच इकडून-तिकडे पळवत होता. जणू तो वारा त्या काळ्याकुट्ट मेघांच्या बरोबर आभाळात आपल्याच मस्तीत पाठशिवणीचा खेळ खेळत होता. त्यामुळे त्या मेघांची त्रेधातिरपीट उडाली होती.

दुर्गाप्पाच्या दुमजली आलिशान बंगल्यासमोर आज वडार समाजामार्फत सुंकलामा देवीची पारंपरिक जत्रा करण्यात येणार होती. वडार समाज आज सकाळपासूनच त्याची तयारी करीत होता. बळी म्हणून सुंकलामाला कुणी बोकड देणार होतं, तर कुणी आरवता कोंबडा देणार होता. 'सुंकलामा' करण्यासाठी घरपट रुपये तीनशे वर्गणी गोळा करण्यात आली होती. गरीब कुटुंबाकडूनसुद्धा दुर्गाप्पाच्या माणसांनी त्यांना दमदाटी करून वर्गणी गोळा केली होती. वडार समाजात दुर्गाप्पाची प्रचंड दहशत होती. तो म्हणेल ती पूर्व दिशा होती. एखाद्यानं वर्गणी दिली नाही, तर तो त्याला समाजातून बाहेर काढायला मुळीच मागेपुढे पाहत नसे. वडार समाजाची 'सुंकलामा' देवीवर अपार श्रद्धा होती. सुंकलामा वर्षातून एकदा आपल्या भेटीला येते म्हणून त्या दिवशी संपूर्ण वडार समाज हरखून जात असे.

स्त्रियांनी आज देवीच्या नावानं निरंकार उपवास केला होता. ज्या घरात आजारी माणूस आहे, लग्न होऊन ज्यांना अपत्य सुख मिळालेलं नव्हतं. अशा घरातील लोकांनी देवीला नवस बोलून मनात आशा बाळगली होती. 'सुंकलामा' देवीला बळी देण्यात येणाऱ्या बोकड आणि आरवता कोंबड्याच्या गळ्यात लिंबाच्या पानांची माळ करून घातली होती. त्या मुक्या प्राण्यांना कुणी खायला-प्यायला देत नसत. त्यांनासुद्धा लोकांनी सुंकलामाच्या नावानं सक्तीनं कडकडीत उपवास करायला भाग पाडलं होतं. काल सायंकाळपासून त्या प्राण्यांना बाहेर न सोडता घरातच कोंडून ठेवलं होतं. बोकडाच्या पडलेल्या लेंड्या आणि कोंबड्यांनी टाकलेली शीट महिला मोठ्या श्रद्धेनं बाहेर उचलून टाकीत होत्या. घरभर गोमूत्र शिंपडून अख्खं घर शुचिर्भूत करण्यात आलं होतं.

अवघड जागी गळू ठसठसावं तसं तिम्माच्या मनात या अनिष्ट प्रथेबद्दल ठासून राग भरला होता. ही घाणेरडी आणि मानवाला कलंक लावणारी प्रथा आता थांबायला हवी, असं त्याला अगदी मनापासून वाटत होतं. प्राण्यांची, पशूंची सामूहिक हत्या करणं त्याला बिलकूल मंजूर नव्हतं. त्याला त्याचा ठाम विरोध होता. या घाणेरड्या

प्रथेमुळे वडार समाजाची प्रतिमा इतर समाजामध्ये मलीन होत्येय म्हणून तो त्याच्या समाजाला अगदी पोटतिडकीनं सांगायचा. परंतु त्याचं म्हणणं कुणीही मनावर घेत नसत. उलटपक्षी तिम्मा आपल्या धार्मिक कार्यात आडकाठी आणतो म्हणून वडारांना त्याचा राग येत असे. त्यांच्या रागाची तिम्मानं कधी पर्वा केली नव्हती. या कामात त्याला कुणाचीही मदत मिळत नव्हती. हे काम आपल्या जातीविरुद्ध आहे, असा त्यांचा समज झाला होता. एक ना एक दिवस ही अनिष्ट प्रथा बंद होईल, अशी तिम्माच्या मनात सुप्त आशा होती.

दुर्गाप्पा ठेकेदाराच्या बंगल्यासमोर आज वडार समाज एकत्र येऊन सुंकलामाची जत्रा करणार असल्यामुळे तिम्मा सकाळपासून मनात अस्वस्थ होता. त्याचं कशातही लक्ष लागत नव्हतं. सुंकलामाची प्रथा बंद होण्यासाठी तो तीन-चार वर्षं कष्ट घेत होता, आपल्या समाजाचं मतपरिवर्तन करण्यासाठी प्रयत्न करीत होता. दुर्दैवानं त्या प्रयत्नाला अद्याप यश आलं नव्हतं. त्याच्या अस्वस्थेचं कारण त्याच्या बायकोला शकुंतलेला ठाऊक होतं. आपला नवरा आपल्याला सुंकलामा देवीच्या जत्रेला जाऊ देत नाही म्हणून तिचाही त्याच्यावर राग होता.

लग्नाच्या आधी शकुंतला तिच्या माहेरी ती आईवडील, भाऊ आणि बहीण यांच्या सोबत सुंकलामा देवीच्या जत्रेला अगदी पावडर, लाली लावून नटूनथटून जायची. देवीच्या जत्रेला त्या ठिकाणी सगळा वडार समाज लोटलेला असायचा. रात्री मटणाचं जेवण चुलीवर शिजायचं. रात्री एकाच पंगतीत मटणाचं जेवण जेवताना खूप आनंद वाटायचा. सासरी आल्यावर मात्र शकुंतला त्या सुखाला पारखी झाली होती. आपल्या नवऱ्याचं मतपरिवर्तन करणाऱ्यासाठी ती सुंकलामा देवीलाच मनातल्या मनात साकडं घालायची.

तिम्माच्या आईचं नाव 'यल्लुबाई' असं होतं. तिची सौंदतीच्या यल्लमादेवीवर भारी भक्ती होती. मंगळवार आणि शुक्रवार असं आठवड्यातून दोन वेळा यल्लम्मा देवीच्या नावानं निरंकार उपवास करून ती पाच घरं 'अक्कुल दे जोगवा' म्हणत जोगवा मागत फिरायची. तिम्मा त्याच्या आईलासुद्धा सुंकलामा देवीच्या जत्रेला जाण्यासाठी आडकाठी करायचा. तेव्हा ती एकदा त्याला फणकाऱ्यानं म्हणाली,

"तिम्मा, तू हे जे करत्युस त्ये ब्बेस न्हाय बग. देवा-धरमात तू आडवा येत्यूस म्हून मला तुज्यापाय जातीच्या लोकांचं न्हाय न्हाय त्ये आयकून घ्यावं लागतं. माजी सुंकलामादेवी लई सतपनाची हाय. आपल्या जातीला तिनंच जगविलंय. तिला इसरून कंधी आपलं चांगलं व्हनार न्हाय. पैलं आमी पौसाळ्यात टाकळ्याची भाजी करून प्वॉटाला खात हुताव, पर कंधी आकाडात तिची जत्रा करायची चुकवलं न्हाय

बग. तिला इसरलाव की, या रामखंडात वडाराचं बी दिकून ऱ्हानार न्हाय. मी खोटं न्हाय बोलत. चार बुकं तू शिकलास म्हंजी तुला समदं कळतंय, असं तू तुज्या मनात समजू नुकूस. तुज्या परास मी लई पौसाळे, उन्हाळे बगीतलंत. याच्या म्होरं तरी शान्यागत वागायला शीक. सुंकलामाल भजायला लागलास तर ती तुला काय बी कमी करणार न्हाय. ती तुज्या पाठीशी हमेशा हुभी ऱ्हाईल बग.''

आईचं बोलणं ऐकून तिम्मा निरुत्तर झाला. ती ह्यात असेपर्यंत त्याला तिचं मन वळविण्यासाठी यश आलं नाही. तिम्माची आई गेली तेव्हा वडार समाजानं तिच्या अंत्यसंस्काराच्या वेळी हा वाद मुद्दाम उकरून काढला. तिम्माच्या आईचं प्रेत वाद झाल्यामुळे दोन-तीन तास अग्नी न देता सरणावर तसंच पडून होतं. त्या वेळी तिम्माची महाभारतात चक्रव्यूहात सापडलेल्या अभिमन्यूप्रमाणे गत झाली होती. आलेले लोक कंटाळले होते. काही लोकांनी मध्यस्थी केल्यावर प्रेताला अग्नी देण्यात आला. ती कटू घटना तिम्माच्या काळजात अजून टोकदार काट्याप्रमाणे टोचत होती. त्याच्या मनात खदखदणारं दुःख तिम्मानं महतप्रयासानं दाबून धरलं होतं. तिम्माची आई अडाणी असली तरी तिनं एकदा तिम्माला जवळ बोलावून सांगितलं होतं की, 'तिम्मा ध्याई मंदी कैची असली तरी मान्सानं त्वाँडात साकार ठेवावी.' तिम्माला तिचं हे बोलणं पटलं होतं. त्याचा वाद समाजाशी मुळीच नव्हता, त्याचा वाद अनिष्ट प्रथेशी होता.

शकुंतलासुद्धा सकाळपासून चिंताग्रस्त झालेली दिसत होती. आपला नवरा आपल्याला सुंकलामाला जाऊ देणार नाही. परंतु तो स्वत: मात्र त्या ठिकाणी जाणार. वडार समाज त्याच्यावर खवळला आहे. त्यांनी जर त्याला दगाफटका केला तर? असे एक ना अनेक प्रश्न तिच्या डोक्यात येत होते. म्हणून तिला तिच्या नवऱ्याची काळजी वाटू लागली होती. नवरा आपलं काहीही ऐकू घेणार नाही. तो स्वत:चंच खरं करेल, हे तिला ठाऊक होतं.

शकुंतला डोळ्यांत पाणी आणून रुद्ध कंठानं तिम्माला आर्जव करीत म्हणाली,

''नाद रवा मांटा इंटाव येम? (माझं थोडं बोलणं ऐकून घ्याल का?)

''माटलाड सुताम.'' (बोल बघू.)

''तुमी सुदीक सुंकलामाला जाऊ नका. त्या लोकांचा तुमच्यावर लई राग हाय.''

''शकुंतला, तू माझी काळजी कशाला करत्येस? मी त्यांच्याशी काय मारामारी करायला जात न्हाय. त्यांना दोन गोष्टी समजून सांगायला काय हरकत हाय?''

''शब्दाला शब्द वाढतो, रागाला डोळे नसतात, दुर्गाप्पाच्या भीतीनं त्या

ठिकाणी कुणी तुमची बाजू घेऊन बोलणार न्हाय.'' शकुंतलेनं डोळ्यांत पाणी आणून त्याच्या पुढे पदर पसरला होता.

''दुर्गाप्पा, पैसेवाला असला तर त्याच्या तो घरचा. मी त्याला कशाला घाबरू? तो काय वाघ लागून गेला न्हाय.''

तिम्मा त्याचा निर्णय मुळीच बदलायला तयार नव्हता. त्याचा निर्धार अगदी कायम होता. शकुंतला डोळ्यांतून अश्रू गाळीत त्याच्याकडे पाहत होती. त्याचं त्या ठिकाणी रक्षण करण्यासाठी ती मनातल्या मनात सुंकलामा देवीला साकडं घालीत होती.

★ ★ ★

सायंकाळ झाली होती. हवामान दमट आणि ओलसर होतं. वाऱ्याच्या थंडगार झुळकीनं आजूबाजूच्या वातावरणात कमालीची प्रसन्नता पसरली होती. अणूरेणूत आनंदाला नुसतं उधाण आलं होतं.

सुंकलामा देवीची जत्रा करण्यासाठी दुर्गाप्पाच्या बंगल्यासमोर संपूर्ण वडार समाज एकत्र जमला होता. स्त्री-पुरुष ठेवणीतील कपडे घालून आले होते. नोकरदार व ठेकेदारीच्या व्यवसाय करणाऱ्यांच्या बायकांनी अंगावर भारी किमतीच्या साड्या नेसून गळ्यात सोन्याचे दागिने घातले होते. शेवंताचा गळा सोन्याच्या दागिन्यांनी भरून गेला होता. तिच्या दोन्ही हातात सोन्याच्या बांगड्या होत्या. तिच्या अंगावरील दागिने पाहून इतर बायकांना तिचा हेवा वाटत होता. बायकांच्या डोक्यावर नैवेद्य दाखविण्यासाठी भाताचा टोप होता. त्या टोपाला लिंबाच्या पाल्याचा हार करून घातला होता, पुरुष मंडळींच्या हातात बळी देण्यात येणाऱ्या बोकडाचा कान होता, कुणाच्या हातात आरवता लाल तुरेवाला कोंबडा होता. मरणाची चाहूल लागल्यामुळे बोकड 'बे ऽऽ बेऽऽ' करीत जिवाच्या आकांतानं ओरडत होते, कोंबड्यांनी सुद्धा गोंधळ घालायला सुरुवात केल्यामुळे सुंकलामाच्या नावानं संपूर्ण वातावरण अगदी भारून गेलं होतं. वडार समाज भक्तिरसात पार डुंबून गेला होता.

काहीजण त्या ठिकाणी नशापाणी करूनसुद्धा आले होते. ते त्यांच्या बायको-मुलावर उगाच ओरडत होते. कितीतरी दिवसानं भेट झाल्याप्रमाणे प्रत्येकजण एकमेकाला 'बेस उंडाव येम.' (बरा आहेस ना.) असं विचारीत होते. एकाच गावात राहून त्यांची भेट होत नव्हती. सुंकलामाच्या निमित्तानं त्यांची गाठभेट झाली होती. त्यांच्या डोळ्यांत आनंद, कुतूहल यांचे संमिश्र भाव दिसत होते. सुंकलामाच्या जत्रेसाठी आलेल्यापैकी गरीब लोकांचा भरणा अधिक होता.

दुर्गाप्पाच्या अंगावर कडक इस्त्री केलेला राखाडी रंगाचा सफारी ड्रेस होता. त्यानं गुळगुळीत दाढी केली होती. त्याच्या दोन्ही हातांत सोन्याच्या अंगठ्या होत्या, गळ्यात दहा तोळ्याची सोन्याची दुपदरी चेन होती. त्याच्या देखरेखीखाली सुंकलामाची जत्रा पार पडत होती. तिम्मा या ठिकाणी आल्यावर त्याला बेदम मारहाण करण्यासाठी दुर्गाप्पानं दोघा-तिघांना आधीच सांगून ठेवलं होतं. तो तिम्माची वाटच पाहत होता. तिम्माच्या डंपरचं अचानक काम निघाल्यामुळे तो अजून इकडे येऊ शकला नव्हता. त्यालासुद्धा इकडे येण्याची घाई लागली होती.

संकुलामा देवीची ज्या जागेवर जत्रा होणार होती. ती जागा गाईच्या शेणानं सारवून गोमूत्र शिंपडलं होतं, निगडीचा पाला पसरवून त्यावर सव्वा मीटर नवीन सफेद कापड अंथरलं होतं, त्याच्या समोर छान रांगोळी काढण्यात आली होती. वाऱ्याचा त्रास होऊ नये म्हणून दोन बांबू रोवून रंगीत कापडाचा आडोसादेखील करण्यात आला होता. एक फूट खोल आणि दोन फूट लांब असा खड्डा काढून त्यात सुकी लाकडं घालून अग्निकुंड तयार केलं होतं. वाऱ्याच्या झोताबरोबर त्या अग्निकुंडातील ज्वाळा कडाडणाऱ्या बिजलीगत थयथय नाचत होत्या.

डोक्यावर दही, दूध, आंबील आणि नैवेद्य घेऊन त्या पेटत्या अग्निकुंडात दुधाची धार सोडत 'अक्कुल दे जोगवा' असं म्हणत सगळ्यांनी भोवतीनं अग्निकुंडातून चालत जात पाच फेऱ्या मारल्या, नशापाणी करून आलेले भेलकांडत होते. दुधाच्या धारेनं अग्निकुंड विझून गेला. त्यातून आता फक्त धूर निघत होता. भोवतीनं पाच फेऱ्या मारून झाल्यावर यल्लाप्पा आणि कलाप्पा या दोघांनी अंथरलेल्या सफेद कापडावर नैवेद्याच्या भाताचे टोप रिकामे केले. भाताचा त्या सफेद कापडावर ढीग तयार झाला होता. त्या भातामध्ये आंबील, दही, दूध, तूप ओतून त्यांनी पाच गोळे तयार केले. मधला गोळा मोठा करण्यात आला होता. ती सुंकलामा देवी होती. डोळे बसवून तिच्या गळ्यात मंगळसूत्र घालण्यात आलं. डोक्यावर नवीन लुगड्याचा पदर घालण्यात आला. सुंकलामा समोर प्रत्येकी सात नग या प्रमाणे खारीक, बदाम, कांदे, लिंबू, केळी, लसूण, खोबऱ्याच्या सुक्या वाट्या, लाल सुकी मिरची, हळकुंड, हिरव्या बांगड्या, काळेमणी, सुई, सुपारी आणि पानं ठेवण्यात आली. देवीसमोर तुपात समई लावण्यात आली. सुवासिक उदबत्त्यांचा नुसता त्या ठिकाणी घमघमाट सुटला होता. देवीची यथासांग पूजा करून यल्लाप्पा भसाड्या आवाजात गाऱ्हाणं घालू लागला,

"तल्ली, (देवी) तुजी आमी अजान लेकरं. तुजी आमी दरवर्सापरमानं येडीवाकडी जत्रा केलेली हाय. त्ये तू ग्वॉड मानून घे. आमाला कामात बरकत दे, रोगराई

पळीव, आमच्या घरात सुख-शांती नांदू दे, आमच्या पाठीशी हूभी-हावून तू आमचा सांभाळ कर. तुला आमी कंधी इसरनार न्हाय.''

यल्लाप्पानं गाऱ्हाणं घातल्यावर 'आई सुंकलामाच्या नावानं चांगभलं ऽऽ' अशा कानठळ्या बसणाऱ्या आवाजानं अवघा परिसर दुमदुमून गेला. अबीर-गुलाल हवेत उधळला गेला. सगळेजण देवीच्या पाया पडले. स्त्रियांनी देवीची खणा-नारळांनी ओटी भरली. देवीचा नवस फेडण्यात आला. तो अवघा परिसर सुंकलामामय होऊन गेला होता.

आता सुंकलामा देवीला बोकड आणि कोंबड्या बळी देण्यात येणार होतं. दोघं-तिघं जण हातात धारधार सुरे घेऊन तयारीत उभे होते. दहा-बारा बोकड आणि चाळीस-पन्नास कोंबड्यांना सुंकलामा देवीसमोर बळी देण्यात येणार होतं. त्या मुक्या प्राण्यांनां मरणाची चाहूल लागल्यामुळे त्यांनी ओरडून गोंधळ घालायला आता सुरुवात केली होती. त्यांच्या मस्तकावर देवीच्या नावानं भंडारा लावला होता, आणि गळ्यात लिंबाच्या पानांची माळ तयार करून घातली होती.

सगळेजण देवीला बळी देण्याच्या तयारी असताना तिम्मा घाई-गडबडीत त्या ठिकाणी येवून टपकला. तिम्माला समोर उभा असलेला पाहून सगळेजण त्याच्याकडे रागानं पाहू लागले. तो या ठिकाणी का आलेला आहे, हे त्या लोकांना ठाऊक होतं.

तिम्माला पाहून दुर्गाप्पाच्या डोळ्यांत रक्त उतरलं होतं. रागानं तो तिम्माला दमदाटी करीत म्हणाला,

''ए ऽऽ भोसडीच्या, तू हिथं का आलास?''

तिम्मा त्याला समजावीत शांतपणे म्हणाला, ''मामा, मी एका चांगल्या कामासाठी आलोय. तुमी कशाला चिडताय? सुंकलामाची ही एक अनिष्ट प्रथा हाय, आपल्या वडार समाजाला तो कलंक हाय. सुंकलामाच्या नावानं मुक्या प्राण्यांची सामूहिक हत्या कायद्यानं करता येत न्हाय बगा. यामुळे पुण्य पदरात पडून देवी पावत न्हाय, उलट मुक्या प्राण्यांची हत्या केल्याचं पाप लागंल.''

''गोतरझव्या, सुंकलामाला आडवा आलास तर तुला ती भयाभंग करील. तू नरकात जाशील तिचा कोप लई वंगाळ हाय.''

''मामा, देवीचा कोप होत न्हाय. ही निव्वळ अंधश्रद्धा हाय. मी सुंकलामाची जत्रा करीत न्हाय. मला काय बी झालं न्हाय. मनात तुम्ही भीती बाळगू नका. मुक्या प्राण्यांची सामूहिक हत्या थांबवा.'' तिम्मा दुर्गाप्पाला पुन्हा विनंती करीत म्हणाला.

दुर्गाप्पा तिम्माला अद्वातद्वा बोलत होता. त्याच्या मदतीला आता बाकीचे लोक सुद्धा धावून आले होते. तिम्माचं कुणी काहीही ऐकून घेत नव्हतं. उलटपक्षी ते त्याला

शिव्या देत त्याच्या अंगावर धावून गेले होते. सुंकलामाच्या जत्रेत गोंधळ उडाला होता. मुलं आणि बायका भयभीत झाल्या होत्या. वडार समाज एकवेळ पोटच्या मुलाचं दु:ख काळजावर दगड ठेवून सहन करेल, परंतु त्याच्या धार्मिक कार्यात कुणी आडकाठी आणत असेल, तर त्याच्या डोळ्यांत लगेच रक्त उतरतं. मग तो होणाऱ्या परिणामाची पर्वा न करता अंगातील सर्वशक्तिनिशी आडकाठी आणणाऱ्या माणसावर त्वेषानं हल्ला करतो. देवावर वडार समाजाची अभंग श्रद्धा होती.

तिम्माच्या बाबतीतसुद्धा तेच घडलं. तिम्मा सुंकलामाच्या जत्रेत आला, तर त्याला सोडायचं नाही, असं दुर्गाप्पानं आधीच ठरविलं होतं. त्याला मारण्यासाठी त्यानं दोघांना सांगून ठेवलं होतं. दुर्गाप्पानं शिव्या देत तिम्मावर हात टाकल्यावर लगेच त्याला चार-पाच जणांनी घेरलं; आणि पिकात शिरलेल्या ढोराला बडवावं, तसं त्यांनी लाथा-बुक्क्या घालून तिम्माला बडवायला सुरुवात केली. त्या लोकांनी त्याला बेदम मारहाण करीतच दुर्गाप्पाच्या बंगल्याच्या आवाराच्या बाहेर आणलं. तिम्मा रक्तबंबाळ झाला होता. तो मूर्च्छा येऊन पडल्यावर त्याला मारहाण करणारे माघारी वळले. पुढे काय झालं हे तिम्माला मुळीच कळलं नाही.

तिम्मा आता पूर्ण शुद्धीवर आला होता. त्याच्या जिवावरील धोका आता टळून गेला होता. त्याच्या पायाजवळ शकुंतला अश्रू ढाळत बसली होती. तिच्या जवळ तिची दोन मुलं केविलवाण्या चेहऱ्यांनी उभी होती. तिम्मा शुद्धीवर आल्याचं पाहून शकुंतलेचा जीव भांड्यात पडला होता. कालपासून तिनं तोंडात पाण्याचा घोटदेखील घेतला नव्हता. बायकोच्या डोळ्यांतील निर्व्याज प्रेम पाहून तिम्मा गहिवरून गेला होता. तिच्याकडे भरलेल्या डोळ्यांनी पहत तो तिला रुद्ध कंठानं म्हणाला,

"शकुंतला, तुझं कुंकू बळकट हाय म्हणून या जीवघेण्या हल्ल्यातून वाचलू बग."

शकुंतला त्याचं बोलणं ऐकून ती बसलेल्या जागेवरून उठली आणि ती काही न बोलता त्याचे गळणारे डोळे साडीच्या पदरानं पुसू लागली. इतक्यात पायातील चकचकीत चामड्यांच्या बुटांचा आवाज करीत खाकी वर्दीतील शिंदे हवालदार त्याचा लेखी जबाब घेण्यासाठी तिम्माजवळ येऊन उभे राहिले. तिम्मानं त्या शिंदे हवालदाराला 'मारहाण करणाऱ्या लोकांना मी ओळखत नाही, माझा कुणावर संशय नाही.' असा लेखी जबाब लिहून दिला. तिम्माचा जबाब घेऊन शिंदे हवालदार निघून गेले. शकुंतला तिच्या नवऱ्याकडे डोळे भरून पाहत होती.

■

५

मुलाखत

एका प्लॅस्टिकच्या पिशवीत माझी शैक्षणिक आणि इतर कागदपत्र घेऊन मी मुलाखतीसाठी सुंदरगाव येथील न्यू इंग्लिश स्कूलमध्ये अगदी वेळेत हजर झालो होतो. माझं गाव धनेगाव. माझं गाव तालुक्यापासून वीस किलो- मीटर्सच्या अंतरावर होतं. मुलाखतीसाठी यायला मला दोन-तीन गाड्या बदलाव्या लागल्या होत्या, दोन-तीन किलोमीटर्स पायी चालावं लागल्यामुळे थोडा थकवा आला होता. नोकरीची मला नितांत गरज असल्यामुळे मी सुंदरगावसारख्या आडगावात मुलाखतीसाठी आलो होतो.

माझं कॉलेज शिक्षण पूर्ण झाल्यानंतर मी तीन वर्षापूर्वी अध्यापनाचा बी.एड.चा कोर्स पूर्ण केला होता. तेव्हापासून मी नोकरीसाठी मुलाखती देण्याचा सपाटा चालू केला होता. स्थानिक वर्तमानपत्रात शिक्षकसेवक जागेसाठी जाहिरात छापून आल्यावर लोकांकडून मी गाडीखर्चासाठी उधारीनं पैसे मागायचो. कधी माझी आई माझ्या गाडीखर्चासाठी कणगीतील भात विकायची किंवा खुराड्यातील पाळलेल्या कोंबड्या विकायची. आज ना उद्या आपल्याला शिक्षकाची नोकरी मिळेल आणि आपल्या घरातील हे दारिद्र्याचे दिवस संपतील, ही एकमेव आशा माझ्या मनात अगदी घर करून राहिली होती. त्यासाठी वाट्टेल तो त्रास सहन करण्याची मी माझ्या मनाची तयारी केली होती. माणूस आशेवर त्याच्या वाटेला आलेलं जीवन जगत असतो, याचा मी अनुभव घेत होतो.

एखाद्या हायस्कूलमध्ये मी मुलाखत देऊन आल्यावर मोठ्या

आशेनं मी त्यांच्या पत्राची वाट पाहायचो. खाकी कपडे घातलेला पोस्टमन रस्त्यात दिसला, की त्याला आवर्जून 'माझं पत्र आलंय का?' म्हणून विचारायचो. तो 'नाही' म्हणाला की, मनात दु:खी व्हायचो. रात्री नीट झोपसुद्धा लागत नसे. मला झोपेत स्वप्नं पडायची. त्या स्वप्नात मला नोकरी लागलेली असायची. वर्गात विद्यार्थ्यांना मी तल्लीन होऊन शिकवायचो, स्वप्नातील आनंदानं मी मोरपीस होऊन हवेत तरंगायचो, जाग आल्यावर धाडकन जमिनीवर कोसळायचो. माझ्या जीवनात हे असं आशा-निराशाचं चक्र तीन वर्षांपासून अव्याहत सुरू होतं. स्थानिक वर्तमानपत्रातील शिक्षकसेवकाच्या जाहिरातीकडे मी अगदी बारकाईनं लक्ष ठेवून होतो.

मी आता वयाची तिशी ओलांडली होती. मला नोकरी नसल्यामुळे अजून मी लग्न करू शकलो नव्हतो. आमच्यासारख्या आर्थिक परिस्थितीतल्या गरीब असलेल्या घरच्या मुली मला लग्नासाठी सांगून येत होत्या. परंतु प्रतिभाला नोकरी लागल्यावर मी तुझ्याशी नक्की लग्न करेन असं मी तिला गावच्या झोलाई देवीची शप्पथ घेऊन वचन दिलं होतं. मी तिच्यावर मनापासून प्रेम करीत होतो. दोन-तीन वर्षांपासून आमचं चोरून प्रेमप्रकरण सुरू होतं. मी तिला चिठ्ठ्या-चपाट्या द्यायचो. ते वाचून तीसुद्धा मला 'मी तुझ्याशिवाय अन्य कोणत्याही पुरुषाशी लग्न करणार नाही' म्हणून प्रेमानं ओतप्रोत भरलेल्या चिठ्ठ्या द्यायची. तिच्या चिठ्ठ्या वाचून माझ्या मनाचा मोरपीस होऊन मी हवेत आनंदानं थुईथुई नाचायचो, काळजावर अमृताचा वर्षाव व्हायचा. तिच्याशी लग्न करून सुखी होण्यासाठी लवकरात लवकर आपल्याला नोकरी लागावी असं मला अगदी मनापासून वाटत होतं.

प्रतिभाचं आणि माझं सुरू असलेलं प्रेमप्रकरण तिच्या घरी समजल्यावर तिच्या घरात रणकंदन माजलं. माझ्या घरची आर्थिक परिस्थिती तिच्या आई-वडिलांना ठाऊक होतं. नोकरीसाठी मी वणवण भटकत आहे, हेसुद्धा त्यांना ठाऊक होतं, प्रतिभेच्या आईवडिलांनी तिला मारहाण करून घरात कोंडून ठेवलं. मे महिन्यात त्यांनी तिच्या इच्छेविरुद्ध मुंबईच्या चाकरमान्याशी तिचं लग्न लावून दिलं. प्रतिभावर मी अगदी मनापासून प्रेम करीत असल्यानं मला तिच्याशीच लग्न करायचं होतं. यात माझी चूक आहे, असं मला मुळीच वाटलं नाही. तिचं लग्न झाल्यावर मी अस्वस्थ होऊन काही दिवस अगदी भ्रमिष्टागतच वागत होतो. अजूनही मला तिची एकांतात असताना आठवण येत असते. पहिलं प्रेम कुणीही विसरू शकत नाही, हे मीसुद्धा अगदी प्रांजळपणे कबूल करतो. प्रतिभेच्या लग्नाआधी मला नोकरी

मिळाली असती, तर तिच्या आईवडिलांनी तिचं माझ्याशी आनंदानं लग्न लावून दिलं असतं. परंतु सटवीनं माझं नशीब लिहिताना प्रेमभंगाचा कटू अनुभव घेण्याचंच लिहिलं होतं. आता त्याचा मनात विचार करूनसुद्धा काय उपयोग? कमानीतून सुटलेला तीर आणि गेलेली वेळ पुन्हा कधीही मागे घेता येत नाही.

माझे वडील आमच्या गावातच महसूल खात्यात तलाठ्याच्या हाताखाली कोतवाल म्हणून काम करतात. त्यांना महिन्याला रुपये दोन हजार पगार मिळतो. आमची गावात अडीच एकर जमीन आहे. पैकी दोन एकर जमीन खडकाळ असल्यानं ती ओसाड आहे. अर्धा एकर जमीन खलाटीची आहे. त्यात वर्षाला पंधरा-वीस मण भात पिकतो. कधी भातावर काळपट करपा रोग पडला, तर भाताचा एक दाणासुद्धा मिळत नाही. मग त्यावर्षी उपासमारीला तोंड देण्याशिवाय आमच्याकडे अन्य कोणताही पर्याय नसतो.

माझ्या बी.एड. कोर्ससाठी मला पैशाची गरज लागली, तेव्हा वडिलांनी भातशेतीची जमीन गावातील चंदूलाल खोताकडे गहाण ठेवून त्याच्याकडून व्याजानं पैसे घेतले. गेल्या तीन वर्षांत आम्ही त्या खोताला व्याजाचा एक नवा पैसासुद्धा देऊ शकलो नव्हतो. चंदूलाल खोताच्या ते अगदी पथ्यावरच पडणार होतं. आमची खलाटीची चांगल्या भात पिकाची जमीन घशात घालण्यासाठी तो अगदी टपून बसला आहे. मला नोकरी लागल्यावर मी आधी आमची वडिलोपार्जित खोताकडे गहाण ठेवलेली जमीन सोडवून घेणार आहे. कधीकधी मला असंसुद्धा वाटतं, की आधी आपण बोहल्यावर चढायचं, की खोताकडे गहाण पडलेली जमीन सोडवायची. याचं कारण असं, की माझं लग्नाचं वय उलटून गेलं आहे. प्रतिभाची आणि नोकरीची वाट पाहत मी तिशी कधी ओलांडली हे माझं मलाच कळलं नाही. माझ्या आईवडिलांना मांडीवर नातवंडं खेळविण्याची घाई लागली आहे. डोळे मिटायच्या आत त्यांना ते सुख भरभरून अनुभवयाचं आहे. कितीही विचार केला तरी माझ्या मनातील गुंता अद्याप सुटलेला नाही.

माझ्या एकुलत्या एक बहिणीचं नाव जानकी आहे. ती माझ्यापेक्षा वयानं तीन वर्षांनी मोठी आहे. तिचं लग्न होऊन तिला मुलबाळंसुद्धा झाली आहेत. तिचा नवरा मुंबईला महानगर पालिकेत सफाई कामगार म्हणून नोकरीला आहे. त्यानं एकदा मला निरोप देऊन सांगितलं की, मुंबईला मला एखादी सटरफटर नोकरी मिळू शकते म्हणून. माझी राहण्याची सोय मुंबईला माझ्या बहिणीकडेच होणार होती. त्याचा निरोप मिळाल्यावर मी माझ्या मनात असा विचार केला, की रात्रंदिवस मरमर अभ्यास करून मी बी.एड झालो. त्यासाठी वडिलोपार्जित भातशेतीची जमीन खोताकडे

गहाण ठेवली. यावर पाणी सोडून मुंबईला जाऊन हमाली करायची? आता गोड बोलणारा माझा मेहुणा उद्या आपल्याकडून काही चुका झाल्या, तर बोलून दाखविणार नाही कशावरून? जवळची नाती दूर असेपर्यंतच घट्टपणे टिकून राहातात. म्हणून मी मुंबईला जाण्याचा बेत माझ्या मनातून काढून टाकला.

असं म्हणतात, की गरजवंताला अक्कल नसते. हे अगदी सोळा आणे खरं आहे. मला या अनुभवातूनसुद्धा जावं लागत आहे. शिक्षणसेवकाची नोकरी मिळण्यासाठी मी कितीतरी जणांची मनधरणी करीत होतो. त्यांच्या समोर अगतिक, लाचार होत होतो. परंतु कुणालाही माझी दया येत नव्हती. एकदा तालुक्याचे लोकप्रिय आणि कार्यसम्राट आमदार माननीय जयसिंगराव गणपतराव चव्हाण साहेबांनासुद्धा त्यांच्या बंगल्यावर जाऊन भेटलो. त्यांना मी अगदी तोंड वेंगाडून म्हणालो,

"साहेब, मी बी.एड. पूर्ण केलंय. नाझी आर्थिक परिस्थिती फार हलाख्याची आहे. मला तुमच्या हायस्कूलमध्ये नोकरी दिली, तर आपले माझ्यावर खूप उपकार होतील."

"सर्व शैक्षणिक कागदपत्र जोडून तू तुझा अर्ज कांबळे हेडमास्तरांकडे नेऊन दे. शिक्षकाची जागा खाली झाल्यावर तुला लगेच त्यांना पत्रानं कळवायला सांगतो कळलं का?"

"होय साहेब."

तालुक्याचे आमदार राजकारणात एकदम मुरलेले होते. गोड बोलून एखाद्याला त्याचं काम न करता कसं वाटेला लावायचं, हे त्यांना फार चांगलं कळत होतं. मलासुद्धा त्यांनी माझं बोलणं ऐकून वाटाण्याच्या अक्षता लावल्या होत्या. आमदारांबद्दल मला नंतर असं कळलं, की त्यांच्या हायस्कूलमध्ये शिक्षकाची जागा रिक्त झाल्यावर ते नियमानुसार स्थानिक वर्तमानपत्रात जाहिरात देऊन अर्ज मागवतात, उमेदवारांच्या मुलाखत घेण्याचं नाटक करतात; आणि जिल्ह्याबाहेरच्या एखाद्याची रिक्त जागेवर तीन किंवा चार लाख रुपये रोख घेऊन नेमणूक करतात. यात देशावरील सधन शेतकऱ्यांच्या मुलांची अधिक वर्णी लागते. कोकणातील गरीब शेतकऱ्यांच्या बी.एड. झालेल्या मुलांना मात्र उरफोड करीत नोकरीसाठी माझ्यासारखं वणवण भटकावं लागत आहे. यात आपण काय गैर करीत आहोत, असं त्या ढोंगी राजकीय पुढाऱ्यांना वाटत नाही. अळीमिळी गुपचिळी, असा मामला जणू सर्वत्र सध्या चालू आहे.

मला आता त्या गोडबोल्या आमदाराचं आणि त्या कांबळे हेडमास्तराचं तोंडसुद्धा पाहण्याची इच्छा नाही. अर्ज देऊनसुद्धा त्यांच्याकडून अद्याप मला नोकरीसाठी बोलावणं आलेलं नाही आणि ते येणारही नाही. माझी तशी आता

खात्री झाली आहे. तो कांबळे हेडमास्तर हायस्कूलमध्ये तालुक्याच्या आमदाराचा दलाल म्हणून काम करतो. त्याचं पोट आता भरलंय. माझ्यासारख्या सुशिक्षित बेकाराची तो कशाला काळजी करेल?

यावर्षी जून महिन्यात माझ्या धनेगाव या गावात माध्यामिक शाळेत शिक्षक सेवकाच्या रिक्त असणाऱ्या दोन जागा भरावयाच्या होत्या. वर्तमानपत्रात तशी जाहिरातसुद्धा झळकली होती. आमच्या गावच्या शाळेत हिंदी विषयाची जागा रिक्त असल्याचं पाहून मला खूप आनंद झाला होता. माझ्या आशा पल्लवीत झाल्या होत्या. माझी तोंडी मुलाखत एकदम चांगली पार पडली होती. ॲडव्होकेट दीपक पाटणे हे आमच्या माध्यमिक शाळेचे चेअरमन होते. त्यांच्या सहीनं रिक्त जागेवर शिक्षकाची नेमणूक होत असे. मुलाखत दिल्यानंतर मी माझ्या मनात असा विचार केला की, पाटणेसाहेबांची भेट घेतल्यानंतर ते आपलं काम नक्की करतील कारण मीसुद्धा याच धनेगावात राहत होतो. ही संधी दवडून जमायचं नाही, कारण पुन्हा अशी सुवर्णसंधी आपल्याला लवकर मिळायची नाही. प्रयत्न करायला काय हरकत आहे?

दुसऱ्या दिवशी मी कानकोड्यांगत ॲडव्होकेट दीपक पाटणे यांच्या घराचं दार ठोठावलं.

"काय काम आहे?" पाटणेसाहेबांनी स्वत: दार उघडत कोरडेपणानं मला विचारलं.

"साहेब, मी हिंदी विषयात बी.एड. केलंय. प्रथम वर्गात मी पास झालोय. आपल्या माध्यमिक शाळेत काल मी मुलाखत दिली आहे. मला गावात तुम्ही नोकरी दिली तर फार बरं होईल." मी कसंबसं माझं म्हणणं त्यांना सांगितलं.

माझं बोलणं ऐकून त्यांच्या कपाळावर आठ्या पडल्या. पाटणेसाहेबांनी थोड्या गुश्शातच मला मोठ्या आवाजात सुनावलं.

"हे बघा, आमच्या शिक्षण कमिटीची मीटिंग आम्ही या दोन-तीन दिवसांत घेणार आहोत. त्या मीटिंगमध्ये रिक्त जागेवर कुणाची नेमणूक करायची, याबद्दल निर्णय घेणार आहोत. मी एकटा कोणताही निर्णय घेऊ शकत नाही. या तुम्ही."

"साहेब, माझ्या घरची आर्थिक परिस्थिती फार हलाख्याची आहे. मी तुम्हाला हात जोडून विनंती करतो." मी तोंड वेंगाडून म्हणालो.

"मी तुम्हाला काय सांगायचंय ते सांगितलं. आता तुम्ही माझा अधिक वेळ घेऊ नका. मला कोर्टात जायचंय. माझे अशील त्या ठिकाणी माझी वाट पाहत असतील."

पाटणे वकिलांनी माझ्या तोंडावरच घराचं दार जोरानं बंद केलं. तोंडात मारल्याप्रमाणे मला हात हलवीतच माघारी यावं लागलं. मला त्या पाटणे

वकिलाचा मनस्वी राग आला होता. माझं मन नोकरीसाठी आक्रंदन करीत होतं. मला कोठेही नोकरीची संधी मिळत नव्हती. सगळीकडे नकारघंटा ऐकावी लागत असल्यामुळे मी माझ्या मनात दु:खीकष्टी झालो होतो. कधीकधी स्वत:वर चिडत होतो. झक मारली अन् शिक्षकी पेशा करण्यासाठी बी.एड. केलं, असं मला आता वाटू लागलं होतं. सुरुवातीला वाटलं होतं की, बी.एड.चा कोर्स पूर्ण केल्यावर लगेच आपल्याला नोकरी लागेल म्हणून. परंतु तो माझा भ्रम होता. माझा भ्रमाचा भोपळा आता फुटला होता आणि मला भयानक वास्तवाच्या अनुभवाला सामोरं जावं लागत होतं.

रात्री मला जेवण करण्याचीसुद्धा इच्छा झाली नाही. गवताच्या काड्याची चटई जमिनीवर अंथरूण त्यावर विचार करीत मी पडलो. मी जेवलो नाही म्हणून माझे आईवडील माझी काळजी करू लागले. नोकरीसाठी मी किती वणवण करीत फिरतो, हे माझे वृद्ध आईवडील त्यांच्या डोळ्यांनी पाहत होते. शेतात, रस्त्यावर काम करून माझ्या तोंडावरची रया पार निघून गेली होती. उन्हानं माझा चेहरा भाजून निघाला होता आणि माझ्या गालावरील हाडंसुद्धा हल्ली दिसू लागली होती. एखाद्या अनोळखी माणसाला मी बी.ए., बी.एड. झालो आहे, असं सांगितलं असतं. तर त्यानं मला नक्की वेड्यात काढलं असतं. हेही दिवस आपले जातील म्हणून मी माझ्या मनाची समजूत घालीत होतो. स्वत:च्या दुखऱ्या काळजावर स्वत:च हळुवार फुंकर मारीत होतो.

सावकाश पावलं टाकीत आई माझ्या जवळ आली आणि माझ्या दंडाला धरून ती मला वर उठवीत कातर आवाजात म्हणाली,

"परकास, माज्या बाळा चल जेवायला."

"आई, मला भूक नाही. तुम्ही दोघं जेवून घ्या."

माझं बोलणं ऐकून तिचं मुळीच समाधान झालं नाही. तिच्या सुरकुत्यानं भरलेल्या चेहऱ्यावर काळजीच्या छटा उमटलेल्या दिसत होता. मला समाजावीत पुढे ती म्हणाली,

"लेका, असं उपाशी-हावून तुला नोक्री मिळंल व्हय? नोक्री लागायच्या वक्ताला ती लागंल सुदीक. तोपावोत गावात मजुरीला काय बी तोटा न्हाय. मान्सानं कुणाची लांडी-लबाडी आन् चोरी करू न्हे."

वडील माझ्या जवळ येऊन म्हणाले,

"परकास, तुला मजुरी करायला जमात नसंल, तर तलाठी हाफिसात येऊन सातबाराच्या नकला काडायचं काम कर. तलाठी भाऊंना सुदीक त्यांच्या कामात तुझी मदत व्हईल बग. म्हैन्याला तुला त्ये पगार देत्यील. मजुरी परास दोन पैसे कमी

मिळतील पर उन्हातानात तुला घाम गाळावं लागनार न्हाय.''

माझ्या वडिलांचं बोलणं ऐकूण मी त्यांना झटकन 'हो' असं म्हणालो नाही. तलाठी कार्यालयात माझे वडील तलाठ्याच्या हाताखाली ते सांगतील ते काम करीत. एखाद्या वेळी त्या तलाठ्यानं कामावरून माझ्या वडिलांना वाईट वागणूक दिली, तर मला ते सहन झालं नसतं. मला त्याचा झटकन राग आला असता आणि त्याचा त्रास त्या ठिकाणी माझ्या वडिलांना झाला असता. दुसरं कारण असं होतं, की सातबाराच्या नकला काढून मला त्या तलाठ्याकडून महिन्याला हजार बाराशे रुपये फक्त मिळाले असते. मजुरी करून मी रोज शंभर-दीडशे रुपये मिळवीत होतो. तलाठी कार्यालयात जमिनीच्या कामासंदर्भात रोज कुणी ना कुणी तरी ओळखीचे गावातील माणसं येणार आणि मला त्या ठिकाणी पाहून त्यांना त्याचं आश्चर्य कशावरून वाटणार नाही एखाद्या नाठाळ इसम कुत्सितपणे आपल्याला विचारणार, 'प्रकाश, तू बी.ए., बी.एड. होऊन तलाठी कार्यालयात जमिनीच्या सातबाराच्या नकला काढीत बसलास व्हय? अरे, पैसे चारून कुठल्या तरी हायस्कूलमध्ये मास्तरची नोकरी कर. हे रं काय करीत बसलाय?' कुणी आपली हेटाळणी केली तर त्याला काय उत्तर आपण द्यायचं? त्यापेक्षा तिकडे न जाणं चांगलं.

मी माझी अडचण वडिलांना सांगत म्हणालो,

''बाबा, नोकरी लागेपर्यंत मी आनंदानं तलाठी कार्यालयात सातबाराच्या नकला काढत बसलो असतो. परंतु शिक्षकसेवकाच्या मुलाखतीसाठी मला इकडे-तिकडे फिरावं लागतं. म्हणून मला ते जमणार नाही.''

माझी अडचण माझ्या बाबांच्या ध्यानात आली. ते मला जेवणासाठी आग्रह करीत कातर आवाजात म्हणाले, ''लेका तुला नोक्री लागायच्या वक्ताला लागंल. तू त्याची काळजी करू नकुस. अन्नपाणी सोडून कधी नोक्री लागतीय व्हय? चल जेवायला ऊठ. तू प्वॉटभर जेवायल्याबिगर आमी दिकून जेवायचो न्हाय. तुला उपाशी ठेवून आमच्या नरड्याखाली घास तरी उतरलं का? म्हातारपणी लेका तुझाच आमाला आधार हाय. तुझं सुख त्ये आमच्या दोगांचं सुख.''

''बाबा, मला नोक्री लागली तर मी तुम्हा दोघांना खूप सुखात ठेवीन. माझं ते एक स्वप्न आहे. मी भारावून म्हणालो.

''लेका, मी आपल्या गावच्या झोलाई देवीला तुला नोक्री लागण्यासाठनं नवस बोललाय. तवा तू काय बी काळजी करू नगंस. उंद्या देवळात जाऊन झोलाई देवाचं दर्शन घे. ती तुज्या पाठीशी हूभी ऱ्हाईल. तुज्या नोक्री परास आमाला तुझीच अधिक काळजी हाय. आमचं आता धा गेलंत नि पाच ऱ्हायलंत बग. आता आमी तुज्या

त्वाँडाकडं बगायचं न्हाय तर कुणाच्या रं त्वाँडाकडं बगायचं? माज्या आतड्यातून वडून काडलेला तू जीव हाईस.'' आई डोळ्यात पाणी आणत म्हणाली.

आईचं बोलणं ऐकून माझ्या डोळ्यांत टचकन पाणी आलं. घशात आलेला हुंदका मी परतून लावीत तिला म्हणालो,

''आई, मी सकाळी देवळात जाऊन झोलाई देवीचं दर्शन घेतो.''

''माजा शाण्णा ल्योक.'' माझा आलाबला घेत आई मला मायेनं म्हणाली.

''आपून आता संमदीजन एकाच पंगतीत जेवायला बसू.'' माझ्या वडिलांच्या चेहऱ्यावर आनंदाच्या छटा उमटल्या होत्या.

स्वयंपाक खोलीत लाईटच्या उजेडात आम्ही तिघं एकाच पंगतीत जेवायला बसलो. आईच्या अंगावर जुनेर होतं आणि तिच्या गळ्यात तंगूस मध्ये ओवलेले फक्त काळेमणी होते. आई जेवता जेवता आम्हाला डाव्या हातानं वाढत होती. गरिबीत आनंदानं कसं जगायचं असतं, हे कुणीही माझ्या आईकडून शिकून घ्यावं. घर, शेती आणि मुलं एवढंच तिचं जग होतं. आमच्यावर मायेची सावली धरून ती तिच्या जगात आनंदानं जगत होती. आमच्या घरात अठराविश्व दारिद्र्य होतं, तरी तिची त्याबद्दल कोणतीही तक्रार नव्हती. नोडक्या घराला टेकू देऊन आधार द्यावा, तसं माझी आई आम्हाला आधार देण्यासाठी जगत होती.

रात्र वाऱ्याला सोबत घेऊन दाही दिशेला धावत होती. नभांगण ताऱ्यांनी भरून गेलं होतं, हवेत गारवा होता. जेवण झाल्यावर मी पुन्हा चटईवर आडवा झालो. रात्री कधी पापण्या मिटल्या हे माझं मलासुद्धा कळलं नाही. मी स्वप्न पाहण्यात दंग झालो होतो.

सकाळी मी झोलाई देवीचं दर्शन घेण्यासाठी गावच्या देवळात गेलो. देवळात पाऊल टाकता क्षणी मला एकदम प्रसन्न वाटू लागलं. झोलाई देवीच्या पाषाण मूर्तीला दोन्ही हात जोडून मनोभावे नमस्कार केला आणि गाभाऱ्याला प्रदक्षिणा घातली. गावच्या म्हादलिंग गुरवानं माझ्या कपाळाला अंगारा लावून मला देवीचा प्रसाद खायला दिला.

झोलाई देवीचा प्रसाद खात मी गाभाऱ्याकडे तोंड करून भिंतीला पाठ टेकून निवांत बसलो. मला कसली घाई नव्हती. आज मी कुठं मजुरी करण्यासाठी जाणार नव्हतो. दुपारी मला गावच्या हायस्कूलमध्ये जावून मुख्याध्यापक कान्हेरेसर यांची नोकरीच्या संदर्भात भेट घ्यायची होती. कान्हेरेसर माझ्या परिचयाचे होते. पाटणे वकिलांनी मला झिडकारलं होतं.

झोलाई देवीच्या पाषाण मूर्तीसमोर मंद समई तेवत होती. जळणाऱ्या धुपाचा आणि सुवासिक उदबत्त्यांचा वास देवळात अगदी अणूरेणूत भरून गेला होता. त्यामुळे रंध्रारंध्रात उत्साह भरून प्रसन्न वाटत होतं. माझ्या डोक्यात असणाऱ्या सर्व चिंता, काळज्या देवीच्या चरणी अर्पण करून मी तिच्या मूर्तीकडे भारावून पाहत होतो. मनातल्या मनात नोकरी लागण्यासाठी तिला साकडं घालीत होतो. अडचणीमध्ये आणि दु:ख असेल तेव्हा माणूस ईश्वराची आराधना करीत असतो, तेव्हा त्याला त्याची आठवण प्रकर्षानं होत असते. माझी मनोवस्थासुद्धा त्यापेक्षा फार वेगळी अशी नव्हतीच मुळी.

झोलाई देवीच्या पाषाण, ठसठशीत मूर्तीकडे मी भान हरपून पाहत असताना माझ्या उजव्या खांद्यावर कुणाचा तरी मजबूत हात पडला. मी चमकून त्या व्यक्तीकडे नजर वळवून पाहू लागलो. गालात हसत माझा शाळेपासून असणारा मित्र-विकास माझ्या समोर उभा होता.

"अरे, तू कधी आलास?" मी.

माझ्या समोर बसत विकास मला घसा खाकरून म्हणाला,

"आत्ताच. झोलाई देवीला नमस्कार केला आणि थेट तुझ्याकडे आलो. कसा आहेस तू." माझ्या मांडीवर प्रेमानं थाप मारीत त्यानं मला विचारलं.

"मी मजेत आहे." मी त्याला खोटं सांगितलं.

आमच्या दोघांचं बारावीपर्यंत शिक्षण सोबत झालं होतं. विकासचं घर गावात तांबडवाडीत होत. विकासची घरची परिस्थिती चांगली असूनसुद्धा तो पुढे शिकला नाही. मी प्रतिकूल परिस्थितीला तोंड देत पुढे नेटानं शिकलो. विकासचे वडील गावात रास्त दरानं धान्य दुकान चालवित, त्याची आई महिला बचत गटाचं काम करीत असे. त्यांच्या मालकीच्या काजू-कलमाच्या बागासुद्धा होत्या. गेल्या वर्षी विकासाच्या वडिलांनी पाटणे चेअरमन साहेबांना लोणी लावून त्याची हायस्कूलमध्ये शिपाई म्हणून नेमणूक करून घेतली होती.

दीर्घ नि:श्वास सोडून मी विकासला पुढे विचारलं,

"कशी चाललीय तुझी नोकरी?"

"अगदी मजेत."

"आता काय बाबा तुला नोकरीचा महिन्याच्या महिन्याला पगार मिळत असेल. आमची अजून नोकरीसाठी धावाधाव सुरू आहे. याचा आता मला खूप कंटाळा आलाय रे." मी त्याला खरं खरं सांगून टाकलं.

माझं बोलणं ऐकून विकास माझ्याकडे स्नेहार्द नजरेनं पाहू लागला. नंतर

तो आवंढा गिळून मला म्हणाला,

"प्रकाश, मी तुला या झोलाई देवीची शप्पथ घेऊन सांगतो की, ही शिपायाची नोकरी मला फुकाफुकी मिळाली नाही. या नोकरीसाठी त्या पाटणे चेअरमननं माझ्या वडिलांच्याकडून रोख एक लाख रुपये घेतलेत. त्या शिक्षण कमिटीचं दाखवायचे दात वेगळे आहेत नि खायचे दात वेगळे आहेत. मायला या शिक्षणक्षेत्रात जेवढी बजबजपुरी आहे, तेवढी कोणत्याही खात्यात नाही. या खात्यात दाम करी काम."

"विकास, मी काल नोकरी संदर्भात पाटणे वकिलांना त्यांच्या घरी जाऊन भेटलो. परंतु त्यांनी मला ताकास तूर लावून दिलं नाही. त्यांनी मला अक्षरश: झिडकारलं. तोंडात मारल्याप्रमाणे मी घरी आलो."

"प्रकाश, तू आता ती आशा सोडून दे. रिक्त जागेवर प्रत्येकी रुपये चार लाख घेऊन शिक्षकसेवकांची नियुक्ती आपल्या हायस्कूल कमिटीनं केली आहे. तसं लेखी पत्र उमेदवारांना कालच पाठविण्यात आली आहेत. मोरे कारकुनानं काल संध्याकाळी मला हे सांगितलं. तुला एक गोष्ट सांगून ठेवतो, की आपल्या हायस्कूलची शिक्षण कमिटी पैसे घेतल्याशिवाय कुणालाही नोकरी देत नाही. कमिटी म्हणते की, आम्हाला शाळेच्या खर्चाला पैसा नको? संस्था चालविण्यासाठी पैसा आणि अक्कल लागते. तोंडाची वाफ दवडून संस्था चालत नसते. नोकरीकरता आम्ही उमेदवारांकडून पैसे घेतो, हे जरी खरं असलं तरी यात आमची काय चूक आहे, असं आम्हाला वाटत नाही. सगळ्या शिक्षणसंस्था पैसे घेतात. माझ्या वडिलांनी त्यांना रोख पैसे आणि दारू-मटणाची पार्टीसुद्धा दिली."

विकासचं बोलणं ऐकून मी खूप निराश झालो. कान्हेरे हेडमास्तरांना भेटण्याचा निर्णय मी लगेच मनातल्या मनात रद्द करून टाकला. गावात मला नोकरी मिळेल ही माझी आशा आता फोल ठरली होती. विकास शिक्षण कमिटीच्या नावानं बोटं मोडीत होता. मलासुद्धा त्या कमिटीचा आता राग आला होता.

विकास मला धीर देत पुढे म्हणाला,

"प्रकाश, तू धीर सोडू नकोस. आज ना उद्या तुला गड्या नक्की नोकरी लागेल बघ."

"मी नोकरी मिळेपर्यंत प्रयत्न करीत राहाणार आहे."

विकास काहीतरी आठवल्यागत मला म्हणाला,

"प्रकाश, तू असं कर. वडगावला माजी जिल्हा परिषद अध्यक्ष संभाजीराव जगताप यांच्या तालुक्यात पंधरा-सोळा माध्यमिक शाळा आहेत. त्यांची तू समक्ष जाऊन भेट घे. तुझ्या घरची आर्थिक परिस्थिती तू त्यांच्या कानावर घाल. कदाचित

तुझं काम ते करतील.''

''मी जाईन त्यांची भेट घ्यायला.'' मी.

कस्तुरीच्या सुगंधानं वेडं होऊन हरीण त्याचा शोध घेण्यासाठी जंगलात जसं धावत सुटतं, तशी माझी गत झालेली. वडगावला जाऊन जिल्हा परिषद माजी अध्यक्ष संभाजीराव जगताप यांची भेट घेऊन त्यांना नोकरी देण्यासाठी विनंती करायची, असं मी माझ्या मनात ठरवून टाकलं. संपूर्ण जिल्ह्यात संभाजीराव जगताप यांना लोक शिक्षणसम्राट म्हणून ओळखत होते. स्थानिक वर्तमानपत्रात त्यांच्या फोटोसहित बातम्या छापून येत असत. स्थानिक वर्तमानपत्राचे संपादक त्यांच्या वाढदिवसाला त्यांचा उदोउदो करीत पुरवण्या काढीत-संपूर्ण जिल्ह्यातील त्यांचे हितचिंतक त्यांना वर्तमानपत्रांतून शुभेच्छा देत.

जगतापसाहेबांचं नाव कानावर पडताच पुन्हा माझ्या आशा पल्लवीत झाल्या होत्या. बी.एड. होऊन मी रस्त्यावर मजुरी करतो, असं जर मी कुणाला सांगितलं, तर त्यांना त्याचं आश्चर्य वाटायचं, त्यांना माझी दया यायची. मला ते नको वाटे. नोकरी-व्यवसाय याशिवाय समाजात मान-प्रतिष्ठा मिळत नाही, हे आता मला ठाऊक झालं होतं.

माझा निरोप घेऊन विकास त्याच्या कामाला निघून गेल्यावर मी बसलेल्या जागेवरून उठलो.

मुंबई-गोवा या राष्ट्रीय महामार्गाला अगदी लागून वडगाव हे गाव बसलं होतं. शैक्षणिक, पुढारलेले गाव म्हणून या गावाची संपूर्ण जिल्ह्यात ओळख निर्माण झाली होती. आपल्या बुद्धिचातुर्यानं शिक्षणसम्राट संभाजीराव जगताप यांनी या गावाचा अगदी चेहरामोहरा पार बदलून टाकला होता. त्यामुळे त्यांच्या विरोधकांनासुद्धा त्याचं आश्चर्य वाटलं होतं. टोलेजंग इमारती, बीअरबार, हॉटेल, लॉज, शैक्षणिक संस्था यामुळे वडगाव हे नेहमी गजबजलेलं असायचं. डांबरी सडकेवर वाहनांची एकसारखी वर्दळ असायची. वीस-पंचवीस वर्षांपूर्वी अगदी खेडेगाव असलेलं वडगाव आता तालुक्यातील मिनी शहर म्हणून ओळखत होतं.

मी सकाळी साडेदहाच्या दरम्यान एका खाजगी टेंपोनं वडगावला पोहोचलो. रस्त्यावर वाहनांची नेहमीची वर्दळ होती. प्रवासाचा शिणवटा घालवण्यासाठी मी एका टपरीवर गरमगरम चहा घेतला. चहा घेतल्यामुळे माझ्या अंगात थोडी तरतरी आली. आलेली मरगळ छू मंतर होऊन निघून गेली. एक-दोघांना जगताप साहेबांच्या कार्यालयाचा पत्ता विचारून त्यांनी दाखविलेल्या दिशेनं मी माझी पावलं वळविली.

पंधरा-वीस मिनिटं पायी चालल्यानंतर मी जगताप साहेबांच्या शैक्षणिक संकुलाच्या आवारात येऊन पोहोचलो. माझ्या नजरेसमोर दुमजली अनेक टोलेजंग शैक्षणिक संकुलं, वसतिगृह उभी होती. त्यामध्ये डी.एड., बी.एड. आणि एम.एड.च्या वेगवेगळ्या इमारती होत्या. एक एकराच्या आवारात खेळण्याचं मोकळं मैदान होतं. त्या टोलेजंग इमारती डोळ्यानं पाहून छाती दडपून जात होती. कुणालाही हेवा वाटावा असं जगतापसाहेबाचं कर्तृत्व होतं. ते वैभव पाहून माझ्या मनात असा विचार आला, की जगतापसाहेबांच्या शैक्षणिक संस्थेत आपल्याला अध्यापनाची संधी मिळाली, तर आपलं नशीबच फळफळेल.

जगतापसाहेबांच्या काचेच्या कार्यालयासमोर उभं राहून मी त्यांची चौकशी करीत तिथं उभा असणाऱ्या शिपायाला खालच्या आवाजात म्हणालो,

''मला जगतापसाहेबांना भेटायचंय.''

''त्यांच्याकडे तुमचं काय काम आहे?'' त्या शिपायानं अगदी तुसडेपणानं मला विचारलं.

''नोकरीच्या संदर्भात मला त्यांना भेटायचंय.''

''दादासाहेबांनी तुम्हाला बोलावलं होतं का?'' मला आपादमस्तक न्याहाळीत त्यानं विचारलं.

''नाही.'' मी प्रांजळपणे सांगितलं.

''मग तुम्हाला ते भेटणार नाहीत. तुम्ही परत जा.''

तो मला धुडकावून लावीत म्हणाला.

त्याचं बोलणं ऐकून मी मनात उदास झालो. 'आता काय करायचं?' असा मला माझ्या मनात प्रश्न पडला होता. तो शिपाई आम्हा दोघांमध्ये भिंत बनून उभा होता. त्यामुळे मला जगतापसाहेबांना जाऊन भेटता येईना. त्यांची भेट घेण्यासाठी मला किती धावाधाव करावी लागली होती, हे माझे मलाच ठाऊक होतं. मला त्या शिपायाचा मनस्वी राग आला होता. परंतु मी त्याला काहीही करू शकत नव्हतो. अडला नारायण धरी गाढवाचे पाय. अशीच त्यावेळी माझी गत झाली होती. मी त्या शिपायाला पुन्हा अजिजी करीत म्हणालो,

''अहो, मी खूप लांबून त्यांना भेटायला आलोय. मी त्यांना फक्त पाचच मिनिटं भेटणार आहे. तुम्ही मला आत सोडलं तर खूप बरं होईल.''

माझं बोलणं ऐकून बहुधा त्या काळ्यासावळ्या दिसणाऱ्या शिपायाला माझी दया आली असावी. त्यानं पुन्हा माझ्यकडे एक कटाक्ष टाकला. नंतर तो मला आत जाण्यासाठी परवानगी देत म्हणाला,

''फक्त पाचच मिनिटं तुम्ही त्यांना भेटायचं हं.''

''धन्यवाद'' मी त्या शिपायाचे अगदी मनापासून आभार मानले.

वेळ न दवडता मी लगेच आत शिरलो. वातानुकूलित यंत्र सुरू असल्यानं आत गेल्यानंतर मला एकदम गारगार वाटू लागलं. फिरत्या चाकाच्या खुर्चीत बसून दादासाहेब अगदी रुबाबात सिगारेटचा धूर सोडत होते. त्यांच्या अंगावर कडक इस्त्री केलेला खादीचा झब्बा आणि पायजमा होता, कपाळावर गंध लावलेलं होतं. त्यांच्या वयाची साठी उलटून गेली असली तरी त्यांचा गहुवर्णीय चेहरा करारी आणि डोळे भेदक दिसत होते. त्यांच्या डोळ्यांत सत्तेची आणि श्रीमंतीची गुर्मी होती. माझ्या नजरेतून ते सुटलं नाही. मला समोर पाहून त्यांच्या चेहऱ्यावरील रेषसुद्धा हलली नाही. ते भेदक नजरेनं माझ्याकडे निरखून पाहत होते. एखाद्या याचकाप्रमाणे मी गर्भगळीत होऊन त्यांच्या समोर उभा होतो. नंतर बोलण्यासाठी त्यांचे जाड ओठ विलग झाले. त्यांनी मोठ्या आवाजात मला विचारलं,

''कोण तुम्ही?''

''मी... मी प्रकाश नारायण शिंदे. माझं गाव धनेगाव.''

''काय काम आहे?''

''मी बी.ए., बी.एड आहे. प्रथम श्रेणीत मी उत्तीर्ण झालोय. मला तुमच्या संस्थेत शिक्षणसेवकाची नोकरी मिळाली तर फार बरं होईल. माझ्या घरची आर्थिक परिस्थिती हलाखीची आहे.'' मी त्यांना माझी रडकथा ऐकविली.

मी त्यांना अगदी पोटतिडकीनं सांगूनसुद्धा त्यांच्या चेहऱ्यावर त्याचा काहीही परिणाम झाला नाही. उलटपक्षी मघापेक्षा त्यांचा तो करारी चेहरा मला अधिकच उग्र दिसू लागला. त्यामुळे माझ्या पोटात भीतीनं गोळा आला. आपलं काही चुकलं की काय, अशीही शंका माझ्या मनात त्यावेळी निर्माण झाली. थोड्याच वेळात तोफेतून आगीचे गोळे बाहेर पडावेत, तसं त्यांच्या मुखातून धारधार शब्द मला घायाळ करण्यासाठी बाहेर पडले-

''बी.एड. झालेल्यांना नोकऱ्या लावण्यासाठी मी ठेका घेतला नाही. या ठिकाणी तालुक्याहून रोज अनुभवासाठी पंचवीस-तीस बी.एड. झालेली मुलं-मुली येतात नि मोफत अध्यापनाचं काम करतात. त्यांना अजून मी माझ्या संस्थेत नोकऱ्या देऊ शकलो नाही. बी.एड. झालेल्या प्रत्येकाला अशा खिरापतीसारखं नोकऱ्या देऊ लागलो, तर मला माझ्या शिक्षणसंस्थेला टाळं ठोकावं लागंल.''

''माझी अडचण होती.'' मी लोचटपणे पुढे म्हणालो.

''पुढे एक शब्दही बोलायचं नाही. या आता.''

भर बाजारात अंगावरील कपडे काढून कुणीतरी तुडवून काढावं, तशी माझी आता गत झाली होती. दादासाहेबांनी त्यांच्या कार्यालयातून दारी आलेल्या कुत्र्याला जसं हाकलतात तसं मला हाकललं होतं. त्यांनी केलेल्या अपमानामुळे माझ्या डोळ्यांत दु:खानं पाणी आलं होतं. अधिक वेळ त्यांच्या समोर थांबलो असतो, तर मला लगेच डोळ्यांतील अश्रूंना वाट मोकळी करून द्यावी लागली असती. मी लगेच दरवाजाकडे मोर्चा वळविला. माझी पाठ वळताच दादासाहेब स्वत:शी बोलल्याप्रमाणे बोलले. 'मायला, कुठनं-कुठनं नोकऱ्या मागायला येतात. नोकऱ्या काय अशा रस्त्यावर पडलेल्या असतात.'

वडगावला येऊन मी फार मोठी चूक केली, असं आता मला वाटू लागलं होतं. दादासाहेबांनी घोर निराशा करून माझा अवमान केला होता. त्यांनी जनतेच्या डोळ्यांत धूळ फेकण्यासाठी समाजसेवेचा धारण केलेला मुखवटा टराटरा फाडून टाकावा, इतका मला त्यांचा राग आला होता. मी मोठ्या आशेनं दादासाहेबांच्या कार्यालयाची पायरी चढली होती. आता मला त्यांच्या नावाचीसुद्धा शिसारी वाटू लागली होती. माझ्या मनाची समजूत घालून मी परतीच्या वाटेला लागलो.

शैक्षणिक कागदपत्र असलेली प्लॅस्टिकची पिशवी हातात घेऊन मी व्हरांड्यात बराच वेळ उभा होतो. सुंदरगावासारख्या दुर्गम गावात मुलाखतीसाठी कोठून कोठून जवळजवळ पंचवीस-तीस उमेदवार आले होते. त्यामध्ये काही विवाहित आणि अविवाहित महिलासुद्धा आलेल्या होत्या. माझ्याप्रमाणे त्या उमेदवारांच्या चेहऱ्यावर भय, चिंता याचे संमिश्र भाव उमटलेले होते. घोळक्या-घोळक्यानं उभं राहून आलेले उमेदवार आपसात दबक्या आवाजात चर्चा करीत होते. त्यातील बहुतेक सर्व उमेदवारांना आधीच्या मुलाखतीचा कटू अनुभव त्यांच्या गाठीशी होता. उमेदवारांच्या चेहऱ्यावरील लाचारी लपून राहत नव्हती. नोकरी मिळाल्यानंतर त्यांच्या नवीन आयुष्याला सुरुवात होणार होती. समाजातील मान, प्रतिष्ठा त्यांच्या वाट्याला येणार होती. त्यांच्या होणाऱ्या मुला-बाळांचं उज्ज्वल भविष्य घडणार होतं. त्यासाठी त्यांना आता खस्ता खाव्या लागत होत्या.

मघापासून मैदानात गोंधळ घालणारी मुलं आपापल्या वर्गात जाऊन त्यांच्या जागेवर बसली होती. शाळेची प्रार्थना होऊन अध्यापनाचं काम सुरू झालं होतं. त्यामुळे त्या ठिकाणी थोडी शांतता नांदत होती. वर्गात अध्यापनासाठी जाणारे काही शिक्षक आमच्याकडे सहानुभूतीनं पाहत होते. कधी काळी त्यांनासुद्धा या दिव्यातून जावं लागलं होतं. या शिक्षकांच्या अंगावरील कपडे पाहून मला माझ्या अंगावरील

कपड्यांची लाज वाटू लागली आणि मनात त्यांचा हेवासुद्धा वाटू लागला.

सकाळचे अकरा वाजून गेल्यानंतर शिपायानं त्या ठिकाणी मुलाखतीला आलेल्या आम्हा सर्व उमेदवारांना चांदीवडे नावाच्या कारकुनाकडे आपापल्या शैक्षणिक कागदपत्रांची माहिती द्यायला सांगितली. त्या शिपायाचं बोलणं कानावर पडताच मुलाखतीसाठी आलेले उमेदवार गावजेवणाला धावावं तसं कागदपत्र सोबत घेऊन चांदीवडे कारकुनाच्या टेबलाकडे धावत सुटली. अचानक अंगावर आलेला घोळका पाहून चांदीवडेच्या भुवया एकदम त्याच्या कपाळात गेल्या. दारात पैसे किंवा अन्न मागायला आलेल्या भिकाऱ्याला ओरडावं तसं तो आमच्या अंगावर एकदम खेकसत म्हणाला,

"अहो, तुम्हाला काय कळतं की नाही? आधी तुम्ही रांग लावा पाहू. उद्या तुम्ही शिक्षक म्हणून नोकरीला लागल्यावर विद्यार्थ्यांना असंच वागायला शिकवाल?"

कारकुनाचं बोलणं ऐकून आम्ही सर्वजण मनात एकदम खजील झालो. यात त्याची चूक नव्हती. आमची घाई आम्हाला नडली होती. अधाशासारखं धावत जाऊन आम्ही त्या कारकुनाच्या टेबलाभोवती गर्दी केली होती. मांजरावर वेळ आल्यावर उंदीरसुद्धा त्याची चेष्टा करीत असतो. आमचीसुद्धा अशीच गत झाली होती. चांदीवडे कारकुनाला आम्हाला बोलण्याची पुढे संधी न देता आम्ही सर्वांनी आमची कागदपत्र हातात घेऊन शाळेतील विद्यार्थ्यांच्या प्रमाणे त्याच्या टेबलासमोर रांग लावली.

माझा त्या रांगेत दहावा क्रमांक होता. संगणकावर तयार केलेल्या नमुन्यामध्ये चांदीवडे आमची शैक्षणिक कागदपत्र तपासून पाहून माहिती लिहून घेत होता. माहिती संकलित झाल्यावरच मुलाखतीचा कार्यक्रम होणार होता. मुलाखतीच्या कार्यक्रम लवकरात लवकर सुरू व्हावं, असं मला वाटत होतं. सुंदरगावात माझ्या मुक्कामाची सोय नव्हती. मुलाखतीला समजा उशीर झाला तर आपण राहायचं कोठे? असा प्रश्न मला पडला होता.

मुंगीच्या पावलांनी आम्ही लावलेली रांग पुढे पुढे सरकत होती. आपण या गरजू, सुशिक्षित बेकार उमेदवारांच्यावर फार मोठा उपकार करतो, अशा आविर्भावात चांदीवडे लाकडी खुर्चीत बसून माहिती विचारीत होता. मध्येच त्याच्या समोर अगतिक, असाहाय्यपणे उभा असलेल्या उमेदवाराकडे त्राग्यानं पाहत तोंडसुख घेत होता.

माझी शैक्षणिक माहिती देण्यासाठी मी जेव्हा त्याच्या समोर उभा राहिलो, तेव्हा आधी त्यानं मला आपादमस्तक न्याहाळले. मजुरी करून माझा चेहरा उन्हात भाजला होता. माझ्या अंगावरील कपडेसुद्धा बिनइस्त्रीचे होते. मी बी.ए., बी.एड. आहे यावर

त्याचा आधी मुळीच विश्वास बसला नव्हता. नंतर त्यानं गंभीर आवाजातच माहिती विचारायला सुरुवात केली. मी सांगितलेली माहिती माझी शैक्षणिक कागदपत्र तपासल्या नंतरच त्याच्या माहितीपत्रकात तो लिहून घेत होता. माहिती घेऊन झाल्यावर चांदीवडे कारकुनाच्या तावडीतून माझी सुटका झाली. मी मोकळा श्वास घेऊन पुन्हा व्हरांड्यात येऊन उभा राहिलो. एव्हाना दुपारचे बारा वाजून गेले होते. हवेत उष्मा जाणवत होता. माझ्या घशाला कोरड पडली होती. व्हरांड्यात गिलावा केलेल्या भिंतीलगत एका लोखंडी तिवईवर पाण्याची स्टिलची टाकी भरून ठेवली होती. घसा ओला करण्यासाठी मी माझी पावलं त्या स्टिलच्या पाण्याच्या टाकीकडे वळविली. एका स्टिलच्या ग्लासात ओगराळ्यानं पाणी घेऊन मी तोंड वर करून घटाघटा पाणी प्यायलो. पोटात थंड पाणी गेल्यामुळे माझ्या जिवाला थोडं बरं वाटू लागलं. दुपारच्या जेवणाची आशा मी सोडून दिली होती. पोटभर पाणी पिऊन भूक मारायची, असं मी मनात ठरवूनच टाकलं होतं.

मी रुमालानं तोंड पुसत पाण्याच्या टाकी जवळ उभा राहिलो होतो. शाळेचा शिपाई त्या ठिकाणी पाणी प्यायला आला. माझी आणि त्याची नजरानजर झाल्यावर त्यानं मला विचारलं,

"कोणत्या गावावरून तुम्ही आलात?"

"धनेगाव."

"तुमचे वडील काय काम करतात?"

"माझे वडील तलाठ्याच्या हाताखाली कोतवाल म्हणून काम करतात." मी.

माझं बोलणं ऐकून त्या शिपायानं कसंनुसं तोंड केलं. माझ्या अंगावरील साध्या, बिनइस्त्रीच्या कपड्यावरून कुणालाही माझ्या घरच्या आर्थिक परिस्थितीची कल्पना आली असती. तरीसुद्धा शिपायानं माझ्या वडिलांच्या व्यवसायाबद्दल मला विचारलं होतं. या शाळेत सामान्य उमेदवाराची शिक्षणसेवक म्हणून वर्णी लागत नाही, असं जणू त्या शिपायाला मला सांगायचं होतं. परंतु तो पुढे काहीही बोलला नाही. पाणी पिऊन झाल्यावर माझ्या समोरून हाताच्या तळव्यानं तोंड पुसत तो त्याच्या कामाला निघून गेला. त्याचं वागणं, बोलणं मला गूढ, गंभीर वाटू लागलं. मी थोडा वेळ संभ्रमातदेखील पडलो होतो. नंतर मी तो विचार माझ्या मनातून काढून टाकला.

मुलाखतीसाठी आलेल्या सर्व उमेदवारांच्या शैक्षणिक कागदपत्रांची माहिती घेतल्यानंतर दुपारनंतर लगेचच तोंडी मुलाखत घ्यायला सुरुवात झाली. या शाळेवर शिक्षकसेवक म्हणून आपली वर्णी लागावं, असं माझ्याप्रमाणे इतर उमेदवारांनासुद्धा

वाटत होतं. 'एक अनार और सौ बिमार' अशी सगळीकडे परिस्थिती असल्यामुळे शिक्षणक्षेत्रातसुद्धा बजबजपुरी माजली होती.

सायंकाळी चार वाजून गेल्यानंतर तोंडी मुलाखतीसाठी मला आत बोलविण्यात आलं. विचारलेल्या सर्व प्रश्नांची उत्तरं बिनचूक द्यायची म्हणून मी माझ्या मनाची आधीच तयारी केली होती. मला तोंडी मुलाखतीचा आधीचा अनुभवसुद्धा होता. तरीदेखील माझ्या पोटात भीती होती. या मुलाखतीत आपल्याला कोणते प्रश्न विचारतील, याचा मी माझ्या मनात विचार करीतच आतमध्ये पाऊल टाकलं. मुलाखत घेणाऱ्यांच्या समोर मी दिनवाणे उभा राहिलो होतो. अंगावर कडक इस्त्रीचे कपडे घालून माझ्या समोर तीन-चार व्यक्ती अगदी ऐटीत बसल्या होत्या. त्यामध्ये शाळेचे शिक्षण कमिटी चेअरमन, हेडमास्तर, शिक्षण कमिटी सदस्य इत्यादी मंडळी होती. त्यांच्या नजरेत सत्तेची गुर्मी होती. एखाद्या याचकाकडे पाहावं, तसं ते सर्वजण माझ्याकडे पाहत होते. माझं नाव, गाव, शिक्षण इत्यादी जुजबी माहिती विचारल्यानंतर शाळेच्या हेडमास्तरानं मला विचारलं,

"शिक्षक दिन कधी साजरा केला जातो."

"५ सप्टेंबरला संपूर्ण देशात शिक्षक दिन साजरा केला जातो."

माझं उत्तर अगदी बरोबर असल्यानं ते सर्वजण आश्चर्यमिश्रित डोळ्यांनी एकमेकांकडे पाहू लागले. मुलाखत घेणारे हुशार आणि बुद्धिमान होते, असा त्या ठिकाणी भाग नव्हता. त्या सर्वांनी आधीच प्रश्न आणि त्याची उत्तरं एका कागदावर लिहून आणली होती. आलटून-पालटून तेच प्रश्न विचारत असत. उमेदवाराला अवघड प्रश्न विचारून त्याला निरुत्तर कसं करायचं, याचा ते त्यांच्या मनात विचार करीत. मला खिंडीत पकडण्यासाठी मध्यम वयाच्या शिक्षण कमिटी सदस्यानं थोडं पुढे झुकून खर्जातील आवाजात विचारलं,

"डॉ. बाबासाहेब आंबेडकर यांची जयंती कोणत्या तारखेला साजरी केली जाते."

"१४ एप्रिल रोजी."

माझी मुलाखत घेणाऱ्यांनी मला एकूण, तीन प्रश्न विचारले. त्यापैकी माझी दोन उत्तरं बरोबर आली. तिसऱ्या प्रश्नाचं उत्तर मी चुकीचं दिलं होतं. तरीसुद्धा माझ्या मनात खात्री वाटत होती की, आपली निवड निश्चित आहे. त्यांनी विचारलेल्या सर्व प्रश्नांची उत्तरं आपण चुकीची दिलेली नाहीत. म्हणून माझ्या मनात आशेची पालवी फुटली होती.

शाळेच्या चेअरमन साहेबांनी घसा खाकरून मला सर्वांसमक्ष शेवटचा प्रश्न विचारला,

"शिंदे, समजा, आम्ही तुमची शिक्षकसेवक म्हणून आमच्या शाळेवर नेमणूक केली, तर तुम्ही शाळेला किती रक्कम देणगी म्हणून द्यायला तयार आहात?"

त्या चेअरमनचा प्रश्न ऐकून मला एकदम धक्का बसला. रस्त्यानं चालताना पायाजवळ जहरी साप दिसावा तसं मी घाबरून गेलो. मुलाखत चांगली गेली म्हणून माझा आनंद जास्त वेळ टिकला नाही. मी जमिनीवर येऊन धाडकन कोसळलो होतो. माझा कपाळमोक्ष होऊन एखाद्या शिकाऱ्यानं बाण मारून पक्ष्याला घायाळ करावं, तसं मी घायाळ झालो होतो. चेअरमननं विचारलेल्या प्रश्नानं माझी, तर बोलती क्षणभर बंद झाली होती. माझ्या घरात अठराविश्व दारिद्र्य आहे, हे माझ्या अंगावरील कपड्यावरून त्यांना डोळ्यांनी दिसत होतं. तरीसुद्धा त्यांनी 'किती देणगी देणार?' म्हणून थेट मला विचारणा केली होती. याचं मला राहून-राहून आश्चर्य आणि दु:ख वाटत होतं.

स्वत:ला सावरीतच मी अक्षरश: अजिजीच्या सुरात त्यांना म्हणालो,

"साहेब, माझी घरची आर्थिक परिस्थिती गरिबीची असल्यानं मी तुम्हाला देणगी म्हणून काहीही देऊ शकत नाही. मला या नोकरीची फार गरज आहे. मी तुम्हाला हात जोडतो."

माझ्या डोळ्यांत टचकन पाणी आलं होतं. हाताच्या तळव्यानं मी ते पुसून टाकलं. या जगात गरिबीइतकं मोठं दु:ख कोणतंही नाही. याचा मला पुन्हा एकदा अनुभव आला. माझं बोलणं ऐकून त्या सर्वांच्या चेहऱ्यावर उमटलेली नाराजी स्पष्टपणे दिसत होती.

मला वाटाण्याच्या अक्षता लावीत चेअरमन म्हणाले,

"ठीकाय. आमचा निर्णय आम्ही तुम्हाला पत्रानं कळवतो. या तुम्ही."

माझ्या मनात शंकेची पाल चुकचुकली. माझ्या पायात मणामणाच्या लोखंडी साखळदंड अडकविल्याप्रमाणे मी अगदी हताश होऊन तेथून बाहेर पडलो. मी बाहेर आल्यावर लगेच दुसरा उमेदवार तोंडी मुलाखतीसाठी आत गेला. परतीची बस गाठण्यासाठी मी बस थांब्याच्या दिशेनं चालत जात असताना फाटकाच्या आडोशाला विडी ओढत असताना मला मघाशी पाण्याच्या टाकीजवळ भेटलेला शिपाई दिसला. माझ्याकडे डोळ्यांच्या कोपऱ्यांतून पाहत त्यानं मला हटकलं.

"झाली का मुलाखत?"

"होय." माझ्या चेहऱ्यावर नाराजी होती.

"कशी झाली मुलाखत?" त्याचा दुसरा प्रश्न.

"चांगली झाली." मी पुढे अधिक बोललो नाही.

माझा काळवंडलेला चेहरा पाहून तो शिपाई गालातल्या गालात छद्मीपणे हसला आणि मला दबक्या आवाजात म्हणाला,

"अहो, देणगी घेतल्याशिवाय या ठिकाणी कुणाला नोकरी मिळत नाही. जो उमेदवार सर्वांत जास्त देणगी देईल त्याचीच या शाळेवर नेमणूक होते. तीन, चार, पाच लाख एवढी त्यांची भूक आहे."

मुलाखतीत मला जसं देणगीबद्दल विचारलं होतं. तसं ते सर्व उमेदवारांना त्याबद्दल विचारत असणार? माझ्या मनात गोंधळ निर्माण झाला होता. दुःखाचा निःश्वास टाकून मी डांबरी सडकेवरून बस थांब्याच्या दिशेनं चालू लागलो. आभाळ सुन्न होतं. वाऱ्यानं झाडाखाली पडलेला पाला-पाचोळा दूर उडून जात होता. ■

६

चिरीमिरी

सकाळचे दहा वाजून गेले होते. सूर्य आभाळात वर सरकत होता. त्याची कोवळी किरणं आता तापायला सुरुवात झाली होती. पश्चिमेकडून येणारा वारा आपल्याच मस्तीत मंद मंद वाहत होता. वाऱ्यामुळे झाडावरील हिरवीकंच पानं सळसळत होती अन् सुकलेली पानं भिंगरीगत गरगरत खाली पडत होती. डांबरी सडकेवरून मुलं लगबगीनं शाळेकडे पाटीवर वह्या-पुस्तकाचं ओझं सावरीत निघाली होती. गायी-म्हशी हंबरत नदीकडे निघाल्या होत्या.

बापू त्याच्या राहत्या घराला लागून असलेल्या रेशन दुकानासमोर पत्र्याच्या खुर्चीत ताजं वर्तमानपत्र वाचत बसला होता. रोज सकाळच्या गाडीनं वर्तमानपत्रं तालुक्याहून गावात येत असत. वर्तमानपत्र हातात पडल्यावर बापू इतर सर्व कामं बाजूला ठेवून आधी वर्तमानपत्र वाचायचा. ताजं वर्तमानपत्र संपूर्ण वाचून काढल्याशिवाय त्याच्या जिवाला मुळीच चैन पडत नसे. एक दिवस जरी त्याला वर्तमानपत्र वाचायला मिळालं नाही, तर त्याला त्या दिवशी अगदी चुकल्या-चुकल्या सारखं वाटायचं. मग त्याचं दिवसभर कोणत्याही कामात मुळीच लक्ष लागत नसे.

बापू गावातील बडी असामी होती. तो या गावचा खोत होता. त्याचे वडील हयात असताना शेकडो एकर जमिनी त्यांच्या नावे होत्या. शासनानं पन्नास वर्षांपूर्वी कूळ कायदा काढला आणि त्यामुळे त्यांना त्यांच्या मालकीच्या बऱ्याच जमिनी गमवाव्या लागल्या. तरीसुद्धा आज बापूच्या नावे गावात चाळीस एकर जमीन कूळ कायद्यात जाऊन शिल्लक राहिली होती. बापूनं डोंगराळ आणि उताराच्या

जमिनीमध्ये काजू-कलमांच्या बागा फुलविल्या होत्या. नदीच्या किनारी जी जमीन पाणथळ होती त्यात तो वर्षाला दहा खंडी भात काढायचा. बापूनं कधीही नांगर हातात धरला नाही. तो गावातील कुणबी लोकांना त्याची जमीन मक्त्यानं कसायला द्यायचा. जे पीक येईल त्यातून तो त्याचा अर्धा वाटा काढून घ्यायचा. कुणबी लोक तलाठ्याला हाताशी धरून जमिनी घशात घालतील म्हणून तो प्रत्येक वर्षाला जमीन कसणारा बदलायचा. सलग दोन-तीन वर्षं त्यानं गावात कुणालाच जमीन कसायला दिली नव्हती. त्याच्या पाणथळ जमिनीत भाताचं पीक चांगलं येत असे. त्यामुळे गावातील कुणबी त्याची जमीन कसायला एका पायावर तयार होत असत.

बापूचे वडील आधी रेशन दुकान गावात चालवीत असत. त्यांच्या पश्चात बापू रेशन दुकान चालवू लागला. सरकार मान्य स्वस्त धान्य दुकान कसं चालवायचं, याचं बाळकडू त्याला त्याच्या वडिलांकडून मिळालं होतं. या धंद्यात बापू आता चांगला मुरला होता. प्रामाणिकपणे वागलं तर या धंद्यात एका दमडीचादेखील फायदा होत नाही, हे त्याला अनुभवानं आता कळून चुकलं होतं. दुकानात आलेल्या गिऱ्हाइकांशी कधी गोड बोलून, कधी दमदाटी करून कशी बोळवण करायची. हेसुद्धा तो अनुभवानं शिकला होता. शेतात मरमर राबण्यापेक्षा त्याला रेशन दुकानाचा व्यवसाय करायला मनापासून आवडत होतं. कमी श्रमात अधिक नफा होत असल्यामुळे या व्यवसायात बापू आता चांगला रमला होता. हे श्रेय त्याच्या दिवंगत वडिलांचं आहे. म्हणून बापू मनातल्या मनात त्याच्या वडिलांबद्दल कृतज्ञता व्यक्त करीत असे.

रेशन दुकानाची तपासणी करण्यासाठी महसूल अधिकारी तालुक्याहून येत असत. बापू त्यांची उत्तम सरबराई करायचा. गावठी कोंबडी कापून तो त्यांना विलायती दारू पाजायचा. पाकीट देऊन तो त्या तपासणीला आलेल्या अधिकाऱ्यांचा खिसा गरम करीत असे. मग महसूल अधिकारी खूष होऊन त्याच्या व्हिजिट बुकावर 'गुड' असा शेरा मारून निघून जात. रेशन दुकानाची तपासणी फक्त नावाला होत असे. बापूच्या काळ्या धंद्याकडे ते जाणून-बुजून दुर्लक्ष करी असत. एखादा नवीन कडक, शिस्तप्रिय अधिकारी तपासणीला आला, तर बापूला तेव्हा त्रास व्हायचा. बापूच्या रेशन दुकानाची खोलात जाऊन तपासणी करायला त्या अधिकाऱ्यांकडे तेवढा पुरेसा वेळ नसे. त्यामुळे त्याचा फायदा बापूला हमखास व्हायचा.

तहसील कार्यालयातील अधिकाऱ्यांना दारू-मटणाच्या पार्ट्या देऊन कसं वश करायचं, हे कुणीही बापूकडून शिकून घ्यावं. आवळा देऊन कोहळा काढण्यात त्याचा गावात कुणी हात धरू शकत नव्हता. तहसील कार्यालयातील पुरवठा खात्यात कसले-कसले धंदे चालत असतात, याची खडान्‌खडा माहिती बापूला झाली होती.

प्रत्येक महिन्यात जिल्ह्याच्या ठिकाणी जिल्हा पुरवठा अधिकारी मीटिंगच्या नावाखाली तालुका पुरवठा अधिकाऱ्यांच्याकडून कशी पाकिटं गोळा करीत असतो, हेसुद्धा त्याच्या कानावर आलं होतं. बापू प्रत्येक महिन्याला धान्याचं चलन भरण्यासाठी एक-दोन वेळा तहसील कार्यालयात जात असे. त्यावेळी त्याला सर्व बातम्या लागायच्या.

रेशन दुकानदार काळ्या बाजारानं रेशनचं धान्य विकून पैसा कमावतात म्हणून पुरवठा अधिकारी दिलावर शेख तालुक्यातील प्रत्येक रेशन दुकानदाराकडून पोलीस जसं दारू-मटका चालविणाऱ्याकडून हप्ते वसूल करतात, तसं वर्गणी गोळा करायचा. रेशन दुकानदारसुद्धा शेखला ती वर्गणी कुरकुर न करता देत असत. कोणतीही खर्चाची बाब आली की, तहसीलदारसाहेब पुरवठा खात्याकडून हक्कानं पैसे मागून घेत. जणू तहसील कार्यालयातील पुरवठा खातं म्हणजे दुभती गाय होती. रेशन दुकानदार आणि तालुक्याचं पुरवठा खातं याचं आपसात साटंलोटं होतं. त्यामुळे बिनबोभाट सर्व कारभार सुरू होता. यामध्ये जे रेशन दुकानदार प्रामाणिक होते त्यांची कोंडी झाली होती. त्यांची संख्या फक्त हाताच्या बोटावर मोजण्याइतकी होती.

तालुक्याच्या शासकीय गोदामातील धान्याची सर्रास काळ्या बाजारात विक्री होत आहे, अशा बातम्या स्थानिक वर्तमानपत्रांतून झळकायच्या. लोक बातम्या वाचत आणि गप्प बसत. आता त्यांच्या डोळ्यांना आणि कानांना तशा बातम्या वाचनाची आणि ऐकण्याची सवय झाली होती. त्यामुळे पुरवठा खात्यातील अधिकाऱ्यांची कातडी गेंड्याची झाली होती. यात काही वावगं आहे, असं आता कुणालाच वाटत नव्हतं.

बापूला तालुक्याच्या तहसील कार्यलयातील सर्व अंडी-पिल्ली ठाऊक होती. तरीसुद्धा तो कधी त्याबद्दल तोंडातून 'ब्र'सुद्धा काढायचा नाही. त्याचा रेशन दुकानाचा व्यवसाय तहसील कार्यालयातील अधिकाऱ्यांच्या जिवावर सुरू होता. त्या अधिकाऱ्यांनी मनात आणलं असतं, तर ते त्याचा व्यवसाय एका दिवसांत सुद्धा बंद करू शकले असते. पाण्यात राहून माशाशी वैर केलं, तर ते आपल्याला चांगलं महागात पडेल, हे न कळण्याइतका बापू मुळीच दूधखुळा नव्हता.

गेल्याच महिन्यात शिवाजी माने हे नवीन तहसीलदार तालुक्याला बदली होऊन आले होते. तालुक्याला नवीन तहसीलदार हजर झाल्यानंतर काही दिवसांनी बापूला ते खाबू आहेत म्हणून ऐकायला मिळालं होतं. नि:स्वार्थी आणि शिस्तप्रिय अधिकारी तालुक्याला टिकत नसे. त्यानुळे काळे धंदे करणाऱ्या लोकांची गोची व्हायची. मग ते आमदार, खासदार यांची मदत घेऊन त्या अधिकाऱ्याची

तालुक्यातून हकालपट्टी करीत. कायद्याचं कामचलाऊ ज्ञान असणारा, शासकीय नियम बाजूला करून लोकांची झटपट कामं करून देणाऱ्या तहसीलदाराची तालुक्यात नेहमी सर्वत्र वाहवा होत असे. राजकीय पुढारीसुद्धा अशाच अधिकाऱ्यांची नेहमी पाठराखण करीत असत.

तालुक्याला नवीन आलेल्या तहसीलदार मानेसाहेबांची आणि बापूची अजून तसा परिचय झाला नव्हता. त्यांच्याबद्दल अनेक वावड्या उठत होत्या. मानेसाहेबांनी गेल्या आठवड्यात एक-दोन रेशन दुकानावर अचानक धाडी टाकून तेथील धान्याची समक्ष पाहणी केली होती. स्थानिक वर्तमानपत्रांत बापूनं त्या बातम्या चवीनं वाचल्या होत्या. नंतर जादूची कांडी फिरावी तसं त्यावर पडदासुद्धा टाकण्यात आला होता. बापू त्या बातम्या वाचून मनात म्हणालासुद्धा. 'एकवेळ खाबू तहसीलदार परवडला. तो पैसे घेऊन काम तरी करतो. पण शिस्तप्रिय, नियमावर बोट ठेवणारा तहसीलदार या तालुक्याला तो मुळीच परवडायचा नाही. खाबू अधिकाऱ्याचं जसं या तालुक्यात दिवस जातील, तसं कडक वागणाऱ्या अधिकाऱ्याचं या तालुक्यात दिवस जाणार नाहीत. ही काळ्या दगडावरची रेघ आहे.'

बापू मघापासून पत्र्याच्या खुर्चीत बसून वर्तमानपत्राचं वाचन करण्यात दंग झाला होता. राजकीय आणि क्रिकेटच्या बातम्या वाचायला त्याला फार आवडायच्या हल्ली वर्तमानपत्रांतून त्याचा जणू रतीब सुरू होता. खून, मारामाऱ्या, बलात्काराच्या बातम्या त्या वर्तमानपत्रांत मोठ्या मथळ्याखाली छापण्यात आल्या होत्या. बापू मन लावून वर्तमानपत्र वाचत असताना कुणाच्या तरी पावलांचा आवाज त्याच्या कानावर पडला. बापूनं वर्तमानपत्रातून डोकं काढून त्या आवाजाच्या दिशेनं पाहिलं. गावच्या धनगर-वाडीतून लखू धनगर त्याच्या दुकानात आला होता. धनगरवाडी उंच डोंगरावर पाच मैलांच्या अंतरावर होती. काम असेल तेव्हा त्या धनगर वाडीतील लोक डोंगर उतरून गावात येत. अन्यथा ते गावात येत नसत. शासनानं त्यांच्या मुलांसाठी धनगरवाडीवर चौथीपर्यंत मराठी शाळासुद्धा सुरू केली होती. डोंगराच्या उताराला धनगरांची दहा-पंधरा कौलारू घरं होती. ती घरं विरळ होती.

लखू थोडा वेळ बापूकडे गरीब डोळ्यांनी पाहत त्याच्या समोर उभा राहिला. बापूनं त्याला पाहूनसुद्धा न पाहिल्यासारखं केलं होतं. थोड्या वेळानं लखूनं आवंढा गिळून बोलायला तोंड उघडलं,

"खोतानू, मी रासनला आलोय जी."

"हं." बापूनं त्याच्याकडे मान वर करूनसुद्धा पाहिलं नाही.

"मला गव्ह पाह्यजे व्हतं जी."

"गहू संपलेत. तू जा." बापू त्याला झिडकारत म्हणाला.

"मागच्या म्हैन्यात दिकून मला गव्ह मिळालं न्हाय."

"मग तू माझी तालुक्याला जाऊन तहसीलदारांच्याकडे तक्रार कर." बापू उद्धामपणे म्हणाला.

"खोताची तकरार करून मला नरकात न्हाय जायाचं. तुमी आमचं मायबाप हाव." लखू.

बापू सरकारी गोदामातून प्रत्येक महिन्याला गावातील एकूण युनिटप्रमाणे धान्य ताब्यात घ्यायचा. पैसा कमाविण्यासाठी त्यातील निम्मी-अधिक पोती तो तालुक्याच्या बाजारपेठेत काळ्या बाजारानं व्यापाऱ्यांना लगेच विकून टाकायचा. त्याच्या सुदैवानं गावात राहणारे सर्व लोक रेशनवर मिळणारे धान्य घेत नसत. गावातील गरीब कुटुंब बापूकडे त्यांचं रेशन कार्ड ठेवीत असत. त्यांच्या पश्चात त्या रेशन कार्डमध्ये बापू धान्य वितरणारच्या बोगस नोंदी करीत असायचा. त्याची लबाडी बिचाऱ्या त्या अडाणी लोकांना कधी कळून यायची नाही. ते नेहमी त्याच्यावर आंधळा विश्वास ठेवून वागत असत. गावात केरोसीन (रॉकेल) वितरणाचा परवानासुद्धा बापूकडे होता. गावात सगळ्या घरात विद्युत दिवे जळत असल्यानं सर्व लोक रेशनवर मिळणारे केरोसीन घेऊन जात नसत. लाईट नसेल त्यावेळी ते घरात मेणबत्ती लावीत. बापू तालुक्यातील हॉटेलवाल्यांना काळ्या बाजारानं मिळालेलं निम्मं रॉकेल विकून टाकायचा. एक-दोन दिवस कार्डावर रॉकेल वितरण करून नंतर तो लोकांना 'रॉकेल संपलं' म्हणून चक्क सांगून टाकायचा. प्रत्येक महिन्यात त्याचा हा नेम कधी चुकायचा नाही. तो स्थानिक असल्यानं सहसा त्याचा रोष कुणी पत्करत नसत. त्यामुळे या धंद्यात त्याचा धीर चेपला होता.

लखू जागचा अजून हलला नव्हता. बापूला त्याचा मनस्वी राग आला होता. हातातील वर्तमानपत्र बाजूला करून तो त्याच्यावर आवाज मोठा करून तोंड टाकत म्हणाला,

"लखू, तुमच्या लोकांना घाणेरडी सवय लागलीय. धान्य आल्यावर तुम्ही ते न्यायला येणार नाही. धान्य संपल्यावर तुम्ही माझ्या दुकानाची पायरी चढता. रेशनचं धान्य आलंय म्हणून मी तुमच्या घरी सांगायला येऊ का? तू मला सांग बघू."

"खोतानू, माझं तसं म्हणणं न्हाय बगा." बापूचा राग घालविण्यासाठी लखू त्याला म्हणाला.

"मग तुझं काय म्हणणं आहे. ते तरी मला कळू दे."

"माझी पोरं साळंत जाणारी हाईत. त्यास्नी सकाळी उठल्याबराबर च्या संग

चपाती खायची सवं हाय. गावातील किराणा मालाच्या दुकानातील गव्ह आमा गरिबाला न्हाय परवडत.'' लखू अजिजी करीत म्हणाला.

लखूचं बोलणं ऐकून बापू शांत झाला. नंतर बापू समजूत घालीत त्याला खालच्या आवाजात म्हणाला,

''लखू, पुढच्या महिन्यात ये. मी तुला कार्डावर नक्की गहू देईन.''

''मग मी येवू म्हणता.''

''चालेल.''

लखूच्या गोठ्यात दुभत्या म्हशी होत्या. तो तूप करून गावात विकायचा. मिळालेले पैसे तो घरखर्चासाठी लावायचा. तो दुकानातून बाहेर पडायच्या तयारीत असताना बापू त्याला मधाळ आवाजात म्हणाला.

''लखू, तू पुढच्या महिन्यात रेशनला आलास की, मला एक गावठी तुपाची बाटली घेऊन ये. तुझ्याकडील तुपाची सर गावात दुसऱ्या कुणालाही येणार नाही.''

''घेऊन येतु जी.''

''आठवणीनं.''

''व्हय.''

बापू मनात भलताच खूष झाला होता. त्याच्याकडील खोती गेली असली तरी गावात बापू त्याच ताठ्यात आतासुद्धा वागायचा. गावात राहणाऱ्या खालच्या जातीच्या लोकांच्या बरोबर तो नेहमी गुर्मीतच बोलायचा. गावातील लोकांनासुद्धा आता खोताच्या बोलण्याची सवय झाली होती. त्यात काय वावगं आहे, असं त्यांना मुळीच वाटायचं नाही. सुंभ जळून गेला असला तरी त्याचा पीळ अजून कायम होता.

बापू त्याला हरभऱ्याच्या झाडावर चढवीत पुन्हा एकदा म्हणाला,

''लखू, मघाशी तुला माझं बोलणं ऐकून वाईट वाटलं असेल. माझासुद्धा कधीकधी अगदी नाइलाज होतो बघ. हा रेशन दुकानाचा धंदा म्हणजे आतबट्ट्याचा. दलाली म्हणून शासनाकडून आम्हाला पोत्या मागे पाच-दहा रुपये मिळतात. गावातील लोकांची सोय व्हावी म्हणून मी नुकसान सहन करीत हा धंदा करतोय. या धंद्यात काहीही राम नाही. रॉकेल किंवा धान्य लोकांना मिळालं नाही तर लोक आम्हालाच शिव्या देतात. पुरवठा अधिकारी, तहसीलदार आणि प्रांत रेशन दुकानाच्या तपासणीला आल्यावर त्यांना दारू-मटण खायला घालून वर त्यांचा खिसा गरम करावा लागतो.''

''बापू, माझं रासन कारड तुमच्याकडंच मी मागं ठेवलंय. तेवडं तुमी संभाळून ठिवा.''

"लखू, तू त्याची काळजी करू नकोस. धनगर वाडीतील सर्व लोकांची कार्ड माझ्याकडे मी अगदी सुरक्षित ठेवली आहेत. तुमच्याकडे ते दिलं की, तुम्ही गहाळ करता; आणि नवीन रेशन कार्डासाठी तालुक्याला चकरा मारता. त्यामुळे तुमचा वेळ आणि पैसा जातो."

"खरं हाय बगा तुमचं म्हणणं." लखू.

लखू आला तसा रिकाम्या हातानं निघून गेला. बापूला जाब विचारण्याचं धाडस मुळीच त्याच्या अंगात नव्हतं. गावच्या खोताला दुखवणं म्हणजे गावाला दुखवणं, असं तो त्याच्या मनात समजत होता.

लखू धनगर वाडीकडे निघून गेल्यावर बापू संथ पावलं टाकीत घरात आला. त्याच्या बायकोचं नाव अन्नपूर्णा असं होतं. घरात येऊन बापूनं बायकोला चहा करायला सांगितला. चहा घेतल्यानंतर त्याच्या अंगात थोडी तरतरी आली. घरातील काम करता करता अन्नपूर्णा त्याच्या शरीराच्या हालचालीकडे वाकडी नजर करून पाहत होती.

बापू चहा घेऊन पुन्हा लगेचच रेशन दुकानात आला. घराच्या पडवीतच त्याचं रेशन दुकान होतं. दिवसभरात तो नेहमी आत-बाहेर करीत असायचा. तो घरात असल्यावर कधीकधी रेशन दुकानाला आलेले गिऱ्हाईक बाहेरून 'बापू ऽऽ बापू ऽऽ' अशा हाका मारीत. मग त्याला हातातील काम टाकून दुकानात यावं लागे. बापूनं दुकानात आल्यावर तळहातावर गायछाप तंबाखू मळून ती त्यानं अलगद दाढेखाली धरली. बाहेर जाऊन तो पचकन थुंकला आणि पुन्हा येऊन पडवीत पत्र्याच्या खुर्चीत निवांत बसला.

बापू आढ्याकडे पाहत बसला असताना गावातील सुतारवाडीत राहाणारा विठोबा पांचाळ रेशन दुकानात आला. त्याचा सुतकी चेहरा पाहून बापूनं त्याला घसा खाकरून विचारलं,

"विठोबा, का रे आलास?" त्याचा प्रश्न ऐकून आधी विठोबा काहीही बोलला नाही. नंतर तो दुःखी आवाजात बापूला म्हणाला,

"बापू, तुमच्याकडे वाईच काम हाय."

"बोल." बापू गुरकावल्यागत त्याला म्हणाला.

"बापू, सकाळी आमच्या वाडीत मयत झालंय."

"ते मला कळलंय. तू पुढे बोल."

"संध्याकाळी पाच वाजता पिरेताला अग्नी द्यायची हाय."

"विठोबा, तुला काय सांगायचं आहे, ते पटकन सांगून टाक ना. असं

कोड्यात बोलल्याप्रमाणे माझ्याशी नको बोलूस.'' बापू त्याला खडसावीत म्हणाला.

''बापू, तुमास्नी स्पष्ट सांगायचं म्हंजी मला पिरेत जाळायला दहा लिटर रॉकेल पाहिजे. रॉकेल असल्याबिगर पिरतावयली लाकडं लवकर पेट घेत न्हाईत.''

''विठोबा, तुला प्रेत जाळण्यासाठी माझ्याकडे रॉकेल मिळायचं नाही. लोक रेशन कार्ड घेऊन रॉकेल न्यायला आले, तर त्यांना मी कोठून आणून देऊ?'' बापू त्याला झिडकारत म्हणाला.

''बापू, न्हाय म्हणू नका. तुमी काय बी करा. वाडीनं मला तुमच्याकडं राकील आनायला पाठवलंय. ते माझी वाट बगीत हाईत. हवं तर तुमी लिटर मागे दोन पैसे जादा घ्या.'' विठोबा पुन्हा त्याला आर्जव करीत म्हणाला.

बापू गळाला मासा लागलाय म्हणून मनात विकट हसला. सुरुवातीला तो थोडं मुद्दाम ताणून धरीत असे. त्याशिवाय त्याला लोक दोन पैसे जादा द्यायचं नावसुद्धा काढत नसत. नाक दाबलं की तोंड आपोआप उघडतं, हे बापूला चांगलं ठाऊक होतं.

आवंढा गिळून बापू त्याला सौदा करीत म्हणाला, ''विठोबा, तुझी अडचण आहे म्हणून मी तुला रॉकेल द्यायला तयार आहे. त्यासाठी तुला प्रत्येक लिटरला रुपये पंचवीस द्यावे लागतील. तुला हा सौदा मंजूर असेल तर मला सांग. नाहीतर आलास त्या मार्गानं निघून जा.''

त्याचा भाव ऐकून विठोबाचे डोळे पांढरे झाले. बापू अडवून पैसे मागतात, हे त्याच्या एव्हाना लक्षात आलं होतं. परंतु गरजवंताला अक्कल नसते म्हणून तो बापूला विनंती करीत म्हणाला,

''बापू, थोडे पैसे कमी करा.''

''जमणार नाही. माझा रॉकेलचा एवढाच भाव आहे.'' बापूनं त्याला अगदी निक्षून सांगितलं.

विठोबा पांचळला झक मारून बापूची अट मान्य करावी लागली. बापू त्याला आणखी पुढे म्हणाला, ''विठोबा, रोख पैसे असतील तरच मी तुला रॉकेल देईन.''

''बापू, मी पैसे आणलेत.''

''मग हरकत नाही.'' बापू खालच्या आवाजात म्हणाला.

विठोबाकडून रोख अडीचशे रुपये घेऊन बापूनं त्याला प्रेत जाळण्यासाठी दहा लिटर रॉकेल दिलं. एका प्लॅस्टिकच्या मोठ्या कॅनमध्ये रॉकेल घेऊन विठोबा त्याच्या सुतारवाडीच्या दिशेनं लगबगीनं निघून गेला. जाताना तो मनात निराश झाला होता. बापूनं त्याला अडवून रॉकेलचे जादा पैसे घेतले होते. याचा त्याला राग आला होता.

बापूला दहा लिटर रॉकेलचे रुपये अडीचशे मिळाले होते. म्हणून तो मनात भलताच खूष झाला होता. 'दुनिया झुकती है, लेकिन झुकानेवाला चाहिए' असं तो मनात म्हणाला. पुढे एक क्षणदेखील वाया न घालविता बापू लगबगीनं घरात गेला आणि तो त्याच्या बायकोच्या हातात पैसे देत म्हणाला,

"हे पैसे, गोदरेजच्या कपाटात ठेव."

"ठेवत्ये हं." गालात स्मित हास्य करीत अन्नपूर्णा त्याला म्हणाली.

नवऱ्यानं सांगितल्याप्रमाणे त्याच्या बायकोनं त्यानं दिलेले पैसे गोदरेजच्या कपाटात ठेवून ते बंद केलं. आपली बायको भोळी आहे, ती पटकन खरं ते सांगून मोकळी होते. म्हणून बापू बायकोला ताकीद करीत म्हणाला,

"अन्नपूर्णा, माझ्या अपरोक्ष दुकानात कुणी रॉकेलची चौकशी करायला आलं की, त्यांना तू 'रॉकेल संपलंय' असं सांगून टाकायचं. एका हॉटेलवाल्याला मी पंचवीस लिटर देण्याचं कबूल केलं आहे."

"ठीकाय. आता कुणी रॉकेल मागायला आलं की, मी त्यांना रॉकेल संपलंय म्हणून सांगत्ये."

थोडा वेळ घरात शांतता नांदू लागली. बापू बायको समोर तिच्याकडे पाहत उभा होता. तेवढ्यात शांततेचा भंग करीत त्याची बायको त्याला म्हणाली,

"अहो, अलका सकाळी कॉलेजला जाताना मला काय म्हणाली हे तुम्हाला ऐकायचंय का?"

"काय म्हणाली अलका?"

"ती म्हणाली की, पप्पांना सांग की, या महिन्यात मला नवीन नोकिया कंपनीचा मोबाईल हवा म्हणून."

बायकोचं बोलणं ऐकून बापू गालात हसला. अलका त्याची एकुलती एक मुलगी होती. ती कॉलेजमध्ये शिकत होती. तिला एखादी वस्तू हवी असेल, तर ती आधी तिच्या आईलाच सांगायची.

बायकोच्या सुरात सूर मिसळत बापू तिला हसत हसत म्हणाला,

"अन्नपूर्णा, मला माझ्या लाडक्या लेकीचा हट्ट पुरवायलाच हवा. उद्या तिचं लग्न होऊन ती तिच्या नवऱ्याच्या घरी नांदायला गेल्यावर मला तिचा हट्ट पुरवता येणार नाही बघ."

नवरा-बायको घरात गुलुगुलु बोलत होते. आपला नवरा रेशन दुकानाचा व्यवसाय करून भरपूर माया गोळा करतो, म्हणून अन्नपूर्णाला तिच्या नवऱ्याचा कोण अभिमान वाटायचा. सणासुदीच्या दिवसांत ती गळाभर दागिने घालून देवदर्शनाला

देवळात जायची, तेव्हा गावातील माणसं डोळे विस्फारून तिच्याकडे पाहत. त्या लोकांना तिचा हेवा वाटायचा. खोताची बायको म्हणून तिला गावात मोठा मान मिळायचा. तिचं लग्न झाल्यावर नवऱ्याकडे कोणती वस्तू मागण्याची तिला कधीही गरज भासली नाही. ती न मागताच बापू तिला हवी असलेली वस्तू घरात घेऊन यायचा.

बापू त्याच्या बायकोच्या डोळ्यांत प्रेमानं पाहत असताना डांबरी सडकेवर गाडीचा हॉर्न त्याला ऐकू आला. उत्सुकतेनं बापू घरातून बाहेर पडला नि तो रस्त्याकडे नजर वळवून पाहू लागला. डांबरी रस्त्यावर उभी असलेली अंबर दिव्यांची गाडी पाहून त्याला आश्चर्याचा धक्का बसला. त्याच्या डोळ्यांसमोर तहसीलदार तथा कार्यकारी दंडाधिकारी यांची गाडी उभी होती. तहसीलदारसाहेब अचानक आल्यामुळे बापूच्या काळजात एकदम 'धस्स' झालं. सडकेवर उभी असलेली अंबर दिव्याची सरकारी गाडी पाहून क्षणभर बापूला असं वाटलं की, रेड्यावर बसून स्वर्गातून जणू यम त्याचे प्राण घेऊन जायला अचानक आला आहे. हा विचार क्षणभरच त्याच्या मनात आला. साहेबांना नमस्कार करण्यासाठी बापू धावतच गाडी जवळ गेला. एखाद्या महाराजाप्रमाणे तहसीलदारसाहेब गंभीर चेहरा करून गाडीतून पायउतार झाले. बापूनं अत्यंत विनम्रपणे त्यांना दोन्ही हात जोडून नमस्कार केला. साहेबांच्या गंभीर चेहऱ्यावर त्यामुळे थोडं स्मितहास्य झळकलं. 'या रावसाहेब' म्हणून बापू त्यांना त्याच्या रेशन दुकानात घेऊन आला.

बापूनं रावसाहेबांना बसण्यासाठी घरातून लाकडी खुर्ची आणली. खुर्ची समोर त्यानं छोटं टेबलं मांडलं. माने तहसीलदारांच्या सोबत त्यांचा पट्टेवालासुद्धा आला होता. बापूची धांदल उडाली होती. त्यानं त्याच्या बायकोला आलं टाकून चहा करायला सांगितलं आणि पाण्याचा तांब्या-भांडं घेऊन तो लगेच बाहेर आला. स्टीलच्या वाटीत तांब्यातील पाणी ओतून तो ती वाटी साहेबांच्या समोर धरून म्हणाला,

"रावसाहेब, पाणी घ्या."

रावसाहेबांची नजर रेशन दुकानावर खिळली होती. रेशन दुकान पाहून त्यांच्या कपाळावर नाराजीची सूक्ष्म आठी पडली होती. बापूच्या नजरेतून ते सुटलं नाही. पाणी पिऊन रावसाहेब तोंड पुसत बापूला आवाज मोठा करून म्हणाले,

"तुमच्या रेशन दुकानावर कामाचे दिवस आणि दुकानाची वेळ लिहिलेली नाही. सुट्टीचा दिवससुद्धा लिहिलेला नाही."

एखाद्या जंगली प्राण्यानं बेसावध असताना अचानक येऊन हल्ला करावा, तसं

रावसाहेबांचं बोलणं ऐकून बापूची गत झाली. त्यांच्यासमोर त्याला लगेच बोलण्यासाठी तोंड उघडता आलं नाही. नंतर त्यानं स्वत:ला सावरलं आणि आवंढा गिळून तो एखाद्या अपराध्यागत त्यांना म्हणाला,

"रावसाहेब, दुकानाची वेळ आणि सुट्टीच्या दिवसाची नवीन पाटी तयार करून दुकानासमोर दोन दिवसांत लावतो."

त्याचं बोलणं ऐकून रावसाहेबांचं बिलकूल समाधान झालं नाही. ते त्याला पुन्हा म्हणाले,

"रेशन दुकानाच्या कारभाराची देखभाल करण्यासाठी ग्राम स्तरीय दक्षता समिती नेमली आहे. त्या लोकांची यादीसुद्धा लावली नाही आणि गावात ज्या दारिद्र्यरेषेखालील लोकांना अल्प दरात शासकीय धान्याचा लाभ मिळतो, त्या लोकांची यादीसुद्धा तुम्ही दुकानासमोर लावली नाही. या सूचना तुम्हाला पुरवठा खात्याकडून मिळाल्या आहेत. तुमच्याकडून त्याची अंमलबजावणी झाली नाही. ही फार गंभीर बाब आहे."

रेशन दुकानाची अवकळा पाहून रावसाहेब मनात चिडले होते. त्यांचा राकट चेहरा रागानं फुलून गेला होता. त्यामुळे बापूच्या मनात भीती निर्माण झाली होती. यापूर्वी त्याच्यावर अशी वेळ कधी आली नव्हती. तपासणीला आलेल्या अधिकाऱ्यांच्या सोबत तो छान गप्पा मारायचा. पुरवठा खात्यातील अव्वल कारकून दिलावर शेख यांची तो कधीकधी दारू पीत असताना मस्करीसुद्धा करायचा.

दीर्घ नि:श्वास सोडून रावसाहेब त्यांच्या समोर अपराध्याप्रमाणे उभा असलेल्या बापूला कडक भाषेत म्हणाले,

"मला तुमच्या रेशन दुकानाची तपासणी करायची आहे."

"रावसाहेब, आधी चहा घ्या. चहा होत्योय." बापू धीर करून म्हणाला.

"अस्सं म्हणताय." रावसाहेबांचा आवाज आता थोडा खाली आला होता.

रावसाहेब नवीन असल्यामुळे बापूला त्यांच्या स्वभावाची काहीही कल्पना नव्हती. नवीन आलेला साहेब त्याच्या कार्यक्षेत्रात दरारा निर्माण करण्यासाठी आधी सोड्याच्या फेसाप्रमाणे फसफसत असतो. नंतर बर्फागत थंड पडतो, हे बापूला चांगलं ठाऊक होतं. त्याचं रेशन दुकानाचं दप्तरसुद्धा अपुरं होतं. तो कधीही वेळेवर नोंदी करीत नसे, रजिस्टरवर नोंदी करायला तो भारी आळस करायचा. या आठवड्यात विक्री झालेल्या धान्याच्या नोंदी अजून त्यानं रजिस्टरला केल्या नव्हत्या. आपल्या रेशन दुकानाची तपासणी करायला कुणी येणार नाही, म्हणून तो गाफील राहिला होता. ती त्याची मोठी चूक झाली होती. वेळच्या वेळी नोंदी केल्या असत्या,

तर त्याला घाबरण्याचं काही कारण नव्हतं. आज करू, उद्या करू असं करीत त्याने दिवस ढकलले होते.

बापू मनात अस्वस्थ झाला असला तरी तो त्याच्या चेहऱ्यावर तसं काही दाखवित नव्हता. आपण आता घाबरलो, तर आपल्याकडून आणखी चुका होतील, हे त्याला ठाऊक होतं. तहसीलदारसाहेबांच्या हातात त्याच्या रेशन दुकानाचं भवितव्य अवलंबून होतं. कागदपत्रात काही त्रुटी आवढल्या तर तहसीलदार त्याचा रेशन दुकानाचा परवाना लगेच रद्द करू शकत होते. बापूला ते अजिबात परवडण्यासारखं नव्हतं. रोज सोन्याची अंडी देणारी कोंबडी तो त्याच्या हातातून फुकाफुकी जाऊ देणार नव्हता. त्यासाठी त्याची काहीही करण्याची तयारी होती.

दुकानात पसरलेल्या शांततेचा भंग करीत तहसीलदारांनी बापूला विचारलं,

"या रेशन दुकानाचा परवाना कोणाच्या नावे आहे?"

"रावसाहेब, माझ्या नावे परवाना आहे."

"अच्छा. आधी तो कोणाच्या नावे होता?" तहसीलदारानं त्याला पुढे विचारलं.

"आधी माझ्या वडिलांच्या नावे या रेशन दुकानाचा परवाना होता. ते मयत झाल्यावर मी माझ्या नावे परवाना केला आहे."

"या दुकानाला आणखी किती गावं रेशनिंगसाठी जोडली आहेत?"

"आणखी दोन गावं या दुकानाला जोडली आहेत." बापूनं त्यांना उत्तर दिलं.

"लोकांना वेळच्या वेळी धान्य आणि केरोसीन याचं वितरण केलं जातं का?"

"होय रावसाहेब."

"ग्रामस्थांच्या रेशन दुकानाबद्दल काही तक्रारी आहेत का?"

"नाहीत."

"तक्रार पुस्तक दुकानात ठेवलंय का?"

"होय."

तहसीलदारांनी विचारलेल्या प्रश्नांची उत्तरं बापूनं दिली होती. मोकळा श्वास घेऊन साहेब थोडा वेळ बोलायचे थांबले. एखाद्या आज्ञाधारक विद्यार्थ्याप्रमाणे बापू खाली नजर झुकवून त्यांच्या समोर उभा होता. साहेब आता आपल्याला पुढे काय विचारतील, याचा तो त्याच्या मनात अंदाज करीत होता.

अन्नपूर्णा दरवाजा जवळ येऊन उभी राहिली आणि तिनं खाणाखुणा करून नवऱ्याला चहा तयार असल्याचं सांगितलं. बापू लगेच घरात गेला आणि त्यानं एका नक्षीदार तबकात चहा-बिस्किटं आणली. साहेबांच्या समोर वाफाळलेल्या चहाची

कपबशी आणि बिस्किटं ठेवून बापूनं ड्रायव्हर आणि पट्टेवाला यांनासुद्धा चहा-बिस्किटं दिली.

चहाचा गरम घोट पोटात रिचवत साहेब बापूला सूचना देत म्हणाले,

"दुकानदार, रॉकेल वितरण कसं करायचं, याबद्दल प्रांतसाहेबांनी एक माहितीपत्रक काढलं आहे. ते माहितीपत्रक मी पुरवठा खात्याला सर्व रेशन दुकानदारांना पाठवायला सांगितलेलं होतं. तुम्हाला ते माहितीपत्रक मिळालं का?"

"होय."

"प्रांतसाहेबांच्या त्या माहितीपत्रकाप्रमाणे यापुढे तुमच्याकडे केरोसीन आल्यावर तुम्ही गावाच्या कोतवालाला तशी प्रत्येक वाडीत जाऊन दवंडी द्यायला सांगायचं. ते दवंडी रजिस्टर तलाठी ठेवणार आहे. तुमच्या रेशन दुकानात केरोसीन आल्याचं गावातील सर्व लोकांना कळायला हवं. यापुढे केरोसीन मिळालं नाही म्हणून कुणाचीही तक्रार येता कामा नये. कळलं?" तहसीलदार ताकीद देत बापूला म्हणाले.

"रावसाहेब, मी रेशन कार्ड प्रमाणेच केरोसीनचं वितरण करीत असतो. माझी तक्रार कुणी करणार नाही."

"आपल्या तालुक्यात काळ्या बाजारानं मोठ्या प्रमाणात केरोसीनची विक्री होत आहे म्हणून कलेक्टर साहेबांच्याकडे लोकांनी तक्रारी केल्या आहेत."

बापूला सूचना देत तहसीलदारसाहेबांनी चहा पिऊन संपवला. चहा पोटात रिचवल्यामुळे त्यांच्या अंगात थोडी तरतरी आली होती आणि प्रवासाचा थोडा शिणवटासुद्धा कमी झाला होता. मघापेक्षा साहेबांचा आता थोडा मूड बदललेला पाहून त्यांच्या पुढ्यात भाजकी बडीशेपची बशी ठेवीत बापू त्यांना हळू आवाजात आग्रह करीत म्हणाला,

"रावसाहेब, घरात दुपारचं जेवण करायला सांगतो."

"बरं." साहेब पुढे बोलले नाहीत.

"शाकाहारी जेवण करायला सांगू का, मांसाहारी?"

"मला मांसाहारी जेवण चालेल."

"रावसाहेब, जेवणाला थोडा वेळ लागेल."

"किती वेळ लागेल?" साहेब.

"अडीच-तीन तास तरी लागतील."

"हरकत नाही. रेशन दुकानाची दप्तर तपासणी करायला मला तेवढा वेळ लागणारच आहे."

"मग घरात बायकोला जेवणाची वर्दी देऊन येतो."

"हं." साहेब.

तहसीलदारसाहेबांचा होकार घेऊन बापू लगबगीनं घरात गेला आणि बायकोला कोंबडा कापून जेवण करायला सांगितलं. बापू घरात गेला तसा लगेच मागे वळला. नवऱ्यानं फर्मान सोडल्याप्रमाणे अन्नपूर्णा तहसीलदारसाहेबांच्या जेवणाची तयारी करू लागली. तिनं तिच्या मदतीला शेजारी राहणाऱ्या आणखी एक-दोघींना घेतलं. तिला मदत करण्यासाठी बापूला वेळ नव्हता. त्याच्या रेशन दुकानाची साहेब तपासणी करणार होते.

बापू समोर उभा असल्याचं पाहून तहसीलदारसाहेब त्याला फर्मान सोडत म्हणाले,

"दुकानदार, रेशन दुकानाची तपासणी करण्यासाठी धान्यसाठा रजिस्टर, विक्री रजिस्टर, मूळ पावती पुस्तकं, बँकेत भरणा केलेली चलनं आणि व्हिजिट-बुक इत्यादी कागदपत्रं आणून माझ्या समोर टेबलावर ठेवा."

"बरं." बापूनं होकारार्थी मान हलवली.

बापूचं दप्तरी काम अपूर्ण होतं. म्हणून त्याच्या पोटात भीतीचा गोळा आला होता. साहेबांनी फर्मान सोडल्याप्रमाणे त्यानं सर्व कागदपत्रं आणून त्यांच्यासमोर टेबलावर ठेवलं आणि तो त्यांच्यासमोर एखाद्या लाचाराप्रमाणे नि:शब्द उभा राहिला. त्याच्याकडे कटाक्ष टाकत तहसीलदार त्याला म्हणाले,

"दुकानदार, माझ्या तपासणीच्या कामाला वेळ लागणार आहे. तुम्ही खुर्ची घेऊन माझ्यासमोर बसलात तरी चालेल. मला माझ्या कामात काही अडचण आली किंवा मला आणखी कागदपत्रं तपासणीला लागली, तर मी तुम्हाला सांगतो."

त्यांचं बोलणं ऐकून बापूला बरं वाटलं. त्यांची तपासणी होईपर्यंत त्यांच्या समोर उभं राहून त्याचे पाय दुखले असते. साहेबांच्या मनात थोडी तरी दयाबुद्धी शिल्लक आहे, असं तो त्याच्या मनात म्हणाला आणि पत्र्याच्या खुर्चीत तो त्यांच्या समोर बसला.

तहसीलदारसाहेब टेबलावर ठेवलेले एकेक रजिस्टर काढून त्यात केलेल्या नोंदी बारकाईनं तपासू लागले. धान्यसाठा रजिस्टर तपासून झाल्यावर त्यांनी त्यावर 'तपासले' असं म्हणून त्यांची खाली स्वाक्षरी केली. नंतर त्यांनी लगेच मूळ पावती पुस्तकं तपासायला घेतलं. मूळ पावती पुस्तकात खाडाखोड केल्याचं पाहून त्यांच्या कपाळावर पुन्हा नाराजीच्या आठ्या पडल्या. साहेब नाराजीनं समोर बसलेल्या बापूला म्हणाले,

"पावती पुस्तकात अशी खाडाखोड केलेली चालत नाही. पावती पुस्तकात

खाडाखोड केल्यावर अपहार केल्याबद्दल दाट शंका निर्माण होते. मला पुन्हा असं केलेलं चालणार नाही.''

''रावसाहेब, पुन्हा माझ्याकडून पावती पुस्तकात अशी खाडाखोड होणार नाही.''

तहसीलदारसाहेब त्याला पुढे काही बोलले नाहीत. ते खाली मान घालून पुन्हा रजिस्टरं तपासू लागले. साहेबांच्या पुढे कधी बोलायचं नसतं, हे बापूला चांगलं ठाऊक होतं. साहेबांच्या तपासणीला वेळ लागत असल्यानं बापू एकाच ठिकाणी बसून वैतागून गेला होता. या आधी त्याच्या रेशन दुकानाची कैक वेळा तपासणी झाली होती. पुरवठा अधिकारी, पुरवठा निरीक्षक, तहसीलदार आणि प्रांत यांनी त्याच्या रेशन दुकानाची तपासणी केली होती. अर्धा-पाऊण तासात ते तपासणीचा फॉर्म भरून मोकळे होत. कोंबडीचं जेवण आणि पाकीट मिळाल्यावर ते खूष होऊन निघून जात. नवीन आलेल्या तहसीलदारसाहेबांनी तपासणीच्या नावाखाली आज बापूचं चांगलं कांडप काढलं होतं.

रावसाहेबांनी रेशन दुकानाची तपासणीला सुरुवात करून आता दोन तास तरी होऊन गेले होते. बापूला अजून त्यांची तपासणी संपण्याची चिन्ह काही दिसत नव्हतं. बसलेल्या ठिकाणी तो चुळबुळ करीत होता. आणखी अर्धा-पाऊण तासानं साहेबांनी तपासणी संपवून त्यांच्या हातातील पेन खाली ठेवलं आणि त्यांनी नि:श्वास टाकून तोंडाला पाण्याची वाटी लावली. नंतर ते थोड्या गंभीर आवाजात बापूकडे पाहत म्हणाले,

''मला धान्यसाठा रजिस्टरप्रमाणे दुकानात शिल्लक असलेल्या धान्याची पोती समक्ष मोजून दाखवा.''

तहसीलदारांचं बोलणं ऐकून बापूची थोडी तंतरली. साठा रजिस्टरप्रमाणे त्याच्या दुकानात धान्याची पोती शिल्लक नव्हती. काही धान्याच्या पोती त्यानं आधीच तालुक्याच्या बाजारपेठेत व्यापाऱ्यांना काळ्या बाजारानं विकून टाकली होती, हे साहेबांना सांगायला त्याला धारिष्ट्य झालं नाही. महसूल अधिकाऱ्यांना रेशन दुकानाच्या तपासणीत साठा रजिस्टरप्रमाणे दुकानात शिल्लक असलेली पोती मोजून दाखविण्याची अद्याप त्याच्यावर कधीही वेळ आलेली नव्हती. तहसीलदार आपल्याला कोंडीत पकडण्याचा प्रयत्न करीत आहेत, अशी त्याला शंकासुद्धा आली.

मनाचा हिय्या करून बापू बसलेल्या खुर्चीतून उठला आणि तो साहेबांच्या सोबत धान्याच्या पोत्याजवळ जाऊन नि:शब्द उभा राहिला. पोटातील भीतीनं त्याच्या कपाळावर घाम आला होता. साठा रजिस्टरमध्ये नोंदी केल्याप्रमाणे

साहेब शिल्लक असलेली पोती समक्ष मोजू लागले. तांदूळ तीन पोती, गहू चार पोती, आणि साखरेची दोन पोती तपासणीत त्यांना कमी आढळून आली.

धान्याची आणि साखरेची पोती मोजून झाल्यावर साहेब गंभीर चेहरा करून पुन्हा लाकडी खुर्चीत येऊन बसले. बापू त्यांच्या समोर एखाद्या अपराध्यागत खाली मान घालून गप्प उभा होता. त्याच्या तोंडातून आता एकही शब्द निघत नव्हता. त्याची चोरी साहेबांनी आता रंगेहात पकडली होती.

तहसीलदारसाहेब बापूकडे रागानं पाहत म्हणाले, "दुकानदार, साठा रजिस्टरप्रमाणे तुमच्या दुकानात धान्याची पोती शिल्लक नाहीत. ती तुम्ही काळ्या बाजारानं विकून टाकली आहेत. तुमच्या विरुद्ध मी पोलीस स्टेशनमध्ये सरकारी धान्याचा अपहार केला म्हणून फौजदारी स्वरूपाचा लगेच गुन्हा दाखल करू शकतो, मला तो अधिकार आहे, तुमचं काम फार बोगस आहे."

भीतीनं बापूच्या पायाखालची जमीन आता सरकू लागली होती. तो मनात थोडा वेळ विचार करू लागला. जर आपल्या विरुद्ध पोलीस स्टेशनमध्ये गुन्हा दाखल झाला, तर गावात आपली नाचक्की होईल. कोर्ट-कचेरी करीत आपल्याला दोन-तीन वर्षं घालवावी लागतील. गुन्हा सिद्ध झाला, तर तुरुंगात खडी फोडायला जावं लागणार. ज्या गावात आपणं फुलं वेचली त्याच गावात आपल्याला गवऱ्या वेचायची पाळी येईल. एक ना अनेक विचार बापूच्या डोक्यात थैमान घालत होते. त्यामुळे त्याच्या काळजाला कुणीतरी हात घातल्याप्रमाणे त्याला जीवघेण्या वेदना होऊ लागल्या.

बापू मनानं खचला होता. साहेबांच्या पायावर लोटांगण घालीत तो त्यांना गयावया करीत म्हणाला,

"साहेब, तुम्ही माझे मायबाप आहात. हवं तर तुम्ही माझ्या पाठीवर मारा. पण माझ्या पोटावर मारू नका."

"अपराध्याला मी कधीही पाठीशी घालीत नसतो. तुमच्याकडून अक्षम्य अपराध झाला आहे."

साहेब आपला ठेका सोडायला मुळीच तयार नव्हते. त्यामुळे अडकित्यात सापडलेल्या सुपारीप्रमाणे बापूची गत झाली होती. साहेब मनात असा विचार करीत होते की, या लोकांना सैल सोडलं की, ते त्याचा गैर फायदा घेतील. रेशनचा एक दाणासुद्धा गावात लोकांच्या नजरेला पडू देणार नाहीत. काळ्या बाजारात धान्य विकून यांनी खूप पैसा गोळा केला आहे.

या रेशन दुकानदारांच्या आपल्या जिवावर उड्या असतात. त्यांना असं

कायद्याच्या कचाट्यात पकडल्याशिवाय हे कधी सुधारणार नाहीत. आपले अधिकार काय आहेत, हे त्यांना कळायला हवं. दारू-मटण खायला घातलं की, त्यांना साहेब आपले मिंधे झाले म्हणून वाटतं. ते आपल्यावर कारवाई करू शकणार नाहीत. महसूल अधिकाऱ्यांनीसुद्धा या लोकांना फार घाणेरड्या सवयी लावून ठेवल्या आहेत. यांच्याकडून पाकीट घ्यायची, दारू-मटणाच्या पार्ट्या तपासणीच्या नावाखाली झोडायच्या. मग त्यांना अधिकाऱ्यांचा धाक तरी कसा वाटणार?

या खात्यातील अधिकारी नेहमी आपलीच पोळी भाजून घेतो. मग मी तरी या रेशन दुकानदाराला का सोडू. चोराच्या घरी चोरी करणं म्हणजे पाप होत नाही. याला आज चांगला कापायचा बरा कचाट्यात सापडलाय तो आपल्या.

थोड्या वेळानं तहसीलदार त्याला खालच्या आवाजात म्हणाले,

''तुमच्यावर कारवाई करायची की नाही, हे अजून मी ठरविलेलं नाही.''

बुडत्याला काडीचा आधार. साहेबांचं बोलणं ऐकून बापूला थोडा धीर आला. अजून वेळ गेलेली नाही. काहीही करून साहेबांना आपल्यावर कारवाई करण्यापासून रोखायला पाहिजे. बापू पत्र्याच्या खुर्चीत दीनवाणे बसून मनात विचार करीत होता, त्याच्या कपाळावर घाम आला होता. त्यानं तो घाम तळहातानं पुसून काढला.

साहेब त्याला पुढे आणखी म्हणाले, ''दुकानदार, तुम्हाला या प्रकरणातून सहीसलामत सुटायचं आहे का?''

''होय. तुमचे खूप उपकार होतील.'' बापू अगदी तोंड वेंगाडून म्हणाला.

''मी जे सांगेन त्याला तुमची तयारी आहे का?''

''होय. माझी त्याला तयारी आहे.''

''मी तुमच्यावर पोलीस स्टेशनमध्ये जावून अफरातफर केल्याचा गुन्हा नोंदविला, तर कोर्टात तुमचा वेळ आणि पैसे चकरा मारण्यात जाणार.''

''होय.''

साहेब पुढे काहीही न बोलता मनात विचार करीत थोडा वेळ शांत बसले. नंतर ते त्याच्याशी सरळ सौदा करीत म्हणाले.

''दुकानदार, जर मी तुमच्यावर आता कारवाई केली नाही, तर तुम्ही मला किती पैसे द्याल?''

''साहेब, तुम्ही सांगा तुम्हाला किती पैसे हवेत.''

''आधी तुम्ही बोला.''

''मी तुम्हाला आता रोख रुपये दोन हजार देतो.'' बापूच्या मनातील निम्मी भीती आता कमी झाली होती.

''अहो, कोर्टात केस गेल्यावर तुम्हाला चाळीस-पन्नास हजार रुपयाचा भुर्दंड बसणार आहे, शिवाय तुमचा वेळ वाया जाणार.'' साहेब बापूला समजावीत म्हणाले.

''साहेब, मला थोडं सांभाळून घ्या.''

''तुमच्या तोंडातून फार कमी आकडा बाहेर पडलाय.''

''साहेब, रोख रुपये पाच हजार घ्या आणि यातून मला सोडवा.'' बापू.

''पाच हजारातसुद्धा हे काम माझ्याकडून होईल, असं मला वाटत नाही.''

''मी तुम्हाला हात जोडून विनंती करतो. माझा एवढा गुन्हा तुम्ही पोटात घाला. तुम्ही माझे मायबाप आहात.''

रस्त्यावरील मालाचा सौदा व्हावा तसं तहसीलदार आणि रेशन दुकानदार बापू यांच्यामध्ये पैशाचा सौदा होत होता. सौदा करीत असताना मानेसाहेबांना आपण एका तालुक्याचे तहसीलदार तथा कार्यकारी दंडाधिकारी आहोत, याचादेखील विसर पडला होता. आपण ताणून धरलं तर आपल्याला आणखी जादा पैसा मिळतील, असं त्यांनी त्यांच्या मनात विचार केला होता. बापूवर कारवाई करायची नाही, हे आधीच दोघांत ठरलं होतं. त्याप्रमाणे पैशाची घासाघीस सुरू होती. बापू त्याच्या तोंडावर लाचारीचे भाव आणून अगदी मवाळ बोलत होता. गावातील गरीब लोकांच्या समोर डरकाळ्या फोडणारा बापू तहसीलदारांच्या समोर गरीब गाय होऊन बोलत होता.

बापूचं बोलणं ऐकूनसुद्धा साहेबांना पान्हा फुटला नाही. त्यांना पैशाशी मतलब होता. वेळ निघून गेल्यावर या माणसांना त्याची जाणीव उरत नाही. बापूनं केलेला रुपये पाच हजारांचा सौदा साहेबांना पसंत पडला नव्हता.

''दुकानदार, तुम्ही मला या कामाचे रोख पंधरा हजार रुपये देत असाल, तर मी तुमच्यावर कारवाई करीत नाही.'' तहसीलदार.

''साहेब, पैशाचा आकडा मोठा आहे. आता माझ्याकडे एवढे पैसे नाहीत.''

''मी तुम्हाला योग्य पैशाचा आकडा सांगितलं आहे. या रेशनिंगच्या धंद्यात तुम्ही किती पैसे कमावता याची मला पूर्ण कल्पना आहे. तुमच्या चुका फार गंभीर स्वरूपाच्या आहेत.'' तहसीलदार.

तहसीलदारसाहेब खाबू आहेत, ही बापूनं ऐकलेली बातमी आता खरी ठरली होती. त्यांनी आपल्याला बरोबर खिंडीत पकडलेलं आहे. त्यांना पैसे दिल्याशिवाय आपल्या मानेचा फास सुटणार नाही. बापूच्या मनात एका मागून एक विचार येत होते.

बापू पुन्हा एकदा तहसीलदारांना त्याच्या तोंडावर लाचारीचे भाव आणून

अजिजी करीत म्हणाला,

"साहेब, मी तुम्हाला रोख दहा हजार रुपये आता देतो. मी हात जोडतो तुम्हाला. आता पुढे काय वाढवू नका."

बापू गयावया करीत बोलल्यामुळे तहसीलदारांचा शेवटी नाइलाज झाला. पोलीस स्टेशनमध्ये सरकारी धान्याचा अपहार केल्याचा गुन्हा दाखल न करण्यासाठी तहसीलदारांनी बापूकडून रोख रुपये दहा हजार घेतले आणि ते प्रकरण त्यांनी त्याच ठिकाणी मिटवूनसुद्धा टाकलं. मटणाचं जेवण करून साहेबांनी आनंदानं बापूचा निरोप घेतला. तहसीलदारसाहेबांची अंबर दिव्याची गाडी तालुक्याच्या दिशेनं निघून गेल्यावर बापूनं अक्षरक्ष: सुटकेचा नि:श्वास टाकला.

■

७

रात्र म्हणाली अंधाराला

मध्यान्ह रात्र उलटून गेली होती. काळ्यामिट्ट अंधारानं धरणीला अक्षरश: गिळून टाकलं होतं. नदी-नाले, दरी-डोंगर अंधाराच्या पोटात गेल्यामुळे डोळ्यांपुढे काहीही दिसत नव्हतं. आभाळात असंख्य चांदण्या लुकलुकताना दिसत होत्या, जणू त्या चांदण्यांचा मोकळ्या आभाळात मेळा भरला होता.

वस्तीपासून थोडं बाजूला असलेल्या नगरपालिकेच्या स्मशानभूमीत एक प्रेत जळत होतं. एकमेकांशी स्पर्धा करीतच लाल-पिवळ्या भयकारी ज्वाला आकाशात झेपावत होत्या, जळणाऱ्या प्रेताच्या उग्र वासानं कोल्हे त्या स्मशानभूमीच्या सभोवार जिभल्या चाटीत घुटमळत होते. मध्येच ते जंगली कोल्हे 'हुक्या ऽऽ हू ऽऽ हुक्या ऽऽ' अशा भयसूचक आवाजात ओरडत होते, घुबडाचा धुत्कार त्या आवाजात बेमालूमपणे मिसळून गेला होता.

सरणावर जळणाऱ्या प्रेताचा 'चर्रर' असा आवाज ऐकू येत होता. वाऱ्याची साथ मिळाल्यानं ज्वाला कडाडणाऱ्या बिजलीगत थयथय नाचत आकाशात झेपावत होत्या, त्या स्मशानभूमीत गूढ, गंभीर वातावरण अगदी अणूरेणूत भरून उरलं होतं, एकटा-दुकटा माणूस त्या स्मशानभूमीत रात्रीच्या वेळी कधीही जाण्याचं धाडस करीत नसे, स्मशानभूमीचं नाव रात्रीच्या वेळी कानावर पडताच भीतीनं अंगावर सर्रकन काटा उभा राहत होता.

नगरपालिकेनं लाकडं ठेवण्यासाठी स्मशानभूमीत पत्र्याची शेड बांधली होती, ती शेड ऐसपैस होती, कधीकधी त्या पत्र्याच्या शेडमध्ये भटकी जनावरंसुद्धा येऊन बसत असत, शेडमध्ये एकदा

सुकी लाकडं भरल्यावर नगरपालिकेचे कर्मचारी सहसा इकडे कधी फिरकत नसत.

पत्र्याच्या शेडमध्ये जंगली सुक्या लाकडाच्या ढिगाशेजारी जमिनीवर बारदान अंथरून दत्तू शेठ हाताची उशी करून झोपला होता. रातकिड्यांच्या भेसूर आवाजाची आणि घुबडाच्या चीत्काराची त्याला मुळीच भीती वाटत नव्हती, स्मशानभूमीत त्यानं वस्ती केल्यापासून त्या चित्रविचित्र आवाजाची आता त्याला सवय झाली होती. त्याच्या पोटातील भीती मरून गेल्यामुळे तो आता अधिक निर्भीड झाला होता. चार-पाच वर्षांपासून तो त्या स्मशानभूमीत राहत होता, त्यामुळे दत्तू शेठ स्मशानभूमीलाच आता त्याचं घर समजत होता. त्याच्या जवळच्या नातेवाइकांनी त्याला झिडकारलं होतं, मित्रांनी त्याची सोबत सोडली होती, त्याच्या कुटुंबाची वाताहत झाल्यामुळे तो नियतीच्या फेऱ्यात अडकला होता.

वसंतनगर हे तालुक्याचं गाव होतं. बाजारपेठेत दत्तू शेठची सोन्या-चांदीच्या दागिन्यांची एक पेढी होती. दुकानाची जागा थोडी छोटी असली तरीही त्याचा धंदा बऱ्यापैकी चालला होता. सोने-चांदीचे दागिने तयार करून दत्तू शेठ विकायचा. त्याच्या दुकानात काम करण्यसाठी दोन कुशल नोकर होते. व्यवसायासाठी त्यानं अर्बन बँकेतून राहातं घर तारण ठेवून कर्ज काढलं होतं. तो कर्जाचे नियमित हप्ते बँकेत जाऊन भरायचा. त्यामुळे बँक मॅनेजरचा त्यानं विश्वास संपादन केला होता, त्याचा व्यवहार चोख आहे, हे बँकेला कळून चुकलं होतं. महेश सुरा नावाचे अर्बन बँक मॅनेजर म्हणून काम करीत होते. सुरासाहेबांनी एकदा दत्तू शेठला तो बँकेत कर्जाचा हप्ता भरायला गेला असताना आग्रह करून चहासुद्धा पाजला होता; दोघांचीही आता बऱ्यापैकी मैत्री झाली होती. दत्तू शेठ बँकेचा अत्यंत विश्वासू खातेदार होता. वसंतनगर या तालुक्याच्या बाजारपेठेत त्याला सर्वजण 'दत्तू शेठ' म्हणून ओळखत होते.

दत्तू शेठचं छोटं कुटुंब होतं. त्याला एकच मुलगा होता. देवाला नवस करूनसुद्धा त्याला आणखी अपत्य लाभ झाला नाही. त्याच्या एकुलत्या एका मुलावर दोघा नवरा-बायकोचा भारी जीव होता. दत्तू शेठची बायकोसुद्धा समंजस आणि मनमिळाऊ अशी होती. त्याच्या मुलाचं नाव अनिकेत असं असलं तरी घरी त्याला नवरा-बायको लाडानं 'पिंट्या' असं हाक मारीत, तो इंग्रजी शाळेत शिकत होता. आपल्या एकुलत्या एका मुलानं चांगलं शिक्षण घेऊन आपल्या पश्चात त्यानं या व्यवसायाची जबाबदारी घ्यावी, अशी दत्तू शेठची एकमेव इच्छा होती. त्याच्या मुलाचा तो प्रत्येक हट्ट पुरवायचा, दोघां नवरा-बायकोच्या अतिलाडानं पिंट्या हट्टी

आणि थोडा चिडचिडासुद्धा झाला होता. पिंट्यानं रागानं घरात नासधूस केली तरी दत्तू शेठनं कधी त्याच्या मुलाच्या अंगावर हात टाकला नाही, मुलाचा राग तो सहन करायचा. कधीकधी दत्तूशेठला मनात वाटायचं, की या वयात आपल्या मुलाला आपण वळण लावायला हवं, त्याला थोडं धाकात ठेवायला हवा, नाहीतर अतिलाडानं पुढे तो वाया जाईल. पण हा विचार त्याच्या मनात अगदी क्षणभरच टिकून राहायचा. पिंट्या चुकला, तर त्याला शिक्षा करण्याचं धाडस दत्तू शेठला कधीही झालं नाही. पोटच्या मुलावरील माया त्याच्या नेहमी आड यायची.

एके दिवशी रात्री जेवण झाल्यावर दत्तू शेठ पान जुळवत खालच्या आवाजात बायकोला म्हणाला,

"सुनंदा, मी आता माझ्या मनात असा विचार केला आहे की..."

"कसला विचार केलाय तुम्ही?" नवऱ्याच्या चेहऱ्याकडे प्रश्नार्थक नजरेनं पाहत सुनंदानं त्याला विचारलं.

बायकोला विश्वासात घेत दत्तू शेठ तिला पुढे समजावून सांगत म्हणाला,

"सुनंदा, आपल्या दुकानाला जागा कमी पडत्येय, हे तुला ठाऊक आहे. गिऱ्हाइकांना बसायलासुद्धा आपल्या दुकानात पुरेशी जागा नाही. म्हणून मी ती जागा विकून नवीन जागा घेण्याचा विचार करत्योय. तुझा काय विचार आहे, ते तू मला सांग. तुला अंधारात ठेवून मी कोणतीही गोष्ट कधी करीत नसतो, हे तुलासुद्धा ठाऊक आहे."

नवऱ्याचं बोलणं ऐकून सुनंदा गप्प बसली. ती तिच्या मनात थोडा वेळ विचार करू लागली. तिचा चेहरा थोडा गंभीर झाला होता आणि तिच्या गोऱ्या कपाळावर आठ्या पडल्या होत्या. नवऱ्याचं बोलणं तिला रुचलं नव्हतं. ती साशंक मनानं नवऱ्याला म्हणाली,

"अहो, आताची आपल्या दुकानाची जागा छोटी असली तरी लाभदायक आहे, बाजारपेठेत मध्यभागी आहे, बसस्टँडसुद्धा जवळ आहे. त्यामुळे आपलं दुकान चांगलं चाललेलं आहे. नवीन जागा आपल्याला जर लाभली नाही, तर धंद्यावर त्याचा परिणाम होईल, बँकेचा कर्जाचा हप्तासुद्धा आपल्याला भरता येणार नाही. म्हणून आपण आहे त्यात गोड मानून घेऊ, उगाच जोखीम नको. म्हणून तुम्ही तसला काही विचार मनात आणूसुध्दा नका. आपला धंदा चांगला चाललाय, हे आपल्या शेजाऱ्यांना मुळीच बघवत नाही."

बायकोचं बोलणं ऐकून दत्तू शेठना हसू आलं. जोखीम घ्यायला तिच्या मनाची तयारी होत नव्हती. जोखीम घेतल्याशिवाय कोणत्याही व्यवसायात यश

मिळत नाही, हे दत्तू शेठला चांगलं ठाऊक होतं. बायकोच्या मनातील भीती कमी करण्यासाठी तो तिला एखाद्या लहान मुलाला समजावून सांगावं तसं म्हणाला,

"सुनंदा, तू उगाच घाबरत्येस बघ. अगं, धंदा म्हटला, की त्यात असं धाडस करावंच लागतं. माझी गिऱ्हाइकं जोडलेली आहेत, माझ्यावर त्यांचा पूर्ण विश्वास आहे. माझा धंदा चोख असतो, हे गिऱ्हाइकांना ठाऊक आहे. त्यामुळे मी बाजारपेठेत कोठेही दुकान सुरू केलं, तरी माझी नेहमीची गिऱ्हाइकं माझ्याकडेच येतील, माझ्याशिवाय ते कोणत्याही सोनाराकडे जाणार नाहीत, बाजारपेठेत बाकीचे सोनार अधिक फायदा घेण्यासाठी सोन्याच्या दागिन्यात भेसळ करतात, वजनात बनवाबनवी करतात, तसं मी कधी करीत नाही. दुकानासाठी आपल्याला ऐसपैस जागा मिळाली, तर आपला धंदा आणखी जोरात चालेल. आपलं चांगलं होण्यासाठीच मी नवीन जागा घेण्याचा विचार केला आहे. यासाठी मला तुझी मदत हवी आहे."

नवऱ्याचं बोलणं ऐकून सुनंदाच्या मनातील शंका थोडी दूर झाली. तिला तिच्या नवऱ्याचं बोलणं आता पटलं होतं, ती तिच्या नवऱ्याला पुढे आढेवेढे न घेता म्हणाली,

"तुमचा विचार तो माझा विचार, तुमचं बोलणं ऐकून माझ्या मनातील भीती दूर झाली बघा. मी उद्या काळकाई देवीच्या देवळात जाते नि आपल्या नवीन जागेसाठी नवस करत्ये, आपल्या सुख-दुःखात तिचाच आधार आहे."

"सुनंदा, तू अगदी माझ्या मनातलं बोललीस बघ. मीसुद्धा तुला आता हेच सांगणार होतो. काळकाई देवीनं कौल दिला, की आपण पुढे पाऊल टाकू."

नवरा-बायको मनमोकळेपणानं आपसात बोलत होते. आज त्यांच्या लग्नाला वीस वर्षं होऊन गेली होती. एवढी वर्षं त्यांच्या लग्नाला झाली असली, तरी त्यांनी कधीही टोकाची भूमिका घेतली नव्हती; किंवा एकमेकांशी वितंडवादसुद्धा घातला नव्हता. तशी दोघांत कधीतरी थोडी कुरबुर व्हायची. परंतु ती तेवढ्यापुरतीच. नंतर मनातील राग विसरून दोघं निर्मळ मनानं एकमेकांशी वागत. बायका नेहमी नवऱ्यापुढे माहेरचा टेंभा मिरवीत असतात. परंतु सुनंदा त्याला मात्र अपवाद होती.

थोडा वेळ कुणी कुणाशी बोलले नाहीत. घरात सर्वत्र निःशब्द शांतता पसरली होती, बाहेर काळोख भेसूर आवाजात हुंकार देत होता, रातकिडेसुद्धा गात होते, अनिकेत दूरदर्शनवर कार्टूनचा कार्यक्रम पाहून खाटेवर झोपी गेला होता. मित्रांच्या सोबत क्रिकेट खेळून तो थकून गेला होता, अभ्यासापेक्षा त्याला क्रिकेट

खेळण्यात अधिक मौज वाटत होती. रोज शाळेतून घरी आल्यावर तो लगेच हातात बॅट घेऊन खेळण्यासाठी घराच्या बाहेर पडायचा. सुनंदा त्याच्या मागे 'पिंट्या, थांब ऽऽ पिंट्या थांब ऽऽ' करीत धावायची. पिंट्याच्या कानावर तिचे शब्द पडायचे नाहीत. तो लांब लांब उड्या मारीतच मैदानात पोहोचायचा.

घरात पसरलेल्या नि:शब्द शांततेचा भंग करीत सुनंदा नवऱ्याकडे पाहत म्हणाली,

"अहो, ऐकलंत का?"

"हं बोल. मी ऐकत्योय." दत्तू शेठ बायकोकडे न पाहाताच म्हणाला.

"आपल्या पिंट्याची क्रिकेट खेळायची बॅट मोडलीय. उद्या घरी येताना त्याला नवीन बॅट घेऊन या."

"माझी एक अट आहे."

"कोणती?"

"तू त्याला रोज अभ्यास करायला सांगायचं. त्यानं अभ्यास केल्यावरच त्याला तू बाहेर खेळायला पाठवायचं."

"तो टीव्हीवर कार्टून बघत रोज अभ्यास करतो."

"टीव्ही बघत कसला अभ्यास होत्योय? तो अभ्यास करताना तू टीव्ही बंद कर."

"अहो, टीव्ही बघत बघत अभ्यास करण्याची त्याला आता सवय झाली आहे. मी टीव्ही बंद केल्यावर त्याला लगेच राग येतो. मग तो रागानं वह्या-पुस्तकं फेकून देतो."

"सुनंदा, थोडे दिवस तो गोंधळ घालेल. मग तो आपोआप टीव्ही न पाहाता मन लावून अभ्यास करेल. मुलांना आपण जशी सवय लावू तसं ते वागत असतात, आपण थोडं समजून घ्यायला हवं." दत्तू शेठ त्याच्या बायकोला समजावत म्हणाला.

सोन्या-चांदीच्या दागिन्यांचा व्यवसाय करण्यासाठी अक्षय तृतीयेच्या शुभमुहूर्तावर दत्तू शेठनं बाजारपेठेत नवीन जागा घेतली. त्यानं घेतलेली जागा थोडी आडबाजूला होती. दुकानाची नवीन जागा आडबाजूला असली, तरी आपण जोडलेली गिऱ्हाइकं आपल्याला शोधत या ठिकाणी येतील, ही दत्तू शेठच्या मनातील कल्पना मोडीत निघाली, जागा बदलल्यामुळे त्याची नेहमीची गिऱ्हाइकं तुटली, त्याच्या धंद्याला मंदी आली, तो माश्या मारीतच त्याच्या नवीन दुकानात बसू लागला.

बँकेतून काढलेला कर्जाचा हप्ता थकला, तेव्हा दत्तू शेठनं कपाळाला हात लावला. काळजीनं त्याच्या तोंडचं पाणी पळालं होतं. झक मारली अन् आपण

दुकानासाठी नवीन जागा विकत घेतली, असं आता त्याला वाटू लागलं होतं. काळजीनं त्याला निद्रानाशाचा विकारसुद्धा जडला होता. नवीन जागा विकत घेण्यासाठी त्यानं त्याच्या दुकानाची जुनी जागासुद्धा विकून टाकली होती.

नवऱ्याचा दुःखी चेहरा पाहून सुनंदाच्या पोटात कालवाकालव झाली. तिलासुद्धा अन्न गोड लागेना. आपल्या नवऱ्याची काळजी कशी दूर करायची, असा तिला प्रश्न पडला होता. तिला नवीन जागेची आधीपासून धास्ती वाटत होती. तिच्या मनातील शंका शेवटी खरी ठरली होती. सुनंदानं साशंक मनानं तिच्या नवऱ्याला दुकानासाठी नवीन जागा घेण्यासाठी संमती दिली होती. आता तिलासुद्धा त्याचा पश्चात्ताप झाला होता, वेळ निघून गेल्यामुळे तिला हताश होण्याशिवाय काहीही करता येत नव्हतं. कमानीतून सुटलेला तीर आणि गेलेली वेळ परत कधी येत नाही, हे तिला त्यावेळी कळलं नव्हतं.

एके दिवशी सुनंदा नवऱ्याला धीर देत म्हणाली,

"अहो, तुम्ही काही काळजी करू नका, सर्व काही ठीक होईल. काळकाई देवी आपल्या पाठीशी उभी आहे, तेव्हा आपल्याला घाबरण्याचं काही कारण नाही, तुम्ही धीर सोडू नका."

"सुनंदा, मी आपल्या दुकानाची जुनी जागा दुकानासह विकून फार मूर्खपणा केला, असं मला आता वाटू लागलंय. मी तसं करायला नको होतं."

"आशा थोर असते. नवीन मोठ्या जागेत आपला धंदा आणखी तेजीत चालेल, असं त्यावेळी आपल्याला वाटलं होतं. आता बोलून तरी त्याचा काय उपयोग?"

"नवीन जागा काय आपल्याला लाभत नाही बघ."

"आताच तसं बोलू नका. अजून काही दिवस वाट पाहायला काय हरकत आहे? हळूहळू नवीन जागेतसुद्धा आपल्याकडे गिऱ्हाइकं येतील."

"तशी आतासुद्धा गिऱ्हाइकं येतात म्हटलं परंतु ते गिऱ्हाईक फुटकळ. पहिल्याप्रमाणे गिऱ्हाइकांची गर्दी आपल्या नवीन दुकानात नाही. त्यामुळे बँकेचा कर्जाचा हप्ता तरी कसा भरायचा, असं आता मला प्रश्न पडला आहे." दत्तू शेठ काळजीनं म्हणाला.

नवऱ्याच्या मनातील काळजी दूर करीत सुनंदा त्याला आश्वासक शब्दांत म्हणाली,

"तुम्ही कर्जाच्या हप्त्याची मुळीच काळजी करू नका. माझ्या अंगावरचे दागिने कपाटात आहेत, ते मोडा नि बँकेचं कर्ज फेडून टाका. पुढे आपला धंदा

तेजीत आल्यावर मी नवीन दागिने करीन. माझा खरा दागिना तर तुम्हीच आहात. तुमच्या जिवापेक्षा मला माझे सोन्याचे दागिने अधिक नाहीत बघा, तुमच्या गळ्याचा फास निघून गेल्यावर माझ्या जिवाला समाधान मिळेल.''

बायकोच्या डोळ्यांतील प्रेम पाहून दत्तू शेठचा काळजीनं आक्रसलेला चेहरा समाधानानं उजळला. त्याला त्याच्या धर्मपत्नीचा खूप अभिमान वाटू लागला, थोडा वेळ तो त्याच्या बायकोकडे कृतज्ञपणे पाहू लागला. आपलं नशीब थोर म्हणून अशी गुणी बायको आपल्याला मिळाली, असं तो मनातल्या मनात म्हणाला. 'माझी गुणाची बायको' म्हणत दत्तू शेठनं तिला लगेच त्याच्या बाहुपाशात ओढून घेतलं आणि तो तिच्या पाठीवर प्रेमानं थोपटू लागला. नवऱ्याच्या गरम मिठीत सुनंदा क्षणभर स्वत:लादेखील विसरून गेली होती. ती सुखाच्या परमोच्च शिखरावर जाऊन पोहोचली होती.

दिवस वाऱ्यागत पळत होते. अनेक देवांना नवस करूनसुद्धा दत्तू शेठच्या नवीन दुकानात त्याच्या धंद्याला तेजी आली नाही. गिऱ्हाइकांना त्याच्या नवीन दुकानात ओढण्यासाठी त्यानं अनेक क्लृप्त्या करूनसुद्धा तो त्यात अपयशी ठरला. त्याच्या बसलेल्या धंद्याला उभारी आलीच नाही. कर्ज थकल्यानं बँकेनं त्याचं राहातं घर आणि नवीन दुकान यावर जप्ती आणून ते लिलावात काढलं. दत्तू शेठ त्याच्या बायको, मुलाला घेऊन भाड्याच्या घरात राहू लागला.

दत्तू शेठची आता सारी मदार त्याच्या एकुलत्या एका मुलावर होती. त्याच्या रूपानं पुन्हा आपल्या घरात सुख-समृद्धी येईल, असं त्याला वाटत होतं. दुर्दैवानं त्याचं स्वप्न दिवास्वप्न ठरलं. त्याचं दैव जणू त्याची सत्त्वपरीक्षा घेत होतं.

एके दिवशी दत्तू शेठवर आकाश कोसळलं. क्रिकेट खेळताना त्याचा मुलगा अनिकेत हा चेंडू पकडण्याच्या नादात तोल जाऊन कोरड्या विहिरीत पडला. लोकांनी धावाधाव करून त्याला त्या विहिरीतून लगेच बाहेर काढलं. परंतु तो दुर्दैवानं जाग्यावरच डोक्याला मार बसून ठार झाला होता. पोटचा मुलगा अकाली निघून गेल्यामुळे सुनंदानं त्या धक्क्यानं अंथरूण धरलं. ती स्वत:ला त्यातून सावरू शकली नाही. मुलाच्या पाठोपाठ बायकोसुद्धा दत्तू शेठला सोडून गेली.

लागोपाठ बसलेल्या धक्क्यानं दत्तू शेठचं मानसिक संतुलन बिघडलं. तो बाजारपेठेतून असंबंद्ध बडबडत फिरू लागला. जवळच्या नातेवाईकांनीसुद्धा त्याच्या कठीण परिस्थितीत त्याला आधार दिला नाही, त्याला त्यांनी झिडकारलं होतं. त्याचं राहातं घरसुद्धा लिलावात गेल्यामुळे तो बेघर झाला होता. म्हणून तो नगरपालिकेच्या

स्मशानभूमीत आश्रयाला आला होता. त्याचं घर लिलावात गेल्यापासून स्मशानभूमीनं त्याला आधार दिला होता. आता दत्तू शेठचं स्मशानभूमी हेच घर झालं होतं. माणूस नियतीच्या हातातील एक खेळणं आहे, त्याचं जीवन म्हणजे पालापाचोळा आहे, असं लोक कफल्लक दत्तू शेठकडे पाहून म्हणू लागले.

आभाळात उत्तरेला शुक्राची चांदणी उगवली होती. हवेत कमालीचा गारवा जाणवत होता, डोक्यावर पसरलेलं आभाळ उल्कापातामुळे तळमळत होतं, पहाट फुटल्यामुळे साखर झोपेत असलेल्या धरणीला जाग येत होती, थंडगार हवेची झुळूक पश्चिमेकडून पूर्वेला वाहत होती, अंधारानं आवेगानं धरणीला मारलेली मिठी हळूहळू सैल होत होती.

पहाटे पडलेल्या थंडीनं दत्तू शेठची झोप चाळवली होती, त्याच्या अंगात हुडहुडी भरल्यामुळे तो जागा झाल्यावर लगेच बारदानावर उठून बसला, तोंड वासून त्यानं 'अ ऽऽ य्या ऽऽ ई ऽऽ ई ऽऽ' करीत मोठ्या आवाजात जांभई दिली. नंतर डोळे किलकिले करून त्यानं त्याच्या नाकासमोर पाहिलं. पत्र्याच्या शेडमध्ये सरणावर ठेवलेलं प्रेत अजून जळत होतं, पेटलेल्या ओंडक्यांचा मोठा जाळ झाला होता. त्या जळालेल्या ओंडक्यांचा उजेड त्याच्या उन्हानं रापलेल्या चेहऱ्यावर पडला होता, प्रेत जळून गेलं असलं, तरी निखाऱ्यातून अजूनही आग सांडत होती.

अंगातील हुडहुडी घालविण्यासाठी दत्तू शेठ दोन्ही पायांवर भार देऊन उभा राहिला. मंद पावलं टाकीत तो जळणाऱ्या निखाऱ्याजवळ गेला, त्यानं पँटीच्या खिशात हात घालून विडीचं थोटूक काढलं आणि ते त्यानं पेटलेल्या निखाऱ्यावर उकिडवा बसून शिलगावलं. नंतर त्यानं विडी ओठात धरून त्याचे दमदार झुरके मारायला सुरुवात केली. त्याच्या नाकातोंडातून निघालेला धूर आणि जळणाऱ्या लाकडाचा धूर एकमेकांत बेमालूमपणे मिसळून अंधारात आकाशाकडे जात होतं.

जादूची कांडी फिरावी तशी दत्तू शेठच्या अंगातील हुडहुडी निखाऱ्याच्या उबेमुळे कमी झाली. आता दत्तू शेठला पोटातील भुकेची अधिक तीव्रतेनं जाणीव झाली होती. कालपासून त्याच्या पोटात अन्नाचा कणसुद्धा गेला नव्हता. ज्या बाजारपेठेत लोक त्याला समोर पाहून अदबीनं 'नमस्कार दत्तू शेठ' असं म्हणत, आता त्याच बाजारपेठेत तो एखाद्या भणंगाप्रमाणे असंबद्ध बडबड करीत दिवसभर फिरायचा, कुणाला तरी त्याची सहानुभूती वाटायची, कुणीतरी त्याची टिंगल-टवाळीदेखील करीत असत, कुणी त्याची मुद्दाम खोडी काढल्यावर दत्तू शेठ चिडायचा. मग तो

हातात दगड घेऊन चिडविणाऱ्याचा पाठलाग करायचा. तो त्याला तोंडानं अर्वाच्य शिव्यासुद्धा घालायचा. बाजारपेठेत त्याचं हे वागणं आता नेहमीचंच झालं होतं. लोकांनासुद्धा त्याची सवय झाली होती. 'वेडा दत्तू शेठ' म्हणून लोक त्याच्याकडे दुर्लक्ष करीत होते.

आता चांगलं उजाडलं होतं. पिंडदानासाठी माणसं स्मशानभूमीत येऊ लागल्यावर दत्तू शेठ त्याच्या जाग्यावर जाऊन बसला. संपूर्ण स्मशानभूमी दु:खानं गदगदत होती, सुतकी चेहऱ्यानं स्त्री-पुरुष पिंडदानासाठी स्मशानभूमीत आली होती, गळ्यातून हुंदके फुटत होते, तोंडात साडीचा पदर कोंबून स्त्रिया हुंदका देत होत्या. जवळजवळ दोन तास त्या ठिकाणी पिंडदानाचा विधी होत होता. पिंडाला कावळा शिवल्यावर स्मशानभूमीत आलेली माणसं आपापल्या घरी निघून गेली. स्मशानभूमीत पुन्हा भयाण शांतता सर्वत्र नांदू लागली.

स्मशानभूमी रिकामी झाल्याचं पाहून दत्तूशेठ दीर्घ नि:श्वास सोडून बसलेल्या जागेवरून उठून उभा राहिला. इकडेतिकडे कावळ्यागत पाहून तो तीरासारखा धावतच त्या पिंडाजवळ गेला. पिंडाजवळ कावळ्यांची खाण्यासाठी झुंबड उडाली होती. दत्तू शेठनं हातात दगड घेऊन त्या कावळ्यांना आधी दूर हाकललं. पत्रावळीवरील पदार्थ पाहून त्याचे डोळे आनंदानं चमकले. त्याच्या पोटात आग पडली होती. गोड शिरा, गरम भजी, बुंदी लाडू, जिलेबी आणि दही-भात त्या पत्रावळीवर ठेवलेले होते. बाजूला एक विडीचं बंडल आणि अर्धी दारूची वाटीसुद्धा ठेवली होती.

दत्तू शेठ लग्नाच्या पंगतीत बसल्याप्रमाणे त्या पत्रावळी जवळ मांडी घालून बसला. त्यानं आधी, ती दारूची वाटी त्याच्या घशात रिकामी केली. नंतर तो दारूच्या नशेमध्ये त्या पत्रावळीवर अधाशाप्रमाणे तुटून पडला. थोड्याच वेळात दत्तू शेठनं हां हां म्हणता ती पत्रावळ चाटून-पुसून अगदी स्वच्छ केली आणि तो तृप्तीची ढेकर देत पुन्हा उठून उभा राहिला.

त्याच्या डोळ्यांसमोर एका शिळेवर हळद-कुंकू वाहून एक ताजा फुलांचा हार ठेवला होता. दत्तू शेठ त्या फुलांच्या हाराकडे थोडा वेळ एकटक पाहत राहिला. नंतर त्याच्या मनात काय आलं कुणास ठाऊक त्यानं तो हार उचलून स्वत:च्याच गळ्यात घातला. गळ्यात हार घालून घेतल्यामुळे दत्तू शेठला स्वत:चा खूप अभिमान वाटू लागला. तो आता आनंदाच्या परमोच्च शिखरावर जाऊन पोहोचला होता. आनंदाच्या बेहोशीतच त्यानं एक हात वर उंचावून 'दत्तू शेठ झिंदाबाद' अशी गगनभेदी आरोळी ठोकली. त्याला तो कर्णकर्कश, बेंबीच्या देठापासून

निघालेला आवाज हवेला चिरीतच दूरवर ऐकू गेला. दत्तू शेठ आरोळी ठोकून थांबला नाही. त्यानं त्याचा मोर्चा बाजारपेठेच्या दिशेनं लगेच वळवला. दत्तू शेठ आपल्याच तंद्रीत डांबरी सडकेवरून चालत होता. त्याचं ते ध्यान पाहून लोक त्याच्याकडे पाहून फिदीफिदी हसू लागले.

गळ्यात ताजा फुलांचा हार घालून दत्तू शेठची स्वारी एखाद्या निवडून आलेल्या आमदाराच्या थाटात डांबरी सडकेवरून जात होती. 'दत्तू शेठ झिंदाबाद' अशा घोषणा त्याच्या मुखातून बाहेर पडत होत्या. तो नरवीर तानाजी चौकात पोहोचला तेव्हा त्या ठिकाणी चार-पाच रिक्षेवाल्यांचं लक्ष दत्तू शेठकडे गेलं. त्याची खोडी काढण्यासाठी एक नाठाळ रिक्षावाला तोंडाजवळ दोन्ही हाताचे पंजे गोलाकार धरून बेंबीच्या देठापासून 'दत्तू शेठ मुर्दाबाद' असं ओरडला. बाकीचे रिक्षेवाले दत्तू शेठकडे चमत्कारिक नजरेनं पाहत मोठ्यानं फिदीफिदी हसू लागले. रिक्षेवाल्यांनी त्याची मुद्दाम खोडी काढल्यामुळे दत्तू शेठला राग आला. रागानं बेफाम होऊन दत्तू शेठनं लगेच त्या रिक्षेवाल्यांची भर चौकात 'आयमाय' काढली. दत्तू शेठच्या डोळ्यांतील अंगार पाहून त्या रिक्षेवाल्यांनी नंतर तंगडीत शेपूट घातलं. एरवी भाड्याच्या पैशावरून गिऱ्हाइकांच्या बरोबर हुज्जत घालणारे रिक्षेवाले दत्तू शेठ चिडल्यावर त्याच्या समोर सपशेल नांगी टाकत.

दत्तू शेठच्या अंगात आणखी एक वाईट खोडी होती. तो भर चौकात आमदार, खासदार यांची नावं घेऊन मोठ्या आवाजात त्यांची तो बिनधास्तपणे आयमाय काढायचा. तो त्यांना घाणेरड्या शिव्या देऊ लागल्यावर रस्त्यावरून जाणाऱ्या-येणाऱ्या महिलांची लाजेनं पळता भुई थोडी व्हायची. दत्तू शेठचं मानसिक संतुलन बिघडलेल्या दिवसापासून त्यानं लाज-शरम सोडून दिलं होतं. त्याला त्याच्या अंगावरील कपड्यांचीसुद्धा कधीकधी शुद्ध नसायची. लोकांनी दिलेले कपडे तो घालायचा नि स्मशानभूमीत पिंडदानाच्या दिवशी मिळणारं अन्न पोटात ढकलायचा. स्मशानभूमीत जाळण्यासाठी प्रेतं आली नाही, की त्याला उपवास घडायचा. कधीकधी तो हातगाडीवरील वडापाव, भजी मागून खायचा. वडा-पाववाला त्याला कधी 'नाही' असं म्हणायचा नाही.

बाजारपेठेत नरवीर तानाजी चौकामध्ये राजकीय पक्षांचे फलक लावलेले होते. एखादी महत्त्वाची घटना, बैठक, गुणवंतांचा सत्कारसोहळा असल्यावर त्या त्या पक्षाचे लोक जनतेच्या माहितीसाठी त्या फलकावर मजकूर लिहीत. कंबरेवर हात ठेवून दत्तू शेठ एका फलकासमोर बराच वेळ त्यावर लिहिलेला मजकूर वाचत उभा राहिला. नंतर त्यानं कागदाच्या बोळ्यानं तो मजकूर पुसून

काढला. फळ्यावर लिहिलेला मजकूर पुसताना तो तोंडानं बडबड करीत होता.

'भोसडीचे कसल्या मीटिंगा घेतात कुणास ठाऊक, या पुढाऱ्यांनीच लोकांची वाट लावली आहे. त्यांनी निवडून आल्यावर स्वत:चीच घरं भरली आहेत, ढुंगणावर लाथा घालून त्यांना हाकलून द्यायला हवं.'

फलकावरील मजकूर पुसून काढल्यावर दत्तू शेठनं त्याच्या पँटीच्या खिशातून खडूचा एक तुकडा काढला. राजकीय पक्षाच्या फलकावर लिहिण्याचा त्याचा नेहमीचा उद्योग असल्यानं त्याच्या पँटीच्या खिशात नेहमी खडूचे तीन-चार तुकडे असत. त्याचं अक्षरसुद्धा वळणदार होतं. आवंढा गिळून दत्तू शेठ वळणदार अक्षरानं फलकावर लिहू लागला -

'खुषखबर'

'खुषखबर, खुषखबर, खुषखबर, तमाम लोकांना खुषखबर, येणार, येणार, येणार. दत्तू शेठ सोनार याचं सरकार येणार. महागाई, बेरोजगारी, महिलांवरील अत्याचार कमी होणार, लाचखोरी, चोरी, गुंडगिरी कमी होणार, लाचखोर पुढाऱ्यांना जेलमध्ये खडी फोडायला पाठविणार, सगळीकडे रामराज्य येणार.'

आपला हितचिंतक,

दत्तू शेठ, सोनार

फलकावर खडूनं लिहिलेला मजकूर पुन्हा एकदा वाचून काढल्यावर दत्तू शेठचा चेहरा समाधानानं उजळला. मोठी कामगिरी पार पाडल्याप्रमाणे तो आनंदानं 'दत्तू शेठ झिंदाबाद' अशा घोषणा बेंबीच्या देठापासून ओरडत देऊ लागला. रस्त्यावरून जाणारे-येणारे लोक जाग्यावर थबकून स्तिमित नजरेनं त्याच्याकडे पाहू लागले. त्यामुळे त्याला आणखी स्फुरण चढलं आणि तो पुन:पुन्हा मोठ्या आवाजात घोषणा देऊ लागला.

घसा फाटेपर्यंत ओरडल्यामुळे दत्तू शेठला आता थोडा थकवा जाणवू लागला. त्यानं त्याच्या पँटीच्या खिशातून विडीचं थोटूक काढून जवळच्या पानाच्या गादीजवळ जाऊन ती शिलगावलं, जळकी विडी ओठात धरून तो रुबाबात नाका-तोंडातून धूर सोडू लागला, जळत असलेल्या तंबाखूचा उग्र वास सुटला होता, त्याचा घसा शेकत विडीचा गरम धूर त्याच्या पोटात उतरून नाका-तोंडावाटे बाहेर पडत होता, त्याचं दु:ख, व्यथा-वेदना सर्व काही त्या विडीच्या धुराबरोबर हवेत मिसळून जात होतं.

दत्तू शेठच्या जीवनाचा एक अध्याय समाप्त झाला होता. आता दुसरा अंतिम

अध्याय सुरू झाला होता. गतआयुष्याच्या मधूर आठवणी त्याच्या जणू विस्मरणातच गेल्या होत्या. रस्त्यानं चालताना तो कधीकधी असंबंद्ध बडबड करीत असे. दत्तू शेठ वेडा झाला म्हणून बाजारपेठेतील लोक हळहळत होते. तालुक्यातील राजकारणातील अनेक पुढारी खुनशी आणि गुंडगिरी प्रवृत्तीचे होते. त्यांनी चौकाचौकांत त्यांच्या पक्षाचे फलकही उभे केले होते. दत्तू शेठनं त्यांच्या फलकावरील मजकूर पुसून काढला, तरी ते कधी त्याला मारहाण करीत नसत, दत्तू शेठच्या चाळ्याकडे ते नेहमी दुर्लक्ष करीत असत.

गेल्या दोन आठवड्यांपासून वसंतनगर या तालुक्याच्या गावात चोरांनी अक्षरश: उच्छाद मांडला होता. बंद फ्लॅट फोडून ते रोख रक्कम, सोन्याच्या दागिन्यांची चोरी करीत होते. रात्रीची गस्त घालूनसुद्धा पोलिसांना चोर सापडत नव्हते. त्यामुळे पोलीस खातं जेरीस आलं होतं. स्थानिक वर्तमानपत्रातून चोरी, दरोड्याच्या बातम्या मोठ्या मथळ्याखाली छापून येत असल्यानं जनतेच्या मनात भीती निर्माण झाली होती. पोलिसांच्या पेक्षाही चोर महाबिलंदर असल्यामुळे ते चोरी करून त्यांच्या हातावर तुरी देऊन निसटून जाण्यात नेहमी यशस्वी होत. चोर सापडत नाहीत म्हणून पोलीस अक्षरश: वैतागून गेले होते. जनता पोलिसांच्या नावानं खडे फोडीत होती. चारी बाजूनं पोलिसांची कोंडी झाली होती. चोर का सापडत नाहीत म्हणून वरिष्ठामार्फत पोलिसांना विचारणा होत होती.

एके दिवशी रात्री वाऱ्याला सोबत घेऊन अवकाळी पावसाला सुरुवात झाली. दाही दिशांनी आभाळ काळ्याकुट्ट ढगांनी बघताबघता भरून गेलं, चमचम करणाऱ्या चांदण्या आभाळात नाहीशा झाल्या होत्या, ढोल-ताशांचे सूर कानावर पडावेत तसा आभाळात ढगांचा आवाज होऊन पाऊस धरणीवर कोसळत होता.

स्मशानभूमीत प्रेत जळत होतं. पत्र्याचं शेड असल्यामुळे सरणावर पावसाचे थेंब पडत नव्हते. कोसळणाऱ्या पावसात दत्तू शेठ जळणाऱ्या प्रेताजवळ बसून विडीचे दमदार झुरके मारीत होता. सकाळपासून गावात फिरून तो थकून गेला होता. थोड्या वेळानं त्याच्या डोळ्यांत झोप उतरू लागली. तसं तो बसलेल्या जागेवरून उठून उभा राहिला आणि खाली बारदान अंथरून तो हाताची उशी करून खुशाल झोपी गेला. त्याला निद्रादेवी लगेच प्रसन्न झाल्यामुळे तो घोरू लागला.

दत्तू शेठनं एक छानपैकी झोप काढल्यानंतर कुणाच्या तरी कुजबुजण्यानं

त्याला जाग आली. त्यानं आश्चर्यानं डोळे किलकिले केले. आज कितीतरी दिवस दत्तू शेठचा या भयाण स्मशानभूमीत रात्रीचा मुक्काम होता. परंतु मध्यान्ह रात्री असा कुजबुजणारा मानवी आवाज कधीही त्याच्या कानावर पडलेला नव्हता. दत्तू शेठ सावध होऊन आवाजाचा कानोसा घेण्याचा प्रयत्न करू लागला.

गावात बंद फ्लॅट फोडून चोरांनी चांगला डल्ला मारला होता. चोरलेला ऐवज घेऊन ते चोर स्मशानभूमीत वाटणी करण्यासाठी आलेले होते. रात्रीच्या वेळी स्मशानभूमीत भुतं असतात म्हणून तिकडे कुणी फिरकत नाही, हे त्या चोरांना पक्कं ठाऊक होतं. त्या चोरांना त्यांच्यासाठी स्मशानभूमी फार सुरक्षित वाटली होती. म्हणून त्यांची पावलं इकडे वळली होती.

दत्तू शेठ लाकडांच्या ढिगाआड झोपला असल्यामुळे त्यांना तो दिसला नव्हता. पोटपूजा करण्यासाठी चोरांनी येताना दारूच्या बाटल्या आणि मटण-बिर्याणी आणली होती. जळणाऱ्या प्रेताच्या अंधूक उजेडात ते सर्वजण दारू पीत, बिर्याणी खात होते. बिर्याणी खाता खाता ते हळू आवाजात कुजबुज करीत होते. आज त्या चोरांनी बंद फ्लॅट फोडून चांगला डल्ला मारला होता. एक कापडी पिशवी सोनं-नाणं आणि रोख रकमेनं भरून गेली होती. ती पिशवी त्यांनी त्यांच्या मध्ये ठेवली होती. ते चोर भलतेच खुशीत होते.

पोलिसांची रात्रीची गस्त गावात सुरू असल्यामुळे त्यांना थोड्या वेळानं स्मशानभूमीतून खाणं-पिणं आणि वाटण्या झाल्यानंतर निघून जायचं होतं. पाऊससुद्धा आता थांबला होता. पाऊस पडल्यानं हवेत कमालीचा गारवा जाणवत होता, दाही दिशेला रातकिडे भेसूर आवाजात ओरडत होते. चोरांच्या डोक्यात आता दारूची नशा चढली होती. त्यांना तो सुखद गारवा हवाहवासा वाटू लागला होता.

त्या चोरांचा खाण्या-पिण्याचा कार्यक्रम ऐन रंगात आला असताना दत्तू शेठ अंगावर बारदान गुंडाळून मांजराच्या पावलांनी त्यांच्या जवळ आला आणि तो त्यांना काही कळायच्या आधी मोठ्या आवाजात म्हणाला, 'साल्यांनो, रात्री चोऱ्या करून दारू-मटण खात बसलाय होय?' त्या भयाण रात्री अचानक हल्ला झाल्यामुळे भीतीनं चोरांची बोबडी वळली. दत्तू शेठकडे ते चोर डोळे फाडफाडून पाहू लागले. अंधूक प्रकाशात त्या चोरांना तो एखाद्या भुतागत दिसत होता. स्मशानभूमीतील एखादं भूत उठून आपल्या समोर येऊन उभं राहिलं आहे, असं त्या चोरांना वाटलं. 'बापरे भूत' म्हणत ते चोर चोरीचा माल तिथंच टाकून जीव वाचविण्यासाठी घाबरून पळू लागले.

दत्तू शेठ एका चोराला घट्ट मिठी मारून 'चोर ऽऽ चोर ऽऽ' असं मोठ्या आवाजात त्या स्मशानभूमीत ओरडू लागला. दत्तू शेठचा आवाज गडद अंधाराला चिरून अगदी दूरवर ऐकू गेला. तो आवाज ऐकून पोलीस सावध झाले. त्यांची गाडी रात्री गस्त घालीत डांबरी रस्त्यावर फिरत होती. एक क्षणसुद्धा वाया न घालविता पोलिसांची गाडी लगेच स्मशानात येऊन धडकली. समोरचं दृश्य अंधूक प्रकाशात पाहून पोलीस अचंबित झाले. दत्तू शेठ चोराच्या छातीवर बसून त्याला हातानं मारत होता. पोलिसांनी त्या चोराला आणि चोरीला गेलेला ऐवज लगेच ताब्यात घेतला. नाकाबंदी करून पोलिसांनी पळून गेलेल्या तीन चोरांनादेखील जेरबंद केलं.

दुसऱ्या दिवशी दत्तू शेठनं अट्टल चोरांना पकडून दिलं म्हणून लोक त्याचं कौतुक करू लागले. दत्तू शेठच्या फोटोसह वर्तमानपत्रात मोठ्या मथळ्याखाली बातमी छापून आली. पोलिसांनीसुद्धा त्याचं तोंड भरून कौतुक केलं. दत्तू शेठमुळे त्यांची डोकेदुखी कमी झाली होती.

दत्तू शेठच्या गळ्यात भला मोठा ताजा फुलांचा हार घालून लोकांनी वाजत-गाजत बाजारपेठेतून त्याची मिरवणूक काढली. त्या मिरवणुकीत 'दत्तू शेठ झिंदाबाद' अशा गगनभेदी आरोळ्या एकसारख्या उठत होत्या. मिरवणुकीतील आरोळ्या कानावर पडताच एक हात हवेत उंचावत 'दत्तू शेठ झिंदाबाद' असं तोसुद्धा बेंबीच्या देठापासून ओरडू लागला.

■

८

आई

एव्हाना रात्रीचे नऊ वाजून गेले होते. पावसाळ्याचे दिवस असल्यानं हवेत कमालीचा गारवा जाणवत होता. वाऱ्यानं उंच झाडं घुमत होती, आभाळात काळ्याकुट्ट मेघांची दाटी झाल्यामुळे लुकलुकणाऱ्या चांदण्या नाहीशा झाल्या होत्या. दिवाळी सणाच्या फटाके फुटावेत तसा आभाळात ढगांचा आवाज ऐकू येत होता. तालबद्ध आवाज करीत पागोळ्या गळत होत्या, गडद अंधारात दैत्यागत पावसानं रौद्ररूप धारण केलं होतं.

दामलेंच्या घरातील मंडळी एकमेकांशी बोलत बोलत मजेत एकाच पंगतीत बसून जेवत होती. त्यांच्या पुढ्यात अनेक गरमागरम, चमचमीत पदार्थांची नुसती रेलचेल होती. गळणाऱ्या पागोळ्यांचा लयबद्ध आवाज ऐकत ऐकत ते तोंडात घास कोंबत होते. एखादा पदार्थ आवडल्यावर ते आणखी घेण्यासाठी दुसऱ्याला मायेनं आग्रह करीत होते. विद्या जेवता जेवता जेवण वाढण्याचंसुद्धा काम करीत होती. विद्या तिच्या मुलाला आग्रह करीत म्हणाली,

"आयुष, तुला मी केलेलं वांग्याचं भरीत आवडतं ना? मग आणखी एक पोळी घे. पानात काहीही टाकायचं नसतं."

"आई, मला लागलं तर मी आणखी पोळी घेणार आहे. बाबांच्या पानातील पोळी संपलीय. तू त्यांना पोळी वाढ."

"सावकाश जेवायचं. जेवताना कसलीही घाई करू नका. लागेल ते आणखी मागून घ्या." दामोदर.

जेवणाची पंगत ऐन रंगात आली होती. एखादा पदार्थ आणखी घेण्यासाठी एकमेकांना ते मायेनं आग्रह करीत होती. विद्या

तिच्या नवऱ्याकडे कौतुकानं पाहत तोंडात घास कोंबत होती.

जेवणाच्या त्या पंगतीपासून चार-पाच फुटाच्या अंतरावर सुमतीबाई अंधूक नजरेनं आढ्याकडे पाहत एका बारीक काड्याच्या चटईवर झोपल्या होत्या. त्यांच्या वयाची पंचाहत्तरी उलटून गेली होती, त्यांचा चेहरा सुरकुत्यांनी भरून गेला होता, दोन्ही कानांच्या पाळ्या लोंबत होत्या नि नाकसुद्धा थोडं पसरट झालं होतं, त्यांच्या हातापायाच्या काड्या झाल्या होत्या, देवदयेनं त्यांची बत्तिशी अजून शाबूत होती त्यामुळे वाणी खणखणीत होती. थंडीचा त्रास होऊ नये म्हणून त्यांनी अंगावर शाल पांघरली होती. उशीजवळ औषधांच्या बाटल्या ठेवलेल्या होत्या. आज दोन-तीन दिवस त्यांच्या पोटात अन्नाचा कणसुद्धा गेलेला नव्हता. त्यामुळे त्यांच्या अंगात एक पाऊल टाकण्याचंदेखील त्राण उरलेलं नव्हतं. अंगात बारीक ताप असल्यानं त्या कण्हत होत्या. त्यांच्या घशाला कोरड पडली होती, त्यांना प्यायला पाणी हवं होतं.

सुमतीबाई मान थोडी तिरकी करून कातर आवाजात 'सूनबाई ऽऽ अगो ऽऽ सूनबाई ऽऽ' अशा हाका मारू लागल्या. सासूनं मारलेल्या हाका विद्यानं ऐकूनसुद्धा न ऐकल्यागत केलं. अंगात थोडं अवसान आणून सुमतीबाई पुन्हा तिला हाका मारू लागल्या. त्या हाका ऐकून विद्या त्राग्यानं बसलेल्या जागेवरून म्हणाली,

"आई, थोडं शांत बसा पाहू, आमची जेवणं चालू आहेत. तुम्हाला कळत कसं नाही, सकाळपासून घरात मरमर काम करून एकतर खूप थकायला होतं, तुम्ही धड जेवूनसुद्धा देत नाही. नुसती तुमची कटकट सुरू असत्ये."

"अगं, मला थोडं प्यायला पाणी हवं होतं." सुमतीबाई अजिजीच्या सुरात म्हणाल्या.

"आई, जेवताना ओरडू नकोस. आता तिला थोडं शांतपणे जेवू दे. सकाळपासून घरात काम करून ती दमत असत्ये." दामोदर कपाळावर नाराजीची आठी पाडत म्हणाला.

बायकोच्या सुरात सूर मिसळत मुलगा बोलल्यामुळे सुमतीबाईंना वाईट वाटलं. त्यांनी पुन्हा सुनेला हाका मारल्या नाहीत. त्यांचा कंठ दुःखानं दाटून आला होता. अपमानाचा कडू घोट कसाबसा घशाखाली उतरवून त्या पुन्हा भकास डोळ्यांनी आढ्याकडे पाहू लागल्या. त्यांच्या डोळ्यांत हार होती. घरात सून, पोटचा मुलगा आणि नातवंडं होती. सुमतीबाईंना त्यांचं काळीज कुणीतरी निर्दयीपणानं कुरतडत आहे, असं वाटू लागलं. खोल समुद्रातील पाण्यावर त्यांची जीवन नौका

दिशाहीन भरकटत निघाली होती. जगातील कोणत्याही दु:खापेक्षा पोटच्या मुलांनी दिलेलं दु:ख अधिक वेदनादायी आणि सहन न होण्यासारखं असतं, हे आता सुमतीबाईंना कळून चुकलं होतं. मुलांना जन्म देऊन, अनेक खस्ता खाऊन त्यांचं आपण पालनपोषन केलं. त्यांना शिक्षण देऊन स्वत:च्या पायावर उभं केलं, यात नक्की आपलं काय चुकलं, हा एकच प्रश्न सुमतीबाईंना एखाद्या जहरी भुंग्याप्रमाणे सतावीत होता. विचार करूनसुद्धा त्यांना त्याचं उत्तर मिळत नव्हतं. त्यामुळे त्या मनात आणखी अस्वस्थ होत होत्या.

सुमतीबाईंच्या पतीचं नाव चिंतामण गोपाळराव दामले असं होतं. ते गावात लग्नकार्य, सत्यनारायणाची पूजा, मुंजी करण्याची कामं करीत असत. ते शांत आणि मनमिळाऊ असल्यानं त्यांचा लोकसंपर्कसुद्धा दांडगा होता. दामले भटजी म्हणून त्यांनी उभ्या गावात ख्याती मिळवली होती. गरिबीतसुद्धा कसं आनंदात जगायचं असतं, हे कुणीही दामले भटजींच्याकडून शिकून घ्यावं. वेद, पुराणं त्यांना ठाऊक होती. धार्मिक ग्रंथांचं त्यांचं दांडगं वाचन होतं, वनौषधी देऊन ते आजारी माणसांना बरंसुद्धा करीत असत. कुणी पैसे दिले, तरच ते घेत असत. कुणाकडे ते पैसे मागत नसत.

नवरा हयात असताना सुमतीबाईंना घरात मोठा मान होता. त्यांच्या मनाला वाईट वाटेल, असं त्यांचे पती कधी वागत नसत. परंतु काळाला त्यांचं सुख पाहावलं नाही. एका मोटार अपघातात त्यांचे पती त्यांना सोडून गेले आणि त्या दिवसापासून सुमतीबाई निराधार होऊन जगू लागल्या. पती हयात असताना रात्रंदिवस घराकडे धावत येणारी माणसं हळूहळू कमी होत गेली आणि आता गावात हाताच्या बोटावर मोजण्याइतक्या लोकांनाच दामले भटजींची आठवण राहिली होती.

सुमतीबाईंना दोन मुलगे आणि एक मुलगी अशी एकूण तीन अपत्यं होती. त्यांच्या मुलांची लग्नं होऊन त्यांनासुद्धा मुलं झाली होती. कळू लागल्यापासून त्यांच्या दोघा मुलांना आईवडिलांच्याबद्दल प्रेम, जिव्हाळा आणि आत्मीयता वाटायचं कमी झालं होतं, त्यांना त्यांची ओढ वाटेनाशी झाली होती. रक्ताचं नातं असूनदेखील दोघं भाऊ घरात परकेपणानं वागत. आपल्या दोन्ही मुलांचा स्वभाव पाहून त्यांचे वडील मनात दु:खी झाले होते. आपल्या मुलांनी एकमेकांशी प्रेमानं वागायला हवं, एखादं संकट आलं, की दोघांनी एकत्र येऊन त्याचा सामना करायला हवा, असं त्यांना खूप वाटायचं. परंतु प्रत्यक्षात तसं कधीही घडायचं नाही.

सुमतीबाईंना त्यांच्या पतीचं बोलणं आठवलं. एकदा ते त्यांना निराशपणे

म्हणाले,

"सुमती, अगं, आता आपली मुलं आपली राहिली नाहीत, त्यांना आता पंख फुटलेत, म्हाताऱ्या आईवडिलांची त्यांना अडचण वाटू लागलीय, उद्या तेसुद्धा म्हातारे होणार आहेत म्हटलं."

मुलांची बाजू घेत सुमतीबाईंनी आवाज मोठा करून नवऱ्याला ऐकवलं-

"माझी दोन्ही मुलं फार गुणी आहेत हो. ते इतर मुलांप्रमाणे आईवडिलांना हिडीसफिडीस करीत नाहीत."

"सुमती, तुझं खरं आहे. मुलांनी कितीही चुका केल्या तरी त्या चुका तुला दिसणारच नाहीत; कारण गांधारीप्रमाणे तू तुझ्या डोळ्यांवर पट्टी बांधून घेतली आहेस."

"अहो, तुम्ही गैरसमज करून घेऊ नका. मुलांच्या चुका आपण या वयात पोटात घालायला शिकलं पाहिजे. पंखात बळ आलं, की पिलं उडण्यासाठी प्रयत्न करणारच. आपण ते गृहीत धरायचं असतं. आणखी एक गोष्ट तुम्हाला सांगून ठेवत्ये. झाडानं अंगावरच्या वेलीला तिच्या मर्जीप्रमाणे वाढू द्यायचं असतं. त्या वेलीची वाढ होत असताना त्याला आधार देणं, एवढंच त्या झाडाचं काम असतं. हे आपल्याला विसरून चालणार नाही." नवऱ्याला समजावीत सुमतीबाई म्हणाल्या.

"मला ते कळत नाही, असं तुला म्हणायचंय?"

"तुम्ही गैरसमज करून घेऊ नका. माझी तुम्हाला हात जोडून विनंती आहे."

"सुमती, तुला मी खरं सांगू. उद्या आपण थकलो, तर आपली मुलं आपला सांभाळ करतील, असं मला आता मुळीच वाटत नाही. जर मी तुझ्याआधी हे जग सोडून गेलो, तर तुझ्यासाठी माझा जीव घुटमळेल बघ. माझ्या पश्चात तुला ही मुलं बघणार नाहीत, तुझा ते छळ करतील, तुझी त्यांना नक्की अडचण वाटणार. म्हातारपणी आपण आधारासाठी आपल्या मुलांच्याकडे पाहायचं नाही, तर कोणाकडे पाहायचं? आपण त्यांना जन्माला घातलं नाही? माझी मुलगी प्रज्ञा समंजस आणि समजूतदार आहे. आई-वडिलांवर तिची डोंगराएवढी माया आहे. मला ते ठाऊक आहे."

नवऱ्याचं काळीज कुरतडून टाकणारं बोलणं ऐकून सुमतीबाई मनात एकदम सुन्न झाल्या. त्यांच्या बोलण्यात अजिबात खोट नव्हती, हे त्यांनासुद्धा ठाऊक होतं. त्यांच्या मोठ्या मुलाचं नाव मोरेश्वर असं होतं. ते दोघं त्याला 'मोरू' म्हणून हाक

मारीत. दामोदरचं आणि त्याचं आपसात कधीही पटायचं नाही; आणि आई-वडिलांबद्दलसुद्धा त्यांच्या मनात आदर नव्हता. जिव्हाळा नव्हता, मुलं कितीही त्यांच्याशी वाईट वागली, तरी सुमतीबाई पोटच्या मुलाचं कल्याण होण्यासाठी रोज सकाळी गजाननाची पूजा करीत असताना त्याला साकडं घालीत. दोन्ही मुलांचा राग-लोभ सहन करीतच त्या जगण्यासाठी प्रयत्न करीत होत्या.

आपली लग्नाची बायको मुलं कशीही वागली, तरी ती त्यांची कधीही आपल्या तोंडावर तक्रार करणार नाही. उलटपक्षी आपली मुलं किती गुणी आहेत, हे आपल्याला पटवून देण्यासाठी ती नेहमी प्रयत्न करीत राहाणार, हे सुमतीबाईंच्या नवऱ्यालासुद्धा ठाऊक झालं होतं.

हयात असताना दामले भटजींनी विम्याची पॉलिसी काढली होती. त्यांचं मोटार अपघातात निधन झाल्यावर त्यांच्या वारसांना देण्यासाठी रुपये तीन लाख विमा कंपनीकडून मंजूर झाले होते. त्या विम्याच्या पैशावर आपलाच अधिकार आहे, असं म्हणत दोघं भाऊ आपसात कुलंगी कुत्र्याप्रमाणे भांडू लागले. त्या दोघांचं भांडण पाहून लोक त्यांना समजावीत म्हणाले,

"अरे, तुम्ही दोघंही भाऊ शाळा मास्तर. पैशासाठी शाळेतील लहान मुलांच्याप्रमाणे आपसात कशाला भांडता? काय मिळालं ते वाटून घ्या आणि स्वस्थ बसा. तुम्ही असं भांडत बसलात, की विम्याचा एक पैसादेखील तुम्हाला मिळणार नाही."

विम्याच्या पैशासाठी दामले भटजींची मुलं आपसात भांडत आहेत, हे लोकांना कळल्यावर ते त्या दोघांची टिंगल-टवाळी करू लागले, लोकांचे टोमणे ऐकून दोघं भाऊ ताळ्यावर आले. आपसात तडजोड करण्याचा त्या दोघांनी निर्णय घेतला. त्या विम्याच्या पैशाचा त्यांनी एकूण चार वाटण्या करण्याचं ठरविलं. दोन भावांच्या दोन वाटण्या आणि आईची व प्रज्ञाची प्रत्येकी एकेक वाटणी. अशा एकूण चार वाटण्या त्यांनी केल्या. प्रज्ञाच्या सासरी आर्थिक सुबत्ता होती. तिच्या नवऱ्याला आणि तिलासुद्धा पैशाचा हव्यास बिलकूल नव्हता. प्रज्ञानं विम्याचे तिच्या हिश्शाचे पैसे घेण्यासाठी स्पष्ट नकार दिला. मोठं मन करून ती तिच्या थोरल्या भावाला म्हणाली,

"मोरूदादा, माझ्या सासरी मला काहीही कमी नाही. मी तिथं आनंदात आहे. माझ्या वाटणीचे पैसे मी आईला देत्येय. उतारवयात त्या पैशाचा तिला दवापाण्यासाठी उपयोग होईल. तुम्ही तिचा चांगला सांभाळ करावा, एवढंच माझं म्हणणं आहे."

"प्रज्ञा, आम्हा दोघां भावाचं नशीब थोर म्हणून आम्हाला तुझ्यासारखी मोठं मन असलेली बहीण मिळाली. घरी चालत आलेल्या लक्ष्मीला आजकाल कुणीही 'नाही' असं म्हणत नाही. परंतु तू याला मात्र अपवाद आहेस. तुझं मन किती मोठं आहे, हे मला आज पुन्हा एकदा कळून आलं बघ. तू आईची बिलकूल काळजी करू नकोस, आम्ही दोघं भाऊ तिची काळजी घेऊ, तिला कोणत्याही गोष्टीची कमतरता भासू देणार नाही, फुलासारखं तिला आम्ही जपू, आई घरात असली, की आम्हाला तिचा केवढा तरी आधार वाटतो." मोरेश्वर प्रज्ञाला खूष करण्यासाठी तोंडातून साखरपेरणी करीत म्हणाला.

प्रज्ञा आपल्या दोन्ही भावांना लहानपणापासून ओळखत होती. तिचा थोरला भाऊ मोरेश्वर तिच्या समोर गोड बोलत असला, तरी तिनं त्याच्या बोलण्यावर अजिबात विश्वास ठेवला नाही. तिला तिच्या आईची काळजी वाटत होती.

उतारवयात आपल्याला पैसा लागणार नाही म्हणून सुमतीबाई एके दिवशी संध्याकाळी आपल्या दोन्ही मुलांना जवळ करून त्यांना म्हणाल्या,

"बाळांनो, माझ्या म्हातारीचे आता किती असे दिवस उरलेत? पिकलं पान केव्हाही गळून पडणार. मला आता कशाचाही मोह उरलेला नाही. या वयात मी जवळ पैसा बाळगून काय करणार आहे? तुम्हा दोघांना त्या पैशाचा उपयोग तरी करून घेता येईल. म्हणून मी असा माझ्या मनात विचार केला आहे, की मला मिळालेला विम्याचा पैसासुद्धा तुम्ही दोघांनी आपसात वाटून घ्या."

आईचं बोलणं ऐकून दोघा भावांना अतिशय आनंद झाला. त्यांच्या वाटणीच्या पैशावर त्यांचा आधीपासून डोळा होता. कधी ना कधी तरी त्या पैशावरून घरात वाद झाला असता. आईनं आणि प्रज्ञानं पैशावर पाणी सोडल्यावर त्या दोघा भावांना विम्याचे प्रत्येकी दीड-दीड लाख रुपये मिळाले. पैसा मिळाल्यानं ते दोघं हवेतच तरंगू लागले. दामोदरनं गावातच नवीन जांभ्या दगडाचं घर बांधलं. नवीन घरासाठी त्यानं त्याच्या प्रॉव्हिडंड फंडातून आणखी पैसे काढले.

विम्याचे पैसे मिळाल्यावर काही दिवस सर्वांचे अगदी मजेत गेले. आई (सुमतीबाई) थोरल्या मुलाकडे राहत होत्या. विम्याचा पैसा संपल्यावर आईवरील मुलांची आणि सुनांचीसुद्धा माया आटली. आई सकाळी लवकर उठत असत, स्नान आटोपून त्या देवघरात गणेशासमोर चौरंगी पाटावर मांडी घालून बसत आणि गणेश भूपाळी गायला सुरुवात करीत-

उठा उठा हो सकळीक । वाचे स्मरावा गजमुख ।
ऋद्धिसिद्धीचा नायक । सुखकारक भक्तांसी ।
सुखदायक दासांसी ।।धृ।।
अंगी शेंदुराची उटी । माथा शोभतसे किरिटी ।
केशर कस्तुरी लल्लाटी । हार कंठी साजिरा ।।१।।
कानी कुंडलाची प्रभा । चंद्रसूर्य जैसे नभा ।
माजी नागबंद शोभा । स्मरता उभा जवळी तो ।।२।।
कासे पीतांबरीची घटी । हाती मोदकाची वाटी ।
रामानंद स्मरता कंठी । तो संकटी पावतो ।।३।।

आई पहाटे उठून गणेश भूपाळी म्हणू लागल्यावर देवयानीची झोपमोड व्हायची. मग ती खूप चिडायची. एकदा ती तिची झोपमोड झाल्यावर दाणदाण पावलं टाकीत देवघरात आली आणि सासूला रागानं म्हणाली,

"आई, जरा हळू आवाजात भूपाळी म्हणा. घरात माणसं झोपलीत, हे तुम्हाला कळत कसं नाही?"

देवयानीचा राग घालविण्यासाठी आई तिला समजावीत म्हणाल्या,

"सूनबाई, मला गणेश भूपाळी मोठ्या आवाजात म्हणायची पहिल्यापासून सवय आहे. तुझी झोपमोड होण्यासाठी मी मोठ्या आवाजात म्हणत नाही."

आपली झोपमोड व्हावी म्हणून सासूबाई मुद्दाम गणेश भूपाळी मोठ्या आवाजात म्हणतात, असा देवयानीनं तिच्या मनात समज करून घेतला होता. ती तिच्या सासूचा रागराग करू लागली, नवरा सकाळी घरातून बाहेर पडल्यावर ती सासूकडे अजिबात लक्ष देत नसे. घरात भांडणं होतील म्हणून आईसुद्धा मुलाच्या कानावर काही घालीत नसत. आपल्यामुळे या घरात भांडणं व्हायला नको म्हणून त्या तोंड मिटून गप्प बसणं पसंत करीत. घरात त्यांना एखाद्या पाहुणीगत राहावं लागत होतं, याचं त्यांना खूप वाईट वाटत होतं. घडीघडी त्यांना आता त्यांच्या मयत पतीची आठवण येत होती. पतीच्या सहवासात घालविलेल्या आनंदाच्या दिवसांची स्मृती त्यांनी त्यांच्या काळजाच्या कुपीत लपवून ठेवली होती. एकांतात त्या गोड आठवणींच्या शृंखलेत त्या तासन्तास हरवून जात.

एके दिवशी देवयानी सासूची कागाळी करीत तिच्या नवऱ्याला त्राग्यानं म्हणाली,

"मला आता या घरात राहायचा खूप कंटाळा आलाय."

"असं झालं तरी काय?" मोरेश्वरानं बायकोकडे पाहत आश्चर्यानं विचारलं.

"मला हे तुमच्या कानावर घालायचं नव्हतं. पण आता माझासुद्धा त्याला नाइलाज झालाय."

"देवयानी, तुला काय सांगायचं आहे ना, ते तू बिनधास सांग. मला ते कळायला हवं."

"आई, रोज पहाटे मोठ्या आवाजात भूपाळी म्हणतात. त्यामुळे माझी झोपमोड होते, तुमचीसुद्धा झोपमोड होते. तुम्ही सकाळी घरातून बाहेर पडल्यावर दिवसभर माझ्या मागे हे आण, ते आण करीत भुणभुण लावीत असतात. दिवसभर नुसता वैताग आणतात."

मोरू बायकोची समजूत घालीत म्हणाला,

"देवयानी, अगं आईचं आता वय झालंय. म्हातारी माणसं बडबड करणारच. त्याशिवाय त्यांना चैन पडत नाही. तू आईच्या बडबडीकडं लक्ष देऊ नकोस."

"अहो, अभयचं यंदा दहावीचं वर्ष आहे. त्याला अभ्यास करण्यासाठी निवांतपणा नको?"

"तू काहीही चुकीचं बोलत नाहीस. खरं आहे तेच तू बोलत्येस. माणसं म्हातारी झाली की, पुन्हा ते लहान मुलांप्रमाणे वागतात. मी आईला ताकीद देऊन ठेवणार आहे. ती माझं ऐकेल."

देवयानीच्या भव्य, गोऱ्या कपाळावर नाराजीच्या आठ्या पडल्या होत्या. तिच्या चेहऱ्यावरील भाव सरड्याप्रमाणे क्षणाक्षणाला बदलत होते, मोरेश्वर बायकोच्या चेहऱ्यावरील क्षणाक्षणाल बदलणारे भाव उघड्या डोळ्यांनी पाहत होता. तिच्या मनात नक्की कसला विचार सुरू आहे हे त्याला अजिबात कळत नव्हतं. परंतु तिच्या उदास चेहऱ्याकडे पाहत असताना त्याला एवढं मात्र कळून चुकलं, की तिच्या मनात कसला तरी भयंकर विचार सुरू आहे.

थोड्या वेळानं देवयानी दीर्घ निःश्वास सोडून तिच्या नवऱ्याला म्हणाली,

"ऐकलंत, आईला सांभाळण्याची तुमची जशी जबाबदारी आहे, तशी तुमच्या धाकट्या भावाचीसुद्धा आहे. आपल्याकडे आईला सोडून ते मजेत राहातात, आईला ते कधी बघायलासुद्धा येत नाहीत. त्यांना आपण त्यांच्या जबाबदारीची जाणीव करून द्यायला हवी."

"देवयानी, तुला नक्की काय म्हणायचंय त्ये मला सांग पाहू."

"मला काय म्हणायचंय ते तुम्हालासुद्धा कळलंय."

"तू आता मला सांगशील तर फार बरं होईल." मोरेश्वर तिला स्पष्टपणे

म्हणाला.

"आपण आईला काही दिवस तुमच्या धाकट्या भावाकडे ठेवायला काय हरकत आहे. विम्याच्या पैशासाठी ते आपल्याशी भांडत होते." नवऱ्याला डोळ्यांत डोळे घालून देवयानी म्हणाली.

"तुझं बोलणं चुकीचं आहे, असं मी म्हणणार नाही. पण..." मोरू पुढे बोलायचा थांबला.

"पण... काय? बोला. मी ऐकत्येय." देवयानी.

"दामोदर या गोष्टीला समजा तयार झाला नाही, तर मग आपण काय करायचं? माझ्या मनात थोडी शंका आहे."

"त्यावरसुद्धा उपाय आहे म्हटलं."

"कसला?"

"आईला सांभाळण्यासाठी ते जर तयार होत नसतील, तर आईला आम्ही वृद्धाश्रमात ठेवतो, असं तुम्ही त्यांना सांगूनच टाका."

देवयानीचं बोलणं ऐकून मोरेश्वर उडालाच. नंतर तो स्वत:ला सावरीत तिला म्हणाला,

"देवयानी, अगं तू हे काय बोलत्येस? आईला आपण वृद्धाश्रमात ठेवल्यावर लोक आपल्याला हसतील. लोक म्हणतील, की दामले भटजींच्या मुलांनी त्यांच्या आईला म्हातारपणी वृद्धाश्रमात ठेवलं म्हणून. लोक आपली टिंगल करतील, लोकांची तोंड आपण कशी धरणार?"

"अहो, लोकांचा विचार आपण आताच करायला हवा का? ते आपण नंतर पाहू. आधी तुम्ही तुमच्या धाकट्या भावाला बोलावून घ्या आणि याचा काय तो सोक्षमोक्ष लावा."

देवयानीचा स्वभाव तिच्या नवऱ्याला चांगलं ठाऊक होता. एकदा का तिनं एखादी गोष्ट करायची म्हणून मनात ठरवलं, तर ती त्याचा मुळीच पिच्छा सोडत नसे. तिला बरं वाटावं म्हणून मोरेश्वर तिला म्हणाला,

"मी दामोदरला मोबाईलवर फोन करून लगेच बोलावून घेतो."

"कधीकधी तुम्ही फार शहाण्यासारखं वागतात म्हणून तुमच्यावरील राग माझ्या मनात फार काळ टिकून राहत नाही, तो पाऱ्याप्रमाणे लगेच उडून जातो." देवयानी गालात गोड हसत तिच्या नवऱ्याला म्हणाली.

दामोदरला मोरेश्वरनं त्याच्या मोबाईलवरून घरी येऊन जाण्यासाठी एक-दोन वेळा फोन केला. दामोदरनं त्याला मुळीच दाद दिली नाही. मोरेश्वर त्याला

पुन: पुन्हा फोन करून कंटाळून गेला. आता त्याला दामोदरचा राग आला होता. दामोदर असा आपल्याला दाद देणार नाही म्हणून मोरेश्वर सुट्टीच्या दिवशी वेळ काढून त्याच्या दारात दत्त म्हणून हजर झाला. त्याला अचानक आलेला पाहून दामोदरला आश्चर्याचा धक्का बसला. नंतर तो त्याला साळसूदपणे सारवासारव करीत म्हणाला,

''दादा, तुझा निरोप मिळूनसुद्धा मला माझ्या कामाच्या गडबडीमुळे तुझ्याकडे येता आलं नाही.''

दामोदरचं बोलणं ऐकून मोरेश्वरचं अजिबात समाधान झालं नाही. तो आपल्यापुढे नाटक करत्योय, असं त्याला मनात वाटू लागलं. मोरेश्वर त्याच्या चेहऱ्यावरील रेघसुद्धा न हलविता त्याला गंभीर आवाजात म्हणाला,

''दामोदर, मी एका खास कामासाठी आज तुझ्याकडे आलोय.''

''बोल ना दादा.''

''त्याचं असं आहे, की आईला माझ्याकडे राहून आता कंटाळा आलाय. तेव्हा तिला तुझ्याकडे थोडे दिवस राहायचंय.''

मोरेश्वरचं बोलणं ऐकून दामोदर थोडा वेळ त्याच्या मनात विचार करू लागला. भल्या-बुऱ्या मार्गाचा अवलंब करून, प्रसंगी खोटं बोलून आपलं इप्सित कसं साध्य करून घ्यायचं, हे कुणीही आपल्या दादाकडून शिकून घ्यावं. आईला त्याच्या घरी कंटाळा आलेला नाही. याला आणि त्याच्या बायकोला आई घरात नकोय म्हणून यानं आज आपल्या घरी पायधूळ झाडलीय. हे न समजण्याइतका मी दूधखुळा नाही. बायकोच्या ओंजळीनं तो हल्ली पाणी पित्योय. तिच्यापुढे याचं काहीही चालत नाही.

दामोदर भावाच्या पुढे त्याच्या अडचणीचा पाढा वाचत म्हणाला,

''दादा, माझ्या नवीन घराची अजून लहानसहान कामं व्हायची आहेत. पैसा कमी पडला होता म्हणून ती कामं करायची राहिली होती. आता मी थोड्याच दिवसांत ती किरकोळ कामं करायला सुरुवात करणार आहे, तेव्हा मी लगेच आईला माझ्या घरी काय आणू शकत नाहीये, तू माझी अडचण समजून घे.''

दामोदरच्या अडचणी कधीही संपणार नाहीत. गोड बोलून तो आपल्याला फसविण्याचा प्रयत्न करीत आहे, त्याला आणि त्याच्या बायकोला आई त्यांच्या घरी नकोय, तो त्याची जबाबदारी मुद्दाम झटकत्योय. त्याचा कावा माझ्या लक्षात आला आहे, असा विचार मोरेश्वराच्या मनात लगेच येऊन गेला.

मोरेश्वर त्याला या जबाबदारीची जाणीव करीत किंचित आवाज चढवून म्हणाला,

"दामोदर, तुझी जशी अडचण आहे, तशी माझीसुद्धा अडचण आहे. आपल्या अडचणी कधीही संपायच्या नाहीत, आईनं आपल्या दोघांनाही जन्म दिला आहे, तेव्हा तिला म्हातारपणी सांभाळण्याचं तुझंसुद्धा कर्तव्य आहे."

"दादा, तू गैरसमज करून घेऊ नकोस. माझं ते कर्तव्य नाही, असं मी म्हणालो नाही." दामोदर.

बायको या गोष्टीला तयार होणार नाही. आईला घरी आणलं तर त्याचा विद्याला नक्की राग येईल, म्हणून हा दामोदर आईला त्याच्या घरी आणायला आढेवेढे घेत्योय, असं मोरेश्वराला मनात वाटू लागलं. मोरेश्वराला विद्याचासुद्धा राग आला होता. याविषयी तिच्याशी बोलण्याची त्याची इच्छा झाली नाही.

मोरेश्वर बसलेल्या जागेवरून झटकन उठला आणि तो धमकीच्या सुरात पुन्हा आवाज चढवून म्हणाला.

"दामोदर, मी तुझी आणखी थोडे दिवस वाट पाहीन. तू जर तुझ्याकडे आईला घेऊन यायला आला नाहीस, तर मी मागचा-पुढचा कसलाही विचार न करता आईला सरळ वृद्धाश्रमात सोडून येईन. दोन मुलगे हयात असताना आईला त्यांनी वृद्धाश्रमात सोडलं म्हणून लोक आपल्याला हसले तरी मी मात्र त्याची मुळीच पर्वा करणार नाही. हे पण मी तुला या घडीला सांगून ठेवत्योय."

"दादा, माझं जरा ऐकून घे."

"मला तुझं काहीही ऐकून घ्यायचं नाही." मोरेश्वर रागानं घराची पायरी उतरू लागला.

"दादा ऽऽ ए ऽऽ दादा." दामोदर त्याला मोठ्या आवाजात हाका मारू लागला.

मोरेश्वरानं मागे वळून पाहिलं नाही. दामोदरनं मारलेल्या हाका हवेतच विरून गेल्या. लांब लांब ढांगा टाकत मोरेश्वर त्याचं घर जवळ करीत होता. त्याच्या दोन्ही डोळ्यांतून रागानं ठिणग्या उडत होत्या.

आपल्या आईवरून दोघां भावांमध्ये भांडणं सुरू आहे, हे प्रज्ञाच्या कानावर जाताच ती ताबडतोब आईला भेटायला आली. येताना तिनं तिच्या आईसाठी ताजी फळं आणली होती. आईच्या तोंडात सफरचंदाचा कापलेला तुकडा भरवीत प्रज्ञा तिला आग्रह करीत म्हणाली,

"आई, तू माझ्याकडे राहायला चल, मी तुझं सगळं करीन, हवापालट

झाल्यावर तुला आणखी बरं वाटेल बघ, तुझ्या तब्येतीकडे मला पाहावत नाही गं.''

प्रज्ञाचं बोलणं ऐकून तिच्या आईला भडभडून आलं. असे प्रेमाचे शब्द तिनं या घरात कितीतरी दिवसांनी स्वत:च्या कानांनी ऐकले होते. पोटच्या मुलांनी आणि सुनांनी तिचा छळ मांडला होता. तरी तिनं तक्रारीचा सूर तोंडातून कधीही काढला नव्हता. दोन्ही मुलांचा भरलेला संसार, नातवंडं पाहून तिला सर्व काही भरून पावलं होतं. तिच्या नातवंडांच्या निरागस, निष्पाप चेहऱ्याकडे पाहून त्यांच्या दुखऱ्या काळजावर हळुवार मोरपीस फिरत असे. ते सुख सांगता येत नव्हतं.

लेकीचा हात मायेनं सुरकुत्या पडलेल्या हातात घेत आई तिला कातर आवाजात म्हणाली,

''प्रज्ञा, तुझं बोलणं ऐकून माझं पोट भरून गेलं बघ. तू माझी नको गं काळजी करूस. माझे आता किती दिवस उरलेत. कधीही मला वरून बोलावणं येईल बघ. मला जावयाच्या घरात मरायचं नाही, मला याच घरात मरण येऊ दे. आता माझी एवढीच इच्छा उरली आहे. मी असं म्हणाले म्हणून तू मनात वाईट वाटून घेऊ नकोस. तुझी माझ्यावरील नाया कळते हो मला.''

''आई, मी तुला भेटायला सवड काढून येईन. तू आता स्वत:ला जपायचं.'' प्रज्ञा डोळ्यांत अश्रू आणून आईला म्हणाली.

आईच्या हट्टापुढे प्रज्ञानं हात टेकले. डोळे गाळीतच ती तिच्या सासरी निघून गेली. आपले दोन्ही भाऊ आपल्या आईचा छळ करतात म्हणून तिला त्यांचा रागदेखील आला होता. आपण त्या भावांना आपल्या हिश्शाचे विम्याचे पैसे द्यायला नको होते. म्हणून आता तिला त्याचा पश्चात्ताप वाटत होता. आईनं तिच्याकडे न येण्याचा जर हट्ट केला नसता, तर प्रज्ञानं एक क्षणभरसुद्धा तिला भावाच्या घरात ठेवलं नसतं. प्रज्ञाच्य नवऱ्याचं नाव माधव असं होतं. तो समजूतदार होता. 'आईला इकडे का आणलंस?' असं त्यानं प्रज्ञाला एका शब्दानंदेखीलं विचारलं नसतं.

दामोदर त्याच्या घरी आईला घेऊन जाण्यासाठी नक्की येईल, असं मोरेश्वरला वाटत होतं. परंतु पंधरा दिवस झाले तरी दामोदर त्याच्या घरी आलाच नाही. त्याची वाट पाहून कंटाळल्यावर मोरेश्वरनं त्याला त्याच्या मोबाईलवर फोन करण्याचा प्रयत्न केला. दामोदर त्याचा फोन आल्याचं पाहून उचलायचा नाही. देवयानी एकसारखी त्याच्यामागे तगादा लावत होती. म्हणून मोरेश्वर वैतागून गेला होता. त्याला त्याच्या धाकट्या भावाचा रागसुद्धा आला होता.

देवयानी नवऱ्याला जाब विचारावा तसं म्हणाली,

"अजून तुम्ही त्यांचं किती दिवस वाट पाहाणार आहात."

"मी तरी काय करू? दामोदर माझा फोन उचलत नाहीत." मोरेश्वर रागानं म्हणाला.

"तुम्ही असे मोबाईलवरून, त्यांना कितीही फोन लावलेत तरी ते उचलणार नाहीत. त्यापेक्षा आपण असं करू."

"बोल." बायकोकडे न पाहाताच मोरेश्वर म्हणाला.

"आपण दोघं रिक्षा करून त्यांच्या घरी जाऊ."

"मी एकटा जाईन."

"तुमची मर्जी." देवयानी.

सांज झाली होती. रिमझिम पाऊस पडत होता. डांबरी सडकेवर चिखल झाला होता. शाळा सुटल्यावर मोरेश्वरनं रिक्षा करून सरळ दामोदरचं घर गाठलं. दामोदरसुद्धा नुकताच शाळेतून घरी आला होता. मोरेश्वराला असं अचानक घरी आलेला पाहून दामोदर थोडा वेळ भांबावून गेला. नंतर तो स्वत:ला सावरत गालात हसू आणत 'ये ना दादा.' असं त्याला शिष्टाचारानं गोड आवाजात म्हणाला. घरात एक पाऊल आणि बाहेर एक पाऊल असताना मोरेश्वरानं त्याला रागानं विचारलं.

"दामोदर, मी तुला तुझ्या मोबाईलवर कितीतरी वेळा फोन केला. तू माझा फोन का उचलत नाहीस?"

बेसावध असताना अचानक हल्ला झाल्यावर जशी घाबरगुंडी उडते, तशी गत आता दामोदरची झाली होती. वेळ निभावून नेण्यासाठी तो मोरेश्वरला थातुर-मातूर कारण सांगत म्हणाला,

"दादा, माझा मोबाईल बिघडलाय. मी तो दुरुस्त करायला दिलाय."

दामोदरचा मोबाईल काही बिघडलेला नाही. तो आपल्या समोर खोटं बोलत्योय, हे एव्हाना मोरेश्वराच्या ध्यानात आलं होतं. तो पुढे काहीतरी बोलणार इतक्यात विद्या त्याला गरम-गरम चहा घेऊन आली. दिरासमोर गरम चहाची कपबशी एका टिपॉयवर ठेवून ती त्याला आग्रह करीत 'चहा घ्या' असं म्हणाली.

"मी आज तुमच्याकडे चहा घेण्यासाठी आलेलो नाहीये." मोरेश्वर गुश्शातच म्हणाला.

"दादा, तू आधी चहा घे. नंतर आपण बोलू." दामोदर त्याला आग्रह करीत म्हणाला.

त्याच्या बोलण्याकडे दुर्लक्ष करीत मोरेश्वर त्याला मुद्याचं बोलत म्हणाला,

"दामोदर, तू मला आता सांग की, तू आईला तुझ्याकडे घेऊन येणार आहेस की नाही?"

"दादा, मी आईला माझ्याकडे नक्की घेऊन येणार आहे. तू घाई कशाला करत्योस? थोडे दिवस आई तुझ्याकडे राहू दे. तिची आता तब्येतसुद्धा बरी नाहीये. इकडेतिकडे आपण तिला फिरवलं, तर तिची तब्येत आणखी बिघडेल."

"आता म्हातारपणी आईची तब्येत सुधारणार आहे का? तू वाट्टेल त्या सबबी सांगितल्यास, तर ते मला बिलकूल पटणार नाही."

दोघा भावांचा वाद बराच वेळ घरात सुरू होता. विद्या तोंडात मिठाची गुळणी घेऊन नवऱ्या जवळ गप्प उभी होती. तिला तिच्या सासूची नाहक कटकट वाटत होती. आतल्या आत ती तिच्या सासूचा द्वेष करायची. दामोदरला त्याच्या बायकोची फूस होती. विद्यानं आणलेला चहा आता गारढोण झाला होता. आईचा तिढा अजून सुटलेला नव्हता. आपला दादा हेकेखोर आहे, शेवटी तो आपलं तेच खरं करणार हे दामोदरला पक्कं ठाऊक होतं. यातून मार्ग काढण्यासाठी तो मोरेश्वरला म्हणाला.

"दादा, माझ्या डोक्यात एक कल्पना आहे. तुला ते नक्की पसंत पडेल. आणि हा तिढा कायमचाच सुटून जाईल."

"बोल." मोरेश्वर अधिर होऊन त्याला म्हणाला.

"दादा, आई हयात असेपर्यंत आपण असं करू या, की तिला तू एक महिना सांभाळल्यावर मी एक महिना सांभाळायचं. प्रत्येक महिन्याच्या एक तारखेला ज्याच्याकडे आई राहिली असेल त्यानं तिला रिक्षानं आणून सोडायचं. कशी वाटली तुला माझी कल्पना?"

"दामोदर, तू काढलेला तोडगा मला मान्य आहे. आता हा वाद इथंच संपला आहे."

"मग दादा, आता तरी माझ्याकडे चहा घेशील ना?" दामोदर गालात हसत म्हणाला.

"अवश्य. विद्या माझा चहा पुन्हा गरम करून आण पाहू." मोरेश्वराच्या राकट चेहऱ्यावर हसू आलं होतं.

मोरेश्वर आला तसा त्याच्या घरी निघून गेला. आईच्या प्रकरणात दोघा भावांनी आपसात चर्चा करून दोघांनाही पसंत पडेल असा मार्ग शोधून काढला होता. हे त्या दोघांना उशिरा सुचलेलं शहाणपण होतं. आईला त्यांनी काढलेला तोडगा

मान्य नव्हता, त्यांचं आता वय झालं होतं, मृत्यूचा घाला कधी पडेल, हे सांगता येत नव्हतं. वार्धक्यामुळे अनेक शारीरिक व्याधींनी त्या त्रस्त झाल्या होत्या. त्यातच मानसिक त्रास सहन करावा लागत होता.

आईची शारीरिक आणि मानसिक स्थिती कशी आहे, याचा त्यांची दोन्ही मुलं विचार करीत नव्हती. मुलं लहान होती तेव्हा त्यांचं संगोपन करण्यासाठी, त्यांना शिक्षण देण्यासाठी त्यांच्या आईवडिलांनी कितीतरी खस्ता खाल्ल्या होत्या. आता त्यांची दोन्ही मुलं शिकून मोठी झाली होती, शाळा मास्तराची नोकरी करीत होती. ते आता स्वत:च्या पायावर उभे असल्यामुळे त्यांना आता कुणाचीच गरज उरली नव्हती. त्यांच्या पंखात बळ आलं होतं. आई बद्दल असणारी माया, जिव्हाळा आणि आत्मीयता त्यांच्या मनात नावालादेखील शिल्लक राहिली नव्हती. याचं आईला अतीव दु:ख झालं होतं. तो सल काळजात लपवून ठेवूनच त्यांना हे जग सोडून जावं लागणार होतं. आपला नवरा गेला तेव्हाच आपलं ते जगणं संपून का गेलं नाही, असा प्रश्न त्या स्वत:लाच विचारीत होत्या. जहरी भुंग्याप्रमाणे अनेक विचार त्यांच्या डोक्यात थैमान घालीत होते.

त्यांच्या मनात जगण्याची इच्छा अजिबात उरली नव्हती.

केळीचं पान उलगडावं तसं आईच्या (सुमतीबाई) डोळ्यांसमोरून भूतकाळातील घटनांची मालिका एकेक करीत पुढे पुढे सरकत होती. बारीक काड्याच्या चटईवर पडून त्या भकास डोळ्यांनी आढ्याकडे पाहत होत्या. आईच्या घशाला कोरड पडली होती. विद्याला पाणी मागूनसुद्धा तिनं तिच्या सासूला प्यायला पाणी आणून दिलं नव्हतं. आईला तिचा राग आला होता; परंतु त्यांना तिच्यावर राग काढता येत नव्हता. दात आहेत परंतु चणे नाहीत, अशी त्यांची गत झाली होती.

आज या महिन्यातील शेवटचा दिवस होता. उद्या महिन्यातील पहिली तारीख होती. दोघा भावांमध्ये तोंडी करार झाल्याप्रमाणे आईला त्यांच्या -थोरल्या मुलाकडे -मोरेश्वर याच्याकडे राहायला जावं लागणार होतं. त्यांच्या अंगात आता कूस बदलण्याचंसुद्धा त्राण उरलं नव्हतं. थोरल्या मुलाकडे राहायला जाताना आईला असह्य शारीरिक वेदना सहन कराव्या लागणार होत्या. त्या नुसत्या कल्पनेनंच त्यांचा जीव अर्धमेला झाला होता. हे सारं सांगायचं कुणाला? कोण आपलं ऐकून घेणार आहे? मानसिक आणि शारीरिक घाव सोसण्यासाठी आईनं तिचं काळीज आता दगडाचं केलं होतं.

आई हल्ली मनामध्ये एकच विचार करीत होत्या. या सर्व दगदगीतून मृत्यूशिवाय कुणीही आपली सुटका करू शकणार नाही. आता आपल्याला एकमेव त्याचाच आधार उरला आहे. मृत्यूचं हसत स्वागत करण्यासाठी आईनं मनामध्ये केव्हाच तयारी करून ठेवली होती.

आई भकास डोळ्यांनी आढ्याकडे पाहत असताना त्यांच्या कानावर 'आजी ऽऽ ए ऽऽ आजी ऽऽ' असा गोड आवाज पडला. तो आवाज त्यांच्या दहा वर्षांच्या नातवाचा होता. त्या आवाजानं अचानक जादू केली. त्या मऊ, मुलायम आवाजानं त्यांच्या दुखऱ्या काळजावर जणू मोरपीस हळुवारपणे फिरू लागलं. आधारासाठी झाडाला बिलगलेल्या कोवळ्या वेलीची आईला झटकन आठवण झाली होती. सुरकुत्या पडलेल्या हातानं नातवाच्या हाताला धरीत आई त्याला कातर आवाजात म्हणाल्या,

"आयुष, बाळ तू जेवायचं सोडून का रे आलास?"

"आजी, माझं जेवण झालं. मी तुला प्यायला पाणी घेऊन आलोय."

"माझं गुणी बाळ." नातवाच्या निरागस चेहऱ्याकडे त्या वात्सल्यपूर्ण नजरेनं पाहत होत्या.

आयुषनं आजीचं डोकं मांडीवर घेऊन त्यानं तिच्या तोंडाला पाण्याचं भांडं लावलं. नंतर तो हाताच्या तळव्यानं तिचं तोंड पुसत तिला तो म्हणाला,

"आजी, तू दोन-तीन दिवस काहीही खाल्लं नाहीस, तर मग तू बरी कशी होशील?"

"मला खाण्याची वासना होत नाही."

"आजी, बाबांनी मला खाऊसाठी दिलेले पैसे मी साठवून ठेवले आहेत. उद्या शाळेतून येताना मी तुला खाण्यासाठी ताजी फळं घेऊन येतो हं."

"बाळ, मी उद्या तुझ्या चुलत्याकडे राहायला जाणार आहे."

"आजी, तू जाऊ नकोस ना. तुला बरं नाही. मी बाबांना सांगतो की, तुला त्यांच्याकडे राहायला घेऊन जायचं नाही म्हणून." आयुष हट्ट करीत म्हणाला.

"बाळ, तू तुझ्या बाबांना काही सांगू नकोस. मला तुझ्या चुलत्याकडे राहायला जावंच लागणार आहे. यातून जगले तर मी पुढच्या महिन्यात तुला भेटायला येणारच आहे."

"आजी, तू जाऊ नकोस गं. मला तुझ्याशिवाय करमत नाही."

"आयुष, अरे लहान मुलांनी असा हट्ट करायचा नसतो." आई त्याची समजूत घालीत म्हणाल्या.

"तू पुढच्या महिन्यात मला नक्की भेटायला येशील ना?"

"होय रे माझ्या सोन्या."

"आजी, मी तुझी वाट पाहीन हं." आयुष.

"आयुष, मला तुझ्याकडून रामदास स्वामींचा श्लोक ऐकायचंय. तो ऐकून मला खूप बरं वाटेल."

"आजी, म्हणू श्लोक?"

"म्हण पाहू."

आयुष आजीच्या सुरकुत्या पडलेल्या चेहऱ्याकडे पाहत रामदास स्वामींचा श्लोक गोड गळ्यानं म्हणू लागला-

मना सज्जना भक्ति पंथेचि जावे ।
तरी श्रीहरी पाविजे तो स्वभावे ।
जनी निंद्य ते सर्व सोडोनि द्यावे ।
जनी वंद्य ते सर्व भावे करावे ॥

आयुषनं गोड गळ्यानं म्हटलेला समर्थ रामदास स्वामींचा श्लोक आई जिवाचं कान करून ऐकत होत्या. मनातील राग, व्यथा-वेदना याचं आता त्यांना विस्मरण झालं होतं. झाडापेक्षा त्या झाडावरील वेलीचाच त्यांना अधिक लळा लागला होता. त्या कोवळ्या वेलीसाठी त्यांचा जीव तीळ तीळ तुटत होता.

सकाळचे आठ वाजून गेले होते. अंगणात रिमझिम पाऊस पडत होता. हवेत कमालीचा गारठा जाणवत होता. माहेरी जाण्यासाठी देवयानीची तिच्या घरात मोठी लगबग सुरू होती. बायकोच्या शरीराच्या हालचालीकडे मोरेश्वर तोंडाचा 'आ' वासून पाहत होता.

थोड्या वेळानं देवयानी नवऱ्याजवळ आली आणि त्याला मोठ्या आवाजात म्हणाली,

"माझ्या धाकट्या बहिणीला-मेघाला-पाहण्यासाठी पुण्याहून पाहुणे येणार आहेत. तुम्ही माझ्यासोबत माझ्या माहेरी चला. तुम्हाला घेऊन येत्येयं म्हणून मी माझ्या आईबाबांना आधीच कळवलंय."

"मुलांना सोबत घेऊन तू जा. मला येता येणार नाही."

"का?" देवयानीनं त्याला गुश्शातच विचारलं.

"देवयानी, तुला कळत कसं नाही. आज महिन्यातील पहिली तारीख आहे.

दामोदर आईला घेऊन आज आपल्या घरी येईल. आपण सर्वजण घरातून बाहेर पडून निघून गेल्यावर त्याला आपला राग नाही का येणार?''

''अहो, आपण सर्व माझ्या माहेरी कायमचं आपलं घर बंद करून निघालो आहोत? एक-दोन दिवस अधिक त्यांनी आईला सांभाळलं, तर आकाश कोसळून पडणार नाही म्हटलं. आपण त्यांना लेखी करारपत्र लिहून दिलेलं नाहीये.'' देवयानी आपला हट्ट सोडायला तयार नव्हती.

''तुला तुझ्या दिराचा स्वभाव ठाऊक आहे ना? तो एवढ्याशा कारणावरून आकाश-पाताळ एक करील. त्याला समजावून सांगता-सांगता माझ्या तोंडाला फेस येईल गं.''

''तुम्ही मला काहीही सांगू नका. मला तुमचं काहीही ऐकून घ्यायचं नाहीये. तुम्ही येत नसला, तर मीसुद्धा मुळीच जाणार नाही. माझं मेलीचं नशीबच फुटकं. बायकोची कसली म्हणून तुम्हाला हौस नाही.''

देवयानी रडण्याचं नाटकी हावभाव करीत म्हणाली.

बायकोला खूष करण्यासाठी मोरेश्वर तिच्यासोबत जाण्यासाठी एकदाचा तयार झाला. दरवाजाला कुलूप लावून सर्वजण निघून गेले. ते निघून गेल्यावर तासाभरानं त्यांच्या दारासमोर एक रिक्षा येऊन थांबली. दामोदर एका शालीमध्ये आईचं गुंडाळलेलं मुटकुळं घेऊन रिक्षातून उतरला. पायरी चढून वर आल्यावर त्याला मोरेश्वरच्या घराच्या दरवाज्याला लावलेलं मोठं कुलूप दिसलं. दरवाज्याला लावलेलं कुलूप पाहून त्याची खोपडी एकदम सरकली. तो मनात म्हणाला की 'आज आई आपल्याकडे राहायला येणार म्हणून दादा घर बंद करून बायको-मुलांसह पसार झालाय.' दामोदरनं त्याच्या मनात दादाला त्याच्याच भाषेत उत्तर द्यायचं म्हणून निर्धार केला. निदान तो पुढच्या वेळी तरी शहाणा होऊन, अशी चूक करणार नाही.

दामोदरनं हातातील शालीमध्ये गुंडाळलेलं आईचं मुटकुळं दरवाजासमोरील पायरीवर ठेवून तो आईला मधाळ आवाजात म्हणाला,

''आई, दादा वहिनीला घेऊन बाजारात गेला असेल. येईल तो एवढ्यात. मला शाळेला जायला उशीर होत्योय.''

''दामू, तू जा हो. सांभाळून जा. पावसात भिजू नकोस, तुला सर्दीचा त्रास होईल.'' आई तिच्या लेकाला अगदी काळजीच्या सुरात म्हणाल्या.

आईचे शब्द ऐकायला दामोदर मुळी त्या ठिकाणी थांबला नव्हता. तिच्यापासून सुटका करून घेण्यासाठी तो लगेच दूर निघून गेला होता. पाऊस पुन्हा उभा-आडवा

कोसळू लागला, हवेत कमालीचा गारठा होता, थंडीनं आई पायरीवर कुडकुडू लागल्या, त्यांच्या अंगावर फक्त एक मळकी शाल होती, पावसाच्या थेंबांनी त्यांनी पांघरलेली शाल भिजून गेली.

दिवसभरात त्या घराकडे कुणीही फिरकलं नाही. रात्रीच्या थंडीनं आईच्या कुडीतील प्राण भुर्रकन उडून गेल्यावर त्यांचं शरीर बर्फागत थंड पडलं होतं. वाऱ्याला सोबत घेऊन पाऊस रात्रभर नुसता धिंगाणा घालीत होता.

■

अल्प परिचय

नाव	-	रामचंद्र नलावडे
जन्मतारीख	-	१ जून
शिक्षण	-	बी. ए. (हिंदी)
व्यवसाय	-	महसूल खात्यात कोषागार अव्वल कारकून तथा कार्यकारी दंडाधिकारी या पदावरून स्वेच्छा सेवानिवृत्ती.
पत्ता	-	मु. पो. वेरळ, ता. खेड, जि. रत्नागिरी. पिनकोड ४१५६२१, भ्रमणध्वनी ९६२३९७०६१६

प्रकाशित साहित्य

आत्मकथन	-	१) दगडफोड्या (२०००) २) झगडा (२००७)
अनुभव कथन	-	१) माझ्या मना बन दगड (२०१२)
संशोधनपर ग्रंथ	-	१) वडारगाडा (२०११)
व्यक्तिचित्रे	-	१) कोकणची माणसं (२०१५)
कथासंग्रह	-	१) जोगवा (१९९४) २) सुरुंग (२००६) ३) चिरेखाण (२००९) ४) गावकुसाबाहेरील माणसं (२०११), ५) घरकुल (२०१२) ६) अशी पाखरे येती (२०१२)
कादंबरी	-	१) लाडी (२००७) २) पातेरा (२००७) ३) प्रहार (२००९) ४) चंदनवाडी (२०१०) ५) थैमान (२०१२) ६) कुरण (२०१३) ७) खोत (२०१४)

'दगडफोड्या' व 'झगडा' या प्रकाशित आत्मकथनावर पीएच.डी. व एम.फीलसाठी संशोधन. 'जोगवा' या कथेचा कन्नड भाषेत अनुवाद.

पुरस्कार

१) बळी कथेला उत्कृष्ट कथा पुरस्कार (१९९३) २) दमाणी साहित्य पुरस्कार (दगडफोड्या २०००) ३) वडार भूषण पुरस्कार (दगडफोड्या २००२) ४) धनंजय कीर पुरस्कार (दगडफोड्या २००३) ५) कै. सौ. कुसुमताई अभ्यंकर साहित्य गौरव पुरस्कार (दगडफोड्या २००४) ६) कवी अनंत फंदी साहित्य पुरस्कार (लाडी

२००८) ७) अंकुर वाङ्मय पुरस्कार (पातेरा २००८) ८) कविवर्य नारायण सुर्वे पुरस्कार (पातेरा २००८) ९) आपटे वाचन मंदिर व इचलकरंजी साहित्य संमेलन स्मृती ट्रस्ट पुरस्कार (झगडा २००८) १०) कांदबरीकर ना.ह. आपटे पुरस्कार (चिरेखाण २०१०) ११) खानदेश कन्या स्मिता पाटील पुरस्कार (चिरेखाण २०१०) १२) वारणेचा वाघ साहित्य पुरस्कार (चिरेखाण २०११) १३) राधानगरी साहित्य संस्कृती मंच साहित्य पुरस्कार (चिरेखाण २०११) १४) शब्दगंध साहित्य पुरस्कार (प्रहार २०११) १५) अस्मितादर्श साहित्य पुरस्कार (प्रहार २०१०), १६) दिनमित्रकार मुकुंदराव पाटील पुरस्कार (प्रहार २०१०) १७) कादंबरीकार र.वा. दिघे स्मृती पुरस्कार (प्रहार २०११), १८) आशीर्वाद पुरस्कार (प्रहार २०११) १९) लोकमान्य टिळक पुरस्कार (साहित्य क्षेत्रातील उल्लेखनीय कामगिरीकरता २०१०) २०) कोकण क्रिएटिव्ह फाऊंडेशन पुरस्कार (साहित्य क्षेत्रातील उल्लेखनीय कामगिरीकरता २०१०) २१) पद्मगंधा प्रतिष्ठान, नागपूर सुधाकुसुम कादंबरी पुरस्कार (चंदनवाडी २०१२) २२) राजवैभव पुरस्कार (साहित्य क्षेत्रातील उल्लेखनीय कामगिरीकरता २०१०) २३) लोकशाहीर अण्णाभाऊ साठे राज्य पुरस्कार (वडारगाडा २०१३), २४) आपटे वामन मंदिर इचलकरंजीचा सौ. केराबाई शेळके कादंबरी पुरस्कार (थैमान २०१३) २५) शब्दवेल प्रतिष्ठान लातूरचा मसाज औरंगाबादचा राज्यस्तरीय कादंबरी पुरस्कार (माझ्या मना बन दगड २०१४) २६) कै. बळीराम मोरगे लोकनेते यशवंतराव चव्हाण वाङ्मय पुरस्कार (माझ्या मना बन दगड २०१४) २७) खिस्ती साहित्य प्रसारक, पुणे कादंबरी पुरस्कार (कुरण २०१४) २८) मृत्युंजय कार शिवाजी सावंत कादंबरी पुरस्कार (कुरण २०१४)

■

www.ingramcontent.com/pod-product-compliance
Lightning Source LLC
LaVergne TN
LVHW060453051026
849518LV00002B/759